Tenzin Gyatso

Tự Do
Trong Lưu Đầy

Tenzin Gyatso
Tự Do Trong Lưu Đầy
Đạt Lai Lạt Ma tự truyện

Nguyên tác: FREEDOM IN EXILE
The autobiograpgy of The 14th DalaiLama

Người dịch: Chân Huyền
Nhuận sắc: Chân Văn

Tăng thân Xóm Dừa tái bản

California, năm 2014

Liên Lạc: (714) 975-6864 hoặc trang nhà: www.xomdua.org

TENZIN GYATSO
THE 14TH DALAI LAMA

ĐẠT LAI LẠT MA TỰ TRUYỆN

TỰ DO
TRONG LƯU ĐẦY

(Chân Huyền *dịch* – Chân Văn *nhuận sắc*)

TĂNG THÂN XÓM DỪA
tái bản

TỰ DO TRONG LƯU ĐẦY
ĐẠT LAI LẠT MA Tự Truyện

Tự Do trong lưu đầy, bản quyền của Tenzin Gyatso, đức Đạt Lai Lạt ma thứ 14 xứ Tây tạng. Cấm trích đăng một phần hay in lại mà không được phép bằng thư. Sách tiếng Anh in lần thứ nhất tại Nữu Ước, 1990, do nhà xuất bản Harper Collins.

(Dịch sang Việt ngữ: Chân Huyền
Nhuận sắc: Chân Văn)

Bìa: Nguyễn Đồng - Nguyễn thị Hợp.

Mục Lục

Lời Tựa 7
Chương I Bồ Tát Liên Hoa Thủ 9
Chương II Ngai Sư Tử 26
Chương III Bão Tố Xâm Lăng 69
Chương IV Lánh Nạn Ở Miền Nam 80
Chương V Tại Trung Cộng 112
Chương VI Ông Nehru Nói Rất Tiếc 139
Chương VII Chạy Thoát Tới Chốn Lưu Đầy 165
Chương VIII Một Năm Tuyệt Vọng 192
Chương IX Một Trăm Ngàn Người Tỵ Nạn 213
Chương X Con Sói Trong Áo Thày Tu 232
Chương XI Đông Và Tây 255
Chương XII Huyền Thuật Và Thần Bí Tây Tạng 277
Chương XIII Tin Tức 294
Chương XIV Sáng Kiến Hòa Bình 317
Chương XV Cộng Nghiệp Và Từ Bi Tâm 338

Lời Tựa

Đạt Lai Lạt Ma có nhiều nghĩa khác nhau đối với mọi người. Một số người nghĩ tôi là Phật sống, là hiện thân của Bồ Tát Quán Thế âm, Bồ Tát của lòng từ bi. Đối với một số người khác, tôi giống như một vị "thiên hoàng". Trong thập niên 1950, tước vị đó có nghĩa là Phó chủ tịch ủy ban Thường vụ Quốc hội của Cộng hòa Nhân dân Trung quốc. Rồi khi tôi đào thoát lưu vong, họ gọi tôi là "phản cách mạng", là " ký sinh trùng", nhưng tôi không đồng ý với bất cứ định nghĩa nào kể trên.

Đối với tôi, Đạt Lai Lạt Ma chỉ chức vụ mà tôi đảm nhiệm. Chính tôi, tôi chỉ là một con người, tình cờ sanh ra tại xứ Tây tạng, và tôi chọn sống cuộc đời của một tăng sĩ Phật giáo. Tôi, một nhà sư giản dị, viết cuốn sách về cuộc đời tôi nhưng không vì vậy mà đây là cuốn sách viết về Phật giáo. Tôi có hai lý do để viết tự truyện. Trước hết, là càng ngày càng nhiều người chú ý tìm hiểu về Đạt Lai Lạt Ma. Thứ nữa, tôi mong làm sáng tỏ một số biến cố lịch sử.

Vì vấn đề thì giờ, tôi quyết định viết thẳng bằng tiếng Anh. Điều này không dễ dàng, vì khả năng diễn tả của tôi bằng ngôn ngữ này có giới hạn. Hơn nữa, tôi cũng biết rằng tôi có thể không nói chính xác được như tôi muốn, một số điều vi tế. Nhưng chuyện này cũng sẽ xảy ra nếu phải dịch từ tiếng Tây tạng sang tiếng Anh. Tôi cũng phải thêm rằng tôi không sẵn có tài liệu, và trí nhớ của tôi cũng mong manh như bất cứ ai. Vì vậy, tôi muốn cảm ơn những viên chức của chính phủ lưu vong Tây tạng và ông Alexander Norman, về những điều họ giúp đỡ tôi trong lãnh vực này.

Dharamsala, tháng 5/1990

Chương I

Bồ Tát Liên Hoa Thủ

Tôi trốn khỏi Tây tạng ngày 31 tháng 3 năm 1959. Từ đó tới nay, tôi sống tha hương tại Ấn Độ. Trong những năm 1949-1950; nước Cộng hòa Nhân dân Trung Hoa (CHNDTH) đưa quân sang xâm chiếm xứ tôi. Trong gần một thập niên, ở cương vị một người lãnh đạo chính trị và tôn giáo cho dân tộc, tôi đã cố gắng tái tạo mối liên hệ hòa bình giữa hai quốc gia. Nhưng trách vụ không thể hoàn thành. Tôi đi tới kết luận là tôi sẽ phục vụ dân tộc tôi được nhiều hơn, nếu tôi sống ở ngoại quốc.

Khi tôi hồi tưởng tới thời kỳ Tây tạng còn là một quốc gia tự do, tôi thấy đó là những năm tháng đẹp nhất đời tôi. Ngày nay, tôi vẫn có hạnh phúc, nhưng cuộc sống hiện tại của tôi khác xa với cuộc sống nơi tôi đã khôn lớn. Và dù rõ ràng không nên chìm đắm vào lòng nhớ quê hương, tôi vẫn không thể không buồn khi nghĩ về quá khứ. Nó gợi nhớ trong tôi những đau khổ khủng khiếp của dân tôi. Xứ Tây tạng xưa không phải là nơi toàn thiện, nhưng phải nói rằng, cách sống của chúng tôi có nhiều điều đáng chú ý. Chắc chắn có nhiều thứ đáng lưu giữ lại mà ngày nay chúng tôi đã mất đi vĩnh viễn.

Như tôi đã nói trước đây, chữ Đạt Lai Lạt Ma có thể được hiểu theo nhiều nghĩa khác nhau. đối với tôi, đó là chức vụ tôi đảm nhiệm. Chữ Dalai là một chữ Mông Cổ, có nghĩa là đại dương. Lama là một chữ tây tạng tương đương với chữ Guru của Ấn độ, nghĩa là ông thầy. Dalai Lama nhiều khi được dịch thoát nghĩa là "biển lớn của trí tuệ", nhưng tôi cho đó là một sự nhầm lẫn. Khởi thủy, người ta cố dịch tên đức Đạt Lai Lạt Ma thứ III: Sonam Gyatso. Chứ Gyatso có nghĩa là đại dương. Sau đó, người Trung hoa lại lầm lẫn dịch chữ Lama thành chữ Hoạt Phật, nghĩa là Phật sống. Phật giáo Tây tạng không hề có quan niệm đó. Chúng tôi chỉ chấp nhận rằng có vài nhân vật, trong đó Đạt Lai Lạt Ma là một, có thể chọn cách tái sinh. Những vị tái sinh ra được gọi là Tulkus (Hóa thân).

Dĩ nhiên, đối với dân Tây tạng, chức Đạt Lai Lạt Ma rất quan trọng. Tôi sống rất cách biệt với đại đa số nhân dân bần hàn khổ cực. Tôi đi đâu cũng có một đoàn tùy tùng theo sau. Vây quanh tôi là các bộ trưởng và cố vấn, quần áo sang trọng, hầu hết xuất thân từ các danh gia vọng tộc. Cùng làm việc với tôi, là những học giả lỗi lạc hay các vị đạo hạnh đáng kính. Mỗi khi tôi rời Potala, lâu đài mùa đông có 1000 phòng của các Đạt Lai Lạt Ma, là tôi có cả trăm người hộ tống. Đi đầu là một vị gọi là Ngagpa, mang biểu tượng Pháp luân. Tiếp đó là một đoàn người cưỡi ngựa, gọi là Tatara, quần áo và cờ xí nhiều màu sắc. Sau tới những người phu mang đồ đạc cá nhân của tôi, gói trong lụa màu vàng. Tiếp đến là các tăng sĩ từ tu viện riêng của Đạt Lai Lạt Ma: tu viện Namgyal. Mỗi vị mang một tấm phướn viết những câu kinh danh tiếng. Rồi tới đoàn nhạc công cưỡi ngựa. Trong hai đoàn tăng lữ tiếp theo, có một đoàn cấp dưới khuân vác, rồi tới các vị thuộc dòng Tsedrung, là nhân viên nội các chính phủ. Sau đó là một bầy ngựa đẹp đẽ của Đạt Lai Lạt Ma cùng người chăn dắt chúng.

Một đoàn ky mã khác mang các biểu tượng quốc gia, và tới tôi, ngồi trên một chiếc xe kiệu màu vàng, màu của tu viện, do 20 người đẩy. Họ đều là các sĩ quan trong quân đội, mặc quần áo xanh lá cây, đội mũ đỏ. Không giống như các sĩ quan thường chải tóc dựng lên, những người này kết tóc thành một cái đuôi dài thòng xuống lưng họ. Có thêm 8 người phụ tá khênh kiệu, tất cả đều trang phục áo lụa vàng. Tiếp đến là bốn vị trong nội các của Đạt Lai Lạt Ma (gọi là khashag), rồi tới chánh cận vệ và chỉ huy trưởng của quân lực Tây tạng, một đội quân rất nhỏ. Hai nhóm người này bước đi rất nghiêm trang, cầm kiếm trong tư thế chào kính. Họ mặc đồng phục quần xanh dương, áo và tua màu vàng. Tất cả đoàn đều được các cảnh vệ của tu viện hộ tống. Các cảnh vệ cao ít nhất 1mét 80, y phục kềnh càng khiến họ có bề ngoài rất oai phong. Họ cầm roi dài và sẽ không ngần ngại xử dụng chúng khi cần thiết.

Phía sau kiệu tôi ngồi là hai giảng sư Thái bảo và Thiếu bảo. Vị sư trưởng kiêm chức vụ phụ chính cho tới khi tôi trưởng thành. Tiếp đến là bố mẹ và các anh chị em tôi. Các viên chức khác nối theo, xếp hạng theo thứ bậc của họ. Khắp thủ đô Lhasa, dân chúng ai cũng mong nhìn thấy tôi trên đường đi. Mọi người tuyệt đối im lặng, và tôi thấy có người khóc khi họ cúi đầu hay sụp lạy xuống đất lúc tôi đi qua. Đó là một cách sống rất khác biệt với thời gian tôi còn nhỏ.

Tôi sanh ngày 6 tháng 7 năm 1935, tên tục là Lhamo Thondup, có nghĩa là "thần ban phước cho lời ước nguyện". Tên người, nơi chốn hay đồ vật tại Tây tạng, khi dịch ra ngoại ngữ, thường có những ý nghĩa mỹ miều như vậy. Tỷ dụ như tên con sông chính xứ tôi, sông Tsangpo, đầu nguồn của sông Brahmaputra bên Ấn, có nghĩa là "Thánh tẩy". Tên làng tôi, Taktser, nghĩa là "hổ gầm". Thật ra đó là một ngôi làng nhỏ và nghèo nằm trên đồi, nhìn xuống một thung lũng bao la. Đồng cỏ tại đây chưa được khai thác hết, vì thời tiết tại khu này rất thất thường, nên chỉ có dân du mục sống ở đó mà thôi. Khi tôi còn thơ ấu, gia đình tôi cùng 19 gia đình khác sống bấp bênh trên những thửa đất nhỏ. Takser nằm ở phía đông bắc xa xôi của xứ Tây tạng, thuộc tỉnh Amdo. Về phương diện địa dư, Tây tạng được chia ra làm 4 khu chính. Phía tây bắc là Changtang, vùng sa mạc đông giá, trải dài hơn 800 dặm từ đông sang tây. Vùng này không có cây cỏ và chỉ có dân du mục sống cô đơn trong u tịch. Phía nam Changtang là các tỉnh U và Tsang. Miền này có dãy núi Hy mã lạp sơn hùng vĩ bao quanh phía đông nam. Phía đông hai tỉnh U và Tsang là vùng Kham, miền trù phú và đông dân nhất xứ. Amdo nằm ở phía bắc vùng Kham. Phía đông Amdo là biên giới Trung hoa. Khi tôi mới ra đời, Ma Pu-feng, một lãnh chúa người

Hồi giáo mới chiếm cứ một phần tỉnh Amdo, lập một chính quyền trung thành với Trung quốc.

Cha mẹ tôi là những nông dân không bị lệ thuộc vào một chủ điền nào, nhưng cũng không thuộc dòng dõi quý tộc. Họ thuê một miếng đất nhỏ để tự canh tác, trồng hai loại lúa mạch chính dân Tây tạng thường dùng, xen lẫn với khoai tây. Nhưng mùa màng của chúng tôi luôn luôn bị hư hoại, vì mưa đá hay hạn hán. Cha mẹ tôi cũng nuôi súc vật, vì chúng là nguồn lợi tức bảo đảm hơn. Chúng tôi có khoảng năm, sáu con dzomo để vắt sữa (dzomo là loài bò lai giống giữa bò thường và trâu Yak lông dài), một số gà để lấy trứng. Có tới tám chục con vừa trừu vừa dê, và cha tôi luôn luôn có một vài con ngựa, vì ông rất thích ngựa. Cũng có dăm con trâu Yak nữa. Yak là một giống vật trời cho chúng tôi. Chúng có thể sống ở cao độ trên 10,000 bộ (feet), thật lý tưởng cho xứ Tây tạng, giống này không thể sống ở miền thấp hơn. Chúng có thể chở đồ nặng hay dùng để làm thịt; và trâu cái (gọi là Dri) thì cho sữa: Quả là một giống vật hữu ích cho dân ở vùng núi cao. Lúa mạch cũng là một món ăn thường nhật của người dân Tây tạng. Bột lúa mạch sấy gọi là Tsampa, tôi ăn hàng ngày, ngay cả khi đã sống lưu đày nơi xứ khác. Chúng tôi trộn loại bột này với nước trà hay sữa. Tôi thì ưa sữa, yogurt hay rượu bia nhẹ Chang, để làm thành những viên bột nhỏ, hay dùng để nấu cháo. Người Tây tạng rất ưa ăn món này, nhưng theo kinh nghiệm, thì tôi biết người ngoại quốc ít ai thích, nhất là người Trung hoa thì không ăn bao giờ.

Phần lớn mùa màng là dùng để cho gia đình xử

dụng. Đôi khi cha tôi cũng đem bán một ít lúa hay trừu cho dân du mục đi qua nhà hay bán tại chợ tận phía tỉnh ly Amdo, cách nhà tôi cả ba giờ đồng hồ đi ngựa. Tiền bạc rất hiếm hoi ở vùng quê mùa, xa xôi này, vì đa số chuyện mua bán chỉ là trao đổi hàng hóa mà thôi. Cha tôi thường đổi mùa màng thặng dư lấy trà, đường, quần áo, đồ trang trí và có khi đổi đồ đạc bằng sắt. Đôi khi ông trở về với một con ngựa mới, thích thú ra mặt. ông rất thích ngựa và nổi tiếng trong vùng là một người biết chữa bệnh cho ngựa.

Căn nhà tôi được sanh ra là một căn nhà tiêu biểu của người Tây tạng vùng đó. Nhà xây bằng đá và đất bùn, mái phẳng, hình chữ U, xây trên ba cạnh của một hình vuông. Nó chỉ khác nhà thường ở chỗ có một ống máng xối làm bằng gỗ, đục rỗng cho nước mưa thoát ra. Phía trước, nằm giữa hai cánh nhà, là một cái sân nhỏ, ngay giữa có một cột cờ cao. Trên cột đó có treo một tấm phướn cột chắc hai đầu, có viết rất nhiều lời cầu nguyện.

Súc vật được nuôi ở phía sau nhà. Trong nhà có 6 phòng: cái bếp là nơi chúng tôi tụ họp sinh hoạt nhiều nhất, có bàn thờ nhỏ trong phòng cầu nguyện, nơi chúng tôi ngồi tụng niệm vào buổi sớm. Có phòng cho cha mẹ tôi, một phòng dành cho khách. Một phòng chứa thực phẩm và một chuồng gia súc. Không có phòng ngủ riêng cho trẻ con. Khi còn nhỏ, tôi ngủ với mẹ tôi, sau đó tôi ngủ trong nhà bếp, gần lò nấu ăn. Chúng tôi không có những đồ đạc như ghế ngồi, giường ngủ. Nhưng trong phòng cha mẹ tôi hay phòng dành cho khách, có những bệ xây cao lên làm chỗ ngủ . Có nhiều tủ gỗ sơn sặc sỡ, sàn nhà cũng lát gỗ.

Cha tôi là một người tầm thước, tính nết nóng nảy. Tôi nhớ một lần tôi kéo râu ông, bị một trận đòn nên thân. Tuy nhiên, ông là một người rất nhân từ, không bao giờ thù hận ai. Khi tôi ra đời, ông vốn đang ốm nặng, nằm liệt giường từ nhiều tuần, bỗng nhiên khỏi bệnh. Điều này không thể cho là vì ông nghe tin có thêm con mà được kích thích, vì lúc ấy mẹ tôi đã sanh tới 8 người con rồi, 4 người còn sống. Những gia đình nông dân như chúng tôi thường ưa có nhiều con, nên mẹ tôi đã sanh cả thảy 16 lần, nuôi được 7 người. Khi tôi viết cuốn này thì Lobsang Samten, anh giáp tôi và Tsering Dolma chị cả tôi, đã qua đời. Nhưng hai anh cùng một em trai, một em gái tôi còn tại thế, mạnh khỏe cả.

Mẹ tôi chắc hẳn phải là người đàn bà nhân đức nhất đời. Bà thật là tuyệt diệu, tôi tin chắc là ai biết bà cũng đều cảm mến bà cả. Bà rất từ bi. Tôi nghe kể, hồi bên Trung hoa có nạn đói, dân họ phải vượt biên giới đi xin ăn. Một hôm, có đôi vợ chồng mang trên tay một đứa con đã chết, tới gõ cửa nhà tôi. Họ xin ăn, và mẹ tôi cho họ ngay. Nhìn xác đứa bé, mẹ tôi ra dấu muốn giúp họ chôn cất em, nhưng họ lắc đầu và làm cho mẹ tôi hiểu là họ sẽ không chôn mà để ăn thịt. Mẹ tôi hoảng kinh, bèn mời họ vô nhà, dốc hết lương thực dự trữ ra cho họ, trước khi để họ ra đi. Bà không bao giờ nỡ từ chối bố thí, dù đó là thực phẩm dành cho gia đình, nếu cho đi là chúng tôi sẽ phải nhịn đói.

Chị cả Tsering Dolma hơn tôi 18 tuổi. Khi mẹ sanh tôi, chị đã giúp được mẹ hầu hết mọi việc trong nhà và làm cô mụ đón tôi ra đời nữa. Lúc lọt lòng mẹ, chị thấy tôi chỉ mở có một mắt, chị bèn lấy ngón tay banh hai mí con mắt còn nhắm kia ra. Rất may, chị đã không làm hại gì mắt tôi cả. Tsering Dolma cũng cho tôi ăn bữa đầu tiên, theo phong tục Tây tạng, là một thứ nước vỏ cây mọc tại vùng đó, cốt làm cho tôi được khỏe mạnh. Khi còn nhỏ, chị tôi kể rằng, tôi là một đứa bé dơ dáy lắm. Chị cứ ẵm tôi lên là tôi làm xấu ra chị liền. Tôi không biết gì nhiều về ba ông anh tôi. Người anh lớn, Thupten Aigme Norbu, được coi là hóa thân của một Lạt Ma cao cấp: Taktser Rinpoché (Rinpoché là tên hiệu dành cho các bực Thầy, có nghĩa là "người quý báu"). Anh tu ở một tu viện danh tiếng tại Kumbum, cách nhà tôi dăm tiếng đi ngựa. Anh Gyalo Thondup hơn tôi 8 tuổi, khi tôi ra đời thì anh đang học ở trường làng bên cạnh. Chỉ còn anh sát tôi, Lobsang Samten, hơn tôi 3 tuổi, là còn ở nhà. Nhưng chẳng bao lâu anh ấy cũng đi tu ở tu viện Kumbum. Dĩ nhiên, cả nhà không ai nghĩ tôi là một đứa trẻ khác thường. Thường người ta không bao giờ nghĩ tới chuyện một gia đình mà lại sanh ra hai hóa thân, và chắc chắn cha mẹ tôi cũng không bao giờ ngờ tôi sẽ được tôn làm Đạt Lai Lạt Ma.

 Cha tôi bỗng nhiên khỏi bệnh khi tôi ra đời là một điềm lành, nhưng không ai nghĩ đó là một dấu hiệu gì ghê gớm cho lắm. Hơn nữa, tôi cũng không hay biết gì về những chuyện sẽ xảy ra. Kỷ niệm hồi nhỏ của tôi rất bình thường. Nhiều người có hồi tưởng phong phú về thuở thiếu thời, nhưng tôi thì không. Trong ký ức, tôi nhớ có lần chứng kiến hai nhóm trẻ đánh nhau, thì tôi chạy vô giúp phía đang thua. Tôi cũng nhớ lần đầu tiên thấy con lạc đà. Giống vật này có nhiều bên Mông Cổ, nhưng lâu lâu mới thấy chúng ở Tây tạng. Nhìn chúng thật vĩ đại, oai phong và đáng sợ. Tôi cũng nhớ, có lần tôi khám phá ra là mình bị giun sán, một chứng bệnh thông thường ở đông phương. Một điều tôi đặc biệt nhớ thời nhỏ là lúc theo mẹ tôi ra chuồng gà lượm trứng, rồi ở nán lại đó. Tôi rất ưa ngồi vào ổ gà, miệng kêu cục tác. Khi còn nhỏ, tôi cũng rất thích xếp đồ đạc vào trong một cái túi, làm như sắp đi xa. "Tôi đi Lhasa đây, tôi đi Lhasa đây". Chuyện này, cùng với chuyện tôi luôn luôn đòi ngồi ở đầu bàn, sau được mọi người cho là những dấu hiệu chứng tỏ tôi biết mình có số phận dính tới những chuyện lớn lao. Người ta cũng có thể giải đoán một số những giấc mơ của tôi, theo cùng chiều hướng ấy. Nhưng quả thực, hồi nhỏ, tôi không biết gì về tương lai. Sau này, mẹ tôi cũng kể những dấu hiệu chứng tỏ tôi sanh ra đã có phẩm cách riêng như, tôi không bao giờ cho ai ngoài mẹ cầm bát cho tôi ăn. Tôi cũng không bao giờ sợ sệt trước người lạ mặt.

Trước khi kể về chuyện làm sao tôi được coi là hóa thân của Đạt Lai Lạt Ma, tôi muốn nói về đạo Bụt và lịch sử Phật giáo tại Tây tạng. Người sáng lập ra Phật giáo là một nhân vật có thật trong lịch sử, Tất Đạt Đa, sau trở nên đức Bụt Thích Ca Mâu Ni (Buddha Sakyamuni). Bụt ra đời cách nay hơn 2500 năm. Giáo pháp của ngài, gọi là Phật Pháp hay đạo Phật, được truyền sang Tây tạng từ cuối thế kỷ thứ tư sau Tây lịch (AD). Phải mất nhiều thế kỷ, đạo Phật mới thay thế đạo Bon của dân bản xứ, và trở nên tôn giáo của toàn thể quốc gia. Các nguyên tắc của đạo

Bụt được dùng để điều hành sinh hoạt của mọi tầng lớp trong xã hội. Người Tây tạng vốn có bản tính khá năng động và hiếu chiến, nhưng càng thực hành đạo Bụt thì họ lại càng trở nên hiếu hòa và cô lập hơn. Khi xưa, xứ Tây tạng gồm một đế quốc rộng lớn, bao gồm một phần lớn đất đai của phía bắc Ấn độ, Nepal và Bhutan, cùng một số các tỉnh thuộc Trung quốc ngày nay. Năm 763 sau tây lịch, quân đội Tây tạng đã chiếm được kinh đô Trung quốc khiến cho họ phải hứa triều cống và nhượng bộ nhiều chuyện. Nhưng khi dân Tây tạng theo đạo Bụt nhiều hơn, thì sự giao tiếp với lân bang có tính cách tôn giáo, tâm linh nhiều hơn chánh trị. Đặc biệt đối với Trung hoa, đó là mối liên hệ giữa " tăng sĩ và thí chủ ". Các vị vua Mãn châu đều là Phật tử, thường gọi đức Đạt Lai Lạt Ma là "Hoằng pháp vương".

Giáo pháp căn bản của đạo Bụt là thuyết Tương Tức Tương Nhập (Interdependence), hay thuyết Nhân Duyên. Thuyết này có nghĩa giản dị là những gì một cá nhân trải qua, đều là do Nhân Duyên mà tạo nên Nghiệp. Nhân Duyên là cỗi rễ của Nghiệp Báo. Các pháp đều nương vào nhau mà có mặt.... Từ thuyết Nhân Duyên này mà đạo Bụt có những lý thuyết về cái Thức (consciousness) và tái sanh (rebirth). Thuyết thứ nhất cho rằng, vì nhân tạo ra quả, rồi quả lại tạo ra quả khác, Thức phải có tính chất liên tục. Nó trôi chảy mãi mãi, mỗi giây phút lại thu thập những kinh nghiệm và ấn tượng. Vào lúc thân xác chết đi, cái Thức của một chúng sinh đã chất chứa những dấu ấn của mọi kinh nghiệm và ấn tượng, cùng các hành động gây ra chúng - gọi là Nghiệp hay Karma - nghĩa là "hành động". Cho nên chính cái Thức và Nghiệp của nó, sẽ tái sanh trong một thân hình mới - súc vật, người hay thần tiên.

Vậy, giả dụ một cách đơn giản, nếu một người suốt cuộc đời đã hành hạ súc vật, thì khi tái sanh, sẽ có thể phải làm thân con chó bị ông chủ ghét bỏ. Tương tự như vậy, các hành động phúc đức sẽ khiến cho người ta được tái sanh ra trong những hoàn cảnh tốt lành.

Người Phật tử, hơn nữa, còn tin tưởng rằng, vì bản chất của Thức là trụng tính (neutral), họ có thể thoát ra khỏi vòng luân hồi sanh, khổ, tử, tái sanh vào đời sống. Nhưng họ chỉ thoát ra được khi họ đã dứt bỏ được tất cả các nghiệp bất thiện (Negative karma), và các ràng buộc vào thế gian. Tới được tình trạng này, Thức của người đó sẽ đạt tới bậc Giải Thoát thứ nhất, và cuối cùng sẽ đạt tới quả vị Bụt (Buddhahood). Tuy nhiên, theo truyền thống Phật giáo Tây tạng, một chúng sinh đã được giải thoát khỏi bánh xe luân hồi đau khổ rồi, vẫn thường trở lại thế gian để hóa độ cho các chúng sinh khác cho tới khi tất cả được giải thoát.

Về trường hợp cá nhân tôi, người ta cho rằng tôi là hóa thân của 13 vị Đạt Lai Lạt Ma tiền nhiệm. Vị đầu tiên sanh năm 1351, được coi là hiện thân của Bồ tát Quán Thế Âm (Bodhisatva Avalokiteshvara), vị bồ tát của lòng từ bi vô lượng. Ngài thường có tên là Bồ tát Liên Hoa Thủ (Bồ Tát cầm hoa sen). Vậy nên tôi cũng được coi một hiện thân của đức Quán Thế Âm. Nếu tìm về 74 đời trước nữa, thì tôi là hiện thân của một truyền hệ bắt đầu từ thời Bụt tại thế, vốn là một cậu bé thuộc giai cấp Bà La Môn. Người ta thường hỏi tôi có thực tin như vậy không. Câu trả lời không giản dị. Nhưng ở cái tuổi 56, khi tôi quán sát những kinh nghiệm của cuộc sống, thì tôi tin tưởng một cách dễ dàng rằng tôi có liên hệ tâm linh với 13 vị Đạt Lai Lạt Ma tiền nhiệm, với đức Bồ tát Quán Thế âm, và với cả Bụt Thích Ca nữa.

Khi tôi chưa đầy ba tuổi, thì phái đoàn do chính phủ Tây tạng cử đi kiếm hóa thân mới của Đạt Lai Lạt Ma tìm tới tu viện Kumbum.. Họ tới đó là do một số điềm báo triệu. Một điềm liên quan tới nhục thân của vị tiền nhiệm tôi, đức Đạt Lai Lạt Ma thứ 13 chết năm 1933 khi ngài 57 tuổi. Lúc chưa nhập quan, người ta thấy mặt ngài, vốn ngoảnh về hướng Nam, đã quay sang hướng Đông Bắc. Sau đó ít lâu, vị phụ chính, cũng là một Lạ ma niên trưởng, đã thấy một ảo ảnh. Nhìn xuống hồ nước thiêng Lhamoi Lharso, ở phía nam Tây tạng, ngài đã nhìn thấy rõ ràng ba chữ Tây tạng Ah, Ka và Ma nổi lên. Tiếp theo là hình ảnh một tu viện ba tầng, mái dát vàng, màu xanh hồ thủy, cùng một lối mòn nhỏ dẫn lên đồi. Sau cùng, ngài nhìn thấy một ngôi nhà nhỏ có máng xối hình thù kỳ lạ. Vị Lạt Ma này chắc chắn rằng chứ A chỉ Am do, một tỉnh ở phía đông bắc, nên một phái đoàn đã được gửi tới đó.

Khi họ tới Kumbum, phái đoàn tin rằng họ đã đi đúng đường. Nếu chữ A hàm nghĩa Amdo, thì chữ K phải là tu viện Kumbum, vì quả thực tu viện này có 3 tầng và mái xanh màu hồ thủy. Bây giờ họ chỉ còn đi tìm một ngọn đồi và một căn nhà có máng xối kỳ dị nữa thôi. Khi họ nhìn thấy khúc gỗ gồ ghề của máng xối trên mái nhà cha mẹ tôi, thì họ đoan chắc là vị

Đạt Lai Lạt Ma mới tái sanh không ở xa nơi này. Tuy nhiên, thay vì nói thật mục đích của phái đoàn, họ chỉ xin ngủ lại nhà tôi một đêm, Kewtsang Rinpoché, người trưởng đoàn, giả làm một người đầy tớ, suốt tối hôm ấy, quan sát và chơi với đứa trẻ nhỏ nhất trong nhà. Đứa bé nhận ra ông ta và gọi: "Sera Lama. Sera Lama" (Ông thầy ở Sera). Sera chính là tu viện của Kewtsang Rinpoché. Hôm sau, họ rời nhà chúng tôi để vài bữa sau đó, chính thức trở lại như một phái đoàn. Lần này họ mang theo một số đồ dùng của vị Đạt Lai Lạt Ma tiền nhiệm, cùng với một số đồ khác trông giống nhưng không phải của ngài. Lần nào, đứa trẻ cũng nhận ra đúng đồ dùng của Đạt Lai Lạt Ma thứ 13 và nói: "của tôi, của tôi".

Điều này ít nhiều làm cho phái đoàn tin rằng họ đã tìm được hóa thân mới. Dù sao, trước khi chung quyết, họ còn phải đi thử một đứa trẻ khác nữa. Nhưng không bao lâu, đứa bé ở Taktser được công nhận là vị tân Đạt Lai Lạt Ma. Tôi là đứa bé ấy. Dĩ nhiên là tôi không nhớ gì về mấy chuyện này. Tôi còn quá nhỏ. Tôi chỉ nhớ tới cặp mắt soi mói của một người. Về sau, tôi biết đó là mắt ông Kenrap Tenzin, ông thầy dạy cho tôi biết viết chữ.

Ngay khi phái đoàn xác nhận đứa bé ở Taktser đích thực là hóa thân của Đạt Lai Lạt Ma, họ gửi tin về cho vị phụ chính. Phải mất mấy tuần lễ họ mới chính thức công nhận. Trong khi chờ đợi, tôi vẫn sống ở nhà tôi. Vị tỉnh trưởng địa phương, Ma Pu Feng, bắt đầu gây phiền nhiễu. Sau cùng, một hôm tôi được cha mẹ đưa tới tu viện Kumbum, để làm lễ trước khi trời rạng đông. Tôi nhớ sự kiện này rất rõ vì tôi thật ngạc nhiên thấy mình bị đánh thức và thay quần áo trước khi mặt trời mọc. Tôi cũng nhớ có ngồi trên một cái ngai. Từ đó bắt đầu thời kỳ không vui của đời tôi. cha mẹ tôi không ở đấy lâu, và tôi bỗng nhiên phải sống một mình với toàn người xa lạ. Thật là khổ cho một đứa bé phải lìa cha mẹ. Tuy nhiên, có hai điều an ủi tôi khỉ tôi ở tu viện. Trước hết là anh kế tôi Lobsang Samten, cũng đang ở đó. Dù chỉ hơn tôi có 3 tuổi, anh cũng biết săn sóc tôi đàng hoàng và chúng tôi trở thành bạn thân. Thứ hai là ông thầy của anh, một vị sư già rất hiền từ, thường bọc tôi trong chéo áo của người. Tôi nhớ có lần người cho tôi một quả đào. Nhưng phần lớn thời gian thì tôi không được vui. Tôi không hiểu Đạt Lai Lạt Ma nghĩa là gì. Tôi chỉ biết tôi là một đứa trẻ như các trẻ em khác. Trẻ em vô ở tu viện là chuyện thường, và họ đối xử với tôi như với mọi đứa trẻ khác.

 Tôi có một kỷ niệm đau thương với chú tôi, cũng là một vị sư tại tu viện Kumbum. Một buổi chiều, khi ông đang ngồi tụng kinh, thì tôi lật ngược cuốn kinh của ông. các trang sách để rời không đóng nên chúng rơi tung tóe, Ngày nay người ta cũng vẫn để sách như vậy. Chú tôi túm lấy tôi đánh cho một trận nên thân. Ông ta rất nóng giận, và tôi thì khiếp đảm. Nhiều năm sau, tôi còn bị ám ảnh vì bộ mặt rỗ, nước da đen cùng bộ ria mép dữ tợn ấy. Từ trận đòn đó, mỗi khi ông nhìn tôi là tôi hoảng vía.

 Khi tôi biết rằng, cuối cùng tôi sẽ được đoàn tụ cùng cha mẹ, và chúng tôi sẽ cùng đi Lhasa, thì tôi nhìn về tương lai một cách thích thú hơn. Cũng như các trẻ khác, tôi rất nao nức về chuyến đi xa. Nhưng chuyến đi đó phải chờ tới 18 tháng, vì ông tỉnh trưởng Ma Pu Feng không cho tôi rời đi Lhasa nếu không nộp cho ông một số tiền lớn. Khi nhận được tiền rồi, ông ta còn cố đòi thêm, dù không ai chịu cho ông nữa. Vì vậy, mãi tới mùa hè năm 1939, tôi mới đi tới kinh thành.

Rốt cuộc, ngày trọng đại đã tới. Đó là một tuần sau ngày tôi đủ 4 tuổi. Tôi nhớ tôi rất vui. Phái đoàn khá đông đảo. Không những bố mẹ và anh Lobsang Samten sẽ hiện diện, mà có cả phái đoàn đi tìm ra tôi cùng nhiều dân hành hương cũng có mặt. Có cả mấy viên chức chính quyền cùng nhiều người hướng đạo. Nhóm người này cả đời làm việc trên các đường giao thông Tây tạng, và không ai có thể thiếu họ trong các chuyến hành trình dài. Họ biết rất chính xác, phải qua sông khúc nào, hoặc mất bao nhiêu thì giờ để vượt qua núi.

Sau vài ngày trên đường, chúng tôi ra khỏi lãnh địa của Ma Pu Feng, và chánh phú Tây tạng chính thức nhìn nhận địa vị của tôi. Chúng tôi bắt đầu đi vào một vùng phong cảnh tráng lệ nhất thế giới; những dãy núi vĩ đại xen lẫn các cánh đồng bằng phẳng. Chúng tôi nhỏ nhoi như loài sâu bọ, di chuyển trong đó. Đôi khi chúng tôi lội bì bõm qua suối nước chảy xiết và lạnh buốt. Mỗi dăm bữa, chúng tôi lại gặp một túp lều nhỏ chơ vơ giữa đồng cỏ xanh rờn, hay cheo leo trên sườn đồi. Đôi khi chúng tôi gặp một tu viện rất chênh vênh trên đỉnh núi dựng đứng. Ngoài ra, hầu như tất cả chỉ là sự biểu dương sức mạnh của thiên nhiên, vì trong cảnh khô cằn của không gian trống vắng, chỉ có những cơn bão bụi hay mưa đá hoành hành. Cuộc hành trình tới Lhasa kéo dài ba tháng. Tôi nhớ rất ít các chi tiết. Chỉ nhớ là tôi rất ngỡ ngàng về đủ mọi thứ tôi gặp : bầy bò rừng lông dài đông đảo trên cánh đồng, bầy lừa ít con hơn và đôi khi, bóng dáng những con nai nhỏ, chạy vụt qua thật nhanh, tưởng như bóng ma vậy. Tôi cũng rất thích nhìn đàn ngỗng kêu inh ỏi khi chúng bay ngang.

Trong suốt cuộc hành trình, tôi ngồi chung với anh Lobsang Samten, trên một thứ xe kiệu, do hai con la kéo. Chúng tôi luôn luôn trêu tròng hay cãi cọ, như bất kỳ hai đứa trẻ nào, đôi khi "nổ" bung lên. Khi đó, chiếc kiệu bị mất thăng bằng, trở nên nguy hiểm, và người phu kiệu phải dừng lại, đi mời mẹ tôi tới. Mẹ tôi lần nào nhìn vào cũng thấy cùng một cảnh: Lobsang Samten đang khóc và tôi ngồi một xó, vẻ mặt đắc chí. Vì tuy anh hơn tuổi, tôi lại là đứa lanh lẹ hơn. Dù chúng tôi rất thân nhau, chúng tôi vẫn không thể hòa hoãn với nhau được. Một trong hai đứa thế nào cũng nói một điều làm cho chúng tôi cãi nhau, và cuối cùng nổi giận, khóc lóc. Nhưng lúc nào cũng là nước mắt của anh, không phải của tôi.

Lobsang Samten rất hiền, nên anh không bao giờ dùng tới sức mạnh anh có dư để đối phó với tôi. Sau cùng chúng tôi đã tới gần Lhasa. Bây giờ là mùa Thu. Khi còn cách kinh đô vài ngày đường, thì có một phái đoàn chính phủ ra đón và hộ tống chúng tôi tới Doeguthang, miền bằng phẳng cách kinh thành 2 dặm. Tại đó, họ đã dựng lên rất nhiều lều. Ở trung tâm là một chiếc lều màu xanh và trắng, gọi tên là Macha Chenio (Con công vĩ đại) Tôi thấy cái lều thật sự vĩ đại, trong đó có một cái ngai gỗ trạm trổ tinh vi. Chiếc ngai này, chỉ được dùng cho một mục đích là đón đứa bé Đạt Lai Lạt Ma trở về nhà.

Nghi lễ phong tôi làm vị lãnh đạo tinh thần cho cả nước kéo dài suốt một ngày. Nhưng ký ức tôi về chuyện đó rất mơ hồ. Tôi chỉ nhớ cái cảm tưởng rất vui vì được trở về nhà, và người ta thì đông vô số kể. Tôi không bao giờ tưởng tượng lại có đông người đến thế. Nói chung, tôi đã hành xử đàng hoàng, trong tuổi bé bỏng đó, ngay cả khi tiếp vài lão tăng tới để thực chứng coi tôi có thật sự là hóa thân của Đạt Lai Lạt Ma không. Sau đó, tôi cùng Lobsang Samten được đưa tới Norbulingka (nghĩa là vườn châu báu), nằm ở phía tây của Lhasa. Bình thường, nơi này được dùng làm lâu đài mùa hạ cho Đạt Lai Lạt Ma, nhưng vị phụ chính đã quyết định sẽ đợi tới cuối sang năm rồi mới làm lễ cho tôi lên ngôi tại Potala, trụ sở chính thức của chính phủ Tây tạng. Trong khi chờ đợi, tôi không cần phải về Potala sống. Đây là một quyết định tốt đẹp cho tôi, vì giữa hai nơi thì ở tại Norbulingka vui hơn nhiều. Chung quanh nhà có nhiều vườn, và các căn nhà nhỏ đều nhẹ nhàng, thoáng khí. Ngược lại, tôi nhìn sang Potala, từ xa đã thấy những tháp cao vút, bên trong thì tối, lạnh và u buồn. Tôi hưởng trọn năm chưa có trách nhiệm gì, chỉ vui chơi với anh Lobsang Samten, và tôi cũng được gặp cha mẹ tôi luôn. Đó là thời gian tự do cuối cùng của tôi ở ngoài đời

Chương II

Ngai Sư Tử

Tôi nhớ rất ít về mùa Đông đầu tiên tại Lhasa. Nhưng có một điều còn hằn trong trí nhớ tôi. Vào cuối tháng chạp, các vị tăng sĩ của tu viện Namgyal thường múa một vũ điệu có tính cách nghi lễ gọi là vũ Cham, mục đích là để giải trừ những sự chẳng lành của năm cũ. Vì tôi chưa lên ngôi một cách chính thức, nên chính phủ cho là tôi không dự buổi lễ đó tại Potala được. Thế mà Lobsang Samten được mẹ tôi cho đi theo. Tôi thật thèm muốn địa vị của anh. Buổi tối đó, khi trở về, anh lại trêu tôi bằng cách tả rất kỹ các điệu nhảy của những vũ công ăn mặc cực kỳ đẹp đẽ.

Suốt năm sau (1940), tôi sống tại Norbulingka. Mùa Xuân và mùa Hè, tôi gặp cha mẹ tôi rất thường. Khi tôi được phong làm Đạt Lai Lạt Ma, các người cũng được phong hàng quý tộc với nhiều tài sản. Mỗi năm, vào dịp đó, họ cũng được sử dụng một căn nhà trong vòng cung điện. Và tôi, hầu như mỗi ngày, đều cùng một người hầu lẻn sang nhà cha mẹ chơi. Việc đó đáng lẽ bị cấm, nhưng vị phụ chính đã làm ngơ cho tôi. Tôi đặc biệt thích sang nhà cha mẹ vào giờ cơm. Bởi vì là chú tiểu, sau tôi sẽ trở thành tăng sĩ, tôi không được ăn một số đồ như trứng, thịt heo, nên chỉ ở nhà cha mẹ tôi mới có dịp nếm thử các thức ăn này. Tôi nhớ một lần bị Gyop Kenpo, một vị phụ tá cao cấp, bắt gặp đang ăn trứng. Ông ta rất hoảng hốt. Và tôi cũng vậy. Tôi hét thật to: "Đi đi!". Trong một dịp khác, tôi nhớ mình ngồi như một con chó nhỏ cạnh cha tôi, nhìn người đang ăn miếng thịt heo dòn tan, hy vọng người sẽ cho tôi một miếng. Quả nhiên người cho tôi. Thật là ngon tuyệt. Tóm lại, năm đầu tiên tại Lhasa, tôi rất sung sướng. Tôi chưa trở thành một tăng sĩ, và chưa phải đi học. Anh Lobsang Samten cũng vui hưởng một năm được nghỉ không học ở Kumbum.

Vào mùa Đông năm 1940, tôi được đưa qua Potala để chính thức trở thành vị lãnh đạo tinh thần cho dân Tây tạng. Tôi không nhớ điều gì đặc biệt trong cuộc lễ ấy, ngoại trừ việc tôi được ngồi lên chiếc ngai sư tử lần đầu tiên. Đó là một chiếc ngai gỗ lớn, chạm trổ công phu và có khảm châu báu, đặt tại sảnh đường Si Shi Phuntsog (Tam giới thiện nghiệp đường), nằm ở phía đông lâu đài Potala.

Sau đó ít ngày, tôi được đưa tới chùa Jokhang, ở giữa thành phố, để thí phát làm chú điệu. Nghi lễ thí phát gọi là Taphue, nghĩa là "cắt tóc". Từ nay, tôi để đầu trọc và mặc áo cà sa màu vàng. Tôi cũng không nhớ gì về buổi lễ này, trừ chi tiết tôi đã mất tự chủ, gọi Lobsang Samten thật to:" coi kìa ", khi nhìn thấy y phục sặc sỡ của vài vũ công đang hành lễ.

Phụ chính Reting Rinpoché cắt tượng trưng một mớ tóc của tôi. Ông cũng là người đứng đầu quốc gia cho tới khi tôi trưởng thành, và là vị Thái bảo chính dạy dỗ tôi. Lúc đầu, tôi rất dè dặt với ông, nhưng về sau, tôi thương ông vô cùng. Tôi nhớ ông ta luôn luôn bị ngạt mũi. Ông là một người giàu tưởng tượng, an nhiên tự tại, một người coi nhẹ mọi chuyện trên đời. ông ưa sinh hoạt ngoài trời và thích ngựa, vì vậy, ông ta trở thành bạn thân của cha tôi.

Trong những năm ông làm phụ chính, thật đáng tiếc là ông lại trở nên một đầu mối tai tiếng, và chánh quyền lúc đó khá tham nhũng. Chuyện mua quan bán chức xảy ra là thường. Trong dịp lễ thí phát của tôi, có dư luận cho là ông ta không xứng đáng để làm lễ cắt tóc cho tôi. Họ đồn ông đã phạm sắc giới, không còn là một vị tăng chân chính nữa. Người ta cũng phê bình cách ông trừng phạt một viên chức khi người này chống lại ông trong phiên họp Quốc hội. Nhưng không có gì xảy ra. Theo truyền thống, tôi đã bỏ tên riêng Lhamo Thondup và lấy tên ông, Jamphel Yeshe, cùng với tên vài người khác. Tên tôi trở thành Jamphel Ngawang Lobsang Yeshe Tenzin Gyatso.

Cùng với ông thầy chánh Reting Rinpoché, tôi còn có một vị Thiếu bảo, Tathag Rinpoché, thật là một bậc chân tu, tử tế và ân cần. Sau bài học, ông thường nói chuyện hay khôi hài, và tôi rất thích. Sau cùng, khi tôi còn thơ ấu, tôi có thêm một vị thầy thứ ba, Kewtsang Rinpoché, người trưởng phái đoàn đã tìm ra tôi. ông này thay thế hai vị thầy kia khi họ vắng mặt.

Tôi rất thích ông Kewtsang Rinpoché. Ông ta cùng quê ở Amdo như tôi. Ông rất hiền, khiến tôi không nể sợ ông chút nào. Khi học bài, thay vì tự tôi phải đọc, tôi thường ôm cổ ông và đòi "Thầy đọc đi".

Về sau, khi tôi 19 tuổi, ông đã phải bày cho Trijang Rinpoché khi ông này trở thành thầy phụ dạy tôi, là đừng cười với tôi kẻo tôi lờn. Chẳng bao lâu sau khi tôi thí phát, Reting Rinpoché phải từ chức Phụ chính, vì những tai tiếng của ông. Dù tôi mới có sáu tuổi, người ta cũng hỏi tôi muốn chọn ai thay thế. Tôi chọn Tathag Rinpoché làm thầy chính, và Ling Rinpoché thay ông, làm thầy phụ.

Trong khi Tathag Rinpoché rất hiền, thì Ling Rinpoché rất kín đáo và nghiêm khắc, nên phải nói, tôi rất sợ ông ta. Khi nhìn thấy người hầu cận của ông, tôi cũng hoảng lên rồi. Và chẳng bao lâu, tôi học nhận ra tiếng bước chân ông, mà mỗi lần nghe thấy, là tim tôi lại đập loạn xạ. Nhưng sau cùng, tôi trở thành bạn ông, và sự liên hệ giữa chúng tôi rất tốt đẹp, ông trở nên người thân cận nhất của tôi, cho tới khi ông mất, năm 1983.

Tôi cũng có ba người kề cận, tất cả đều là tăng sĩ. Đó là các vị Chopon Khenpo, giám sự nghi lễ; Solpon Khenpo, tri phạn, lo việc bếp núc; và Simpon Khenpo, giám sự y phục. Vị chót này chính là Kenrap Tenzin, một thành viên trong phái đoàn đi tìm kiếm tôi, có cặp mắt rất lanh đã làm tôi nhớ mãi.

Khi tôi còn nhỏ, tôi rất quyến luyến người tri phạn. Quyến luyến đến nỗi, tôi phải luôn luôn thấy ông gần bên, dù chỉ trông thấy gấu áo của ông ta bên kia cửa hay dưới chân bức màn dùng như cửa ngăn giữa các phòng, trong kiểu nhà dân Tây tạng. May thay, ông luôn chiều tôi. Ông thật là từ tế, giản dị và đầu hói gần hết. Ông ta không phải là một người kể truyện hay, hoặc một bạn chơi hăng hái, nhưng điều đó không có gì quan trọng. Từ đó tới nay, tôi vẫn thắc mắc về mối liên hệ này. Tôi nghĩ nó cũng giống như sợi dây nối liền con mèo hay một thú vật nhỏ nào, với người cho chúng ăn vậy. Đôi khi, tôi nghĩ rằng, hành động mang đồ ăn tới, là một trong những cỗi rễ căn bản của các liên hệ.

Ngay sau khi thọ giới, tôi phải bắt đầu học ngay. Việc chính là học đọc. Tôi và Lobsang Samten học cùng với nhau. Tôi nhớ rất rõ phòng học cúa chúng tôi (một ở Potala và một ở Norbulingka). Trên hai bức tường đối diện có treo hai cái roi, một bằng da và một bằng lụa màu vàng. Cái trước dành cho anh của Đạt Lai Lạt Ma và cái sau dành cho Đạt Lai Lạt Ma. Hai cái roi này làm chúng tôi kinh hoàng. ông thầy chỉ liếc nhìn một trong hai cái roi đó là tôi đã run sợ rồi. May thay, cái roi màu vàng không bao giờ bị đụng tới, còn cái kia thì được đem dùng vài lần. Tội nghiệp anh Lobsang Samten.

Anh ta không học giỏi như tôi. Nhưng, tôi cũng nghi là anh bị đòn chỉ là để "đánh con dê thì con trừu sẽ sợ" - như đã có trong tục ngữ Tây tạng. Anh bị đòn thay cho tôi vậy thôi.

Dù Lobsang Samten và tôi không được phép có bạn cùng lứa, chúng tôi vẫn không thiếu người chơi. Tại cả hai nơi, Potala và Norbulingka, có rất nhiều người quét dọn phòng. Đa số thuộc tuổi trung niên, thất học hay học ít. Có mấy người đã phục vụ trong quân đội trước khi vô làm. Bổn phận của họ là giữ cho các phòng ốc ngăn nắp và sàn nhà bóng lộng. Tôi rất ưa chuyện này, vì tôi thường chơi trượt trên sàn trơn bóng. Sau này, khi Lobsang Samten bị dời đi sống ở nơi khác vì chúng tôi gây gổ với nhau quá, thì tôi chỉ còn những người này là bạn. Họ là bạn quý của tôi, vì tuy đã lớn, họ cũng giỡn chơi y như trẻ nít. Khi tôi lên tám thì Lobsang Samten được gửi đi học ở một trường tư. Dĩ nhiên, tôi rất buồn, vì anh là mối dây liên hệ gia đình duy nhất của tôi lúc đó. Tôi chỉ được gặp lại anh trong những dịp lễ, ngày trăng tròn. Mỗi khi anh rời tôi sau kỳ nghỉ, tôi nhớ đã đứng trong cửa sổ, nhìn anh đi khuất dần mà lòng buồn vô hạn. Ngoài những kỳ hội ngộ hàng tháng này, tôi chỉ còn mong mỏi lâu lâu được mẹ tới thăm. Thường mẹ tôi tới cùng với chị hai Tsering Dolma. Tôi rất thích những cuộc viếng thăm đó, vì thường bà mang theo đồ ăn. Mẹ tôi nấu ăn rất ngon, bà nổi tiếng là người làm bánh tuyệt hảo.

Những năm đầu khi tôi được trên mười tuổi, mẹ tôi thường mang em út Tenzin Choegyal tới thăm tôi. Chú ta kém tôi 12 tuổi, và nếu có một đứa trẻ nào phá phách hơn tôi, thì phải là hắn. Một trong những trò hắn ưa làm là dẫn con ngựa nhỏ, leo lên nóc nhà. Tôi nhớ một lần khi hắn còn nhỏ, đã thì thọt kể cho tôi nghe là mẹ tôi mới đặt mua thịt heo từ một nhà đồ tể. Đây là một điều cấm kỵ. Vì, dù được phép mua thịt, chúng tôi không được phép đặt mua trước, vì như thế, con vật đã bị giết là do mình yêu cầu.

Người Tây tạng có những thái độ lạ lùng về chuyện ăn mặn. Đạo Bụt không nhất thiết cấm ăn thịt, nhưng không muốn loài vật bị giết để làm thực phẩm. Thực ra, tại Tây tạng người ta được phép ăn thịt, vì ngoài

Tsampa (lúa mạch) ra, đâu còn thực phẩm nào khác. Nhưng người ta không được dính vào các việc sát sanh. Chuyện này để người khác lo. Chẳng hạn như dân theo đạo Hồi, mà cộng đồng thịnh vượng của họ có nhà thờ riêng ngay tại Lhasa. Trong xứ Tây tạng, có tới dăm ngàn người Hồi giáo. Chừng nửa số này gốc từ Kashmir, còn là gốc Trung hoa.

Có lần, mẹ tôi mang cho tôi một ít xúc xích nhồi gạo và thịt băm (một đặc phẩm của xứ Taktser). Tôi nhớ đã ăn hết ngay lập tức. Vì nếu tôi nói cho một người dọn phòng nào biết, thì tôi cũng sẽ phải chia với họ. Ngày hôm sau, tôi bị đau nặng. Vì chuyện này, ông đầu bếp suýt mất việc. Tathag Rinpoché cho là lỗi ở ông. Và tôi phải thú nhận tất cả sự thật với thầy tôi. Thật là một bài học quý giá.

Dù Potala rất đẹp, đó không phải là chỗ ở dễ chịu. Lâu đài này được xây cất trên một nền đá gọi là "đồi đỏ", vào cuối triều đại của đức Đạt Lai Lạt Ma thứ năm, thế kỷ thứ 17 Tây lịch. Khi ngài viên tịch, lâu đài còn dở dang nhiều, nên vị thủ tướng thời đó đã dấu tin ngài từ trần cho tới 15 năm sau, để hoàn tất công trình xây cất. ông ta chỉ nói ngài nhập thất suốt thời gian đó. Potala chính nó, không phải chỉ là một tòa lâu đài. Trong khuôn viên, không phải chỉ có các văn phòng chánh phủ và rất nhiều nhà kho, mà còn có cả tu viện Namgyal (tu viện Thắng lợi), gồm nhiều nóc chùa với 175 tăng sĩ và một tu viện cho các tăng sĩ trẻ, những người sau sẽ trở thành các nhân viên chính phủ (Tsedrung).

Khi còn nhỏ, tôi đã sống trong phòng của đức Đạt Lai Lạt Ma thứ V, trên lầu bảy. Phòng lạnh kinh khủng,và tối tăm. Tôi nghi là từ thời ngài mất đi, chưa ai động tới nó. Đồ gì trong phòng cũng cổ lỗ, cũ mốc, và đằng sau những tấm thảm treo trên tường, có hàng lớp bụi đóng từ các thế kỷ trước. Cuối phòng là một bàn thờ. Trên đó có một cây đèn thắp bằng bấc và bơ khô, mấy chiếc đĩa nhỏ đựng thực phẩm và nước cúng dường chư Phật. Mỗi ngày lũ chuột nhắt đều tới ăn vụng. Tôi thích lũ súc vật này vô kể. Chúng rất xinh đẹp và không sợ hãi gì, tự tiện dùng bữa hàng ngày. Ban đêm nằm trong giường, tôi nghe các bạn nhỏ này chạy qua chạy lại. Đôi khi chúng leo cả lên giường tôi. Cái giường là đồ đạc duy nhất trong phòng, nếu không kể bàn thờ. Giường được đóng bằng gỗ, có nhiều gối và có rèm đỏ bao quanh. Lũ chuột có thể đánh đu trên các tấm rèm đó, đái bậy xuống, trong khi tôi co mình rút vô chăn bên dưới.

Sinh hoạt thường nhật của tôi đều đặn, giống nhau, dù là tôi ở Potala hay Norbulingka; tại lâu đài thứ hai, thời biểu được tính theo giờ mùa hè nên sớm hơn một tiếng. Điều này không làm tôi khó chịu, vì không khi nào tôi muốn thức dậy sau lúc mặt trời mọc. Tôi nhớ có lần ngủ quá giấc, khi dậy đã thấy Lobsang Samten ra ngoài chơi, thì tôi bực lắm.

Tại Potala, tôi thường thức dậy vào lúc 6 giờ sáng. Sau khi thay quần áo, tôi tụng kinh và ngồi thiền, tất cả vào khoảng một giờ đồng hồ. Sau 7 giờ họ mang bữa ăn sáng vào. Lúc nào cũng là trà và Tsampa, với mật hay đường thắng (caramel). Sau đó tôi học với Kenrap Tenzin. Sau khi tôi đã biết đọc, và cho tới năm tôi được 13 tuổi, lúc nào cũng là bài tập viết. Có hai cách viết chính trong ngôn ngữ Tây tạng: Uchen và U-me. Một dùng trong sách thường, và một trong các tài liệu chánh thức, hay thư từ cá nhân. Tôi chỉ cần học viết lối U me, nhưng tôi học mau nên đã tự tập luôn lối Uchen.

Tôi không khỏi tức cười khi nhớ lại những buổi sáng học hành này. Trong khi tôi ngồi dưới cặp mắt chăm chú của một vị giám sát thì tôi cũng nghe thấy vị giám sự nghi lễ tụng kinh ở phòng bên. "Phòng học" chỉ là hành lang, có nhiều chậu cây cảnh xếp thành hàng, ngay sát phòng ngủ của tôi. Tuy lạnh, nhưng đó là nơi sáng sủa và tôi có nhiều dịp được ngắm con Dungkar, một giống chim nhỏ, màu đen, mỏ đỏ chót. Chúng hay làm tổ phía trên Potala. Vị giám sự nghi lễ ngồi trong phòng ngủ của tôi. ông ta hay ngủ gật khi tụng kinh buổi sớm. Những lúc ấy, giọng ông kéo dài ra như thể một cái đĩa hát bị hết điện, và tiếng tụng nhỏ dần rồi im hẳn. Tiếng kinh ngừng lại, cho tới khi ông giật mình thức giấc, bắt đầu tụng tiếp. Chỉ có điều khi ông tụng lại, thì không biết mình đã ngưng ở chỗ nào, nên ông ta hay tụng đi tụng lại nhiều lần cùng một đoạn kinh. Thực là tức cười. Tuy vậy, đó cũng là một điều tốt. Khi tới lượt tôi học những kinh này, thì tôi đã thuộc lòng từ lâu.

Sau thời kỳ tập viết, là lúc phải học thuộc lòng. Nghĩa là học một đoạn kinh điển, và đọc lại sau đó trong ngày. Tôi thấy chuyện này rất chán vì tôi học mau, nhưng phải nói là tôi quên cũng mau. Tới 10 giờ tôi ngừng học, để dự buổi họp với nhân viên chính phủ. Ngay từ khi còn rất nhỏ, tôi đã phải dự phiên họp này. Ngay từ đầu, tôi đã được huấn luyện sao cho mai sau, ngoài nhiệm vụ lãnh đạo tinh thần, tôi còn đảm đương nhiệm vụ lãnh đạo quốc gia nữa. Tại Potala, nơi họp chánh phủ là phòng kế ngay bên phòng ngủ của tôi. Các viên chức chánh phủ tới từ các văn phòng ở lầu hai hay ba. Phiên họp có tính cách nghi thức. Nhiệm vụ trong ngày của mỗi người đều được tuyên đọc. Dĩ nhiên, thủ tục dành cho tôi cũng được tôn trọng triệt để. Thái phó Donyer Chenmo sẽ vào phòng mời tôi sang, vị phụ chính chào đón tôi, rồi tới 4 hội viên Kashaq, tùy phẩm trật.

Sau phiên họp buổi sáng, tôi sẽ về phòng chờ lệnh mới. Thầy phụ giáo theo vào, và tôi sẽ đọc lại đoạn mới học thuộc sáng nay. Sau đó ông ta đọc cho tôi đoạn tôi sẽ học ngày mai, giảng nghĩa từng chi tiết. Buổi học này kéo dài tới trưa. Một hồi chuông thỉnh lên (mỗi giờ đều có chuông trừ một lần người thỉnh chuông đã quên nên thỉnh tới 13 lần ngày đó). Cũng vào giữa trưa, tiếng tù và nổi lên. Và phần quan trọng nhất trong ngày của vị Đạt Lai Lạt Ma trẻ bắt đầu: chơi.

Tôi rất may mắn vì đã có khá nhiều đồ chơi. Khi tôi còn rất nhỏ, một viên chức ở Dromo, gần ngay biên giới Ấn, thường gửi cho tôi những đồ chơi nhập cảng, cùng với những thùng táo khi ông ta mua được. Các nhà ngoại giao xứ khác cũng hay mang biếu tôi đồ chơi khi họ tới Lhasa. Món đồ chơi tôi rất thích, là đồ chơi lắp hình Meccano do phòng thương mại Anh quốc tặng. Họ có văn phòng chánh thức tại kinh đô Lhasa. Khi tôi lớn hơn, tôi cũng có thêm một số đồ chơi Meccano khác, và khoảng năm 15 tuổi, tôi có trọn bộ Meccano, từ thứ dễ ráp nhất tới thứ khó nhất.

Khi tôi lên bảy, một phái đoàn hai viên chức Mỹ tới Lhasa. Họ mang theo, ngoài lá thư của Tổng Thống Roosevelt, một đôi chim rất đẹp, hót hay và một cái đồng hồ bằng vàng rất quý. Hai món quà đều được tiếp nhận nồng nhiệt. Tôi không thích những món quà từ các giới chức Trung hoa. Lụa là, gấm vóc không làm cho một đứa bé thích thú chi. Một món đồ chơi khác tôi rất ưa là bộ xe lửa chạy vòng. Tôi cũng có một đội lính bằng chì rất tốt Và khi tôi lớn hơn, tôi học cách nấu chảy chì ra để đúc thành các nhà sư. Tôi ưa bày trận chiến cho lũ lính chì. Tôi dùng rất nhiều thì giờ để dàn trận. Nhưng khi chiến tranh bắt đầu, thì chỉ vài phút là tiêu tan hết trận đồ đẹp đẽ mà tôi đã bày ra. Chuyện tương tự cũng xảy ra khi tôi chơi với các chiến xa hay phi cơ nặn bằng bột Tsampa?, còn gọi là "Pa".

Trước hết, tôi thi đua với mấy người bạn lớn tuổi coi ai nặn được những xe cộ khéo nhất. Mỗi người đều có một số bột bánh bằng nhau, và trong khoảng nửa giờ chẳng hạn, phải lập xong đội quân. Tôi sẽ là người chấm điểm. Tôi không sợ thua cuộc trong giai đoạn này, vì tôi khá khéo tay. Nhiều khi tôi phải loại bỏ những mô hình quá xấu xí của họ, rồi đổi cho họ các chiến cụ tôi nặn ra, đổi lấy gấp đôi số bột bánh. Do đó cuối cùng bao giờ tôi cũng có một đội ngũ mạnh nhất, và tôi còn rất thú vị về trò đổi chác này. Chúng tôi khởi sự chơi chiến trận. Cho tới lúc này, tôi luôn luôn chủ động mọi chuyện, nhưng sau đó khác. Vì các người bạn dọn dẹp của tôi đánh trận rất hăng say, không bao giờ nhường nhịn, dù đôi khi tôi có dùng tới uy quyền của Đạt Lai Lạt Ma nữa, họ cũng chẳng sợ. Tôi chơi hết mình. Nhiều phen, tôi mất tự chủ, và dùng tới nắm đấm, nhưng họ cũng vẫn không nhường, có lúc, họ làm tôi phát khóc.

Tôi cũng rất ưa trò thao dượt của quân đội, mà ông Norbu Thondup, vốn là dân nhà binh đã dạy cho tôi. Tuổi thiếu niên tràn đầy sinh lực, tôi luôn luôn thích những hoạt động cần sức mạnh. Đặc biệt là trò nhảy xa, từ một miếng ván để nghiêng khoảng 45 độ sau khi chạy thật nhanh từ dưới lên. Trò này chính ra là bị cấm. Dù sao, khuynh hướng bạo động của tôi đã một lần làm tôi nguy khốn. Tôi có một cây gậy rất đẹp, đầu bịt ngà, là đồ dùng của một Đạt Lai Lạt Ma tiền nhiệm. Một bữa, đang quay mạnh vòng vòng quanh đầu, thì tôi tuột tay, và cây gậy lao thẳng vào mặt Lobsang Samten. Anh ta té cái rầm. Trong giây phút đó, tôi nghĩ là tôi đã giết chết anh. Sau một vài giây chết điếng, anh đứng dậy, mặt đầy nước mắt và máu chảy xối xả từ một vết cắt rất sâu nơi mày phải. Vết thương sau đó bị làm độc và lâu lắm mới lành. Tội nghiệp Lobsang Samten, sau đó phải mang vết sẹo suốt đời.

Sau 1 giờ chút xíu là tới bữa ăn nhẹ buổi trưa. Vì vị trí của Potala, ánh nắng ùa vào phòng khi tôi chấm dứt buổi học sáng. Nhưng chỉ vào khoảng 2 giờ chiều, mặt trời đã nhạt và căn phòng lại chìm vào bóng râm. Tôi ghét quãng thời gian đó lắm, vì khi căn phòng hết nắng, thì tim tôi cũng bị bóng tối che phủ. Buổi học chiều bắt đầu liền sau bữa ăn trưa. Một tiếng rưỡi đồng hồ đầu tiên, tôi học những kiến thức đại cương với thầy giáo phụ. ông ta phải cố gắng để làm cho tôi chú tâm học. Tôi học một cách miễn cưỡng, và không thích môn nào.

Các môn tôi theo học, cũng là những môn mà các nhà sư học để có bằng tiến sĩ về Phật học. Chương trình không quân bình và không thích hợp với sự lãnh đạo một quốc gia ở cuối thế kỷ thứ hai mươi này. Tất cả các môn tôi học gồm có 5 môn chánh : Luận lý, Văn hóa và nghệ thuật Tây tạng, Phạn ngữ, Y học và tư tưởng Phật giáo. Môn cuối quan trọng nhất, và khó nhất, được chia ra làm năm ngành : Bát nhã(Prajnaparamita), Trung quán luận (Madhyamika), Giới luật tu viện (Vinaya), Luận hay A Tỳ Đạt Ma (Abidharma -Siêu hình học), và Nhân minh học (Pramana). Năm môn học phụ gồm có: thi phú , âm nhạc, kịch nghệ, thiên văn và văn pháp. Thật ra, văn bằng tiến sĩ dựa trên ba môn: tư tưởng Phật giáo, luận lý học và biện chứng. Vì vậy, mãi tới giữa thập niên 1970, tôi mới học văn phạm Phạn ngữ, và vài môn khác như y khoa, tôi chỉ học một cách không chánh thức mà thôi.

Theo hệ thống tu viện Tây tạng, môn học căn bản là biện chứng hoặc nghệ thuật tranh luận. Hai người tranh luận lần lượt đặt câu hỏi, kèm theo những điệu bộ cho đúng. Khi câu hỏi đã nêu lên rồi, người hỏi sẽ dơ tay phải lên khỏi đầu, rồi vỗ nó xuống bàn tay trái đang chìa ra sẵn, rồi dậm bàn chân trái lên mặt đất. Sau đó, ông rút bàn tay mặt khỏi bàn tay trái, đưa qua tới gần đầu người kia. Người bị hỏi ngồi thụ động, không những chú tâm vào việc trả lời câu hỏi mà còn phải ráng lật ngược tình thế, hỏi lại đối phương đang bước đi vòng quanh mình. Trí thông minh là phần quan trọng trong cuộc đấu lý này, và nếu ai lật ngược được luận đề của đối phương, làm cho nó trở nên có lợi cho mình một cách hài hước, thì người đó được coi là thắng lớn. Chi tiết này làm cho các cuộc tranh luận biện chứng trở nên một hình thức giải trí, ngay cả cho những người thất học, vì dù họ không thưởng thức được trò nhào lộn trí thức này, họ vẫn thấy quang cảnh rất vui. Vào thời xưa, người ta thường thấy nhiều dân du mục hay người nhà quê từ xa tới Lhasa để coi những buổi học tập tranh luận như vậy trong tu viện.

Khả năng của một nhà sư trong trò tranh luận độc đáo này, là tiêu chuẩn để đo mức thành tựu về tâm linh của vị đó. Vì thế, nhân danh Đạt Lai Lạt Ma, tôi không những phải chỉ có căn bản tốt về tư tưởng Phật giáo và luận lý học, mà còn phải có khả năng tranh luận. Tôi, do đó, đã phải bắt đầu học về các đề mục này một cách nghiêm túc từ năm lên 10 tuổi và tới năm 12 tuổi, thì tôi có tới hai Tsenshap, chuyên viên lão luyện kèm cặp tôi về nghệ thuật biện chứng.

Sau bài học đầu buổi chiều, thầy tôi sẽ giảng cách tranh luận đề tài của ngày hôm đó. Tới 4 giờ là lúc uống trà. Nếu có giống dân nào uống trà nhiều hơn dân Anh cát lợi, thì đó chính là dân Tây tạng. Theo thống kê mới đây của Trung quốc, mỗi năm dân Tây tạng nhập cảng tới 10 triệu tấn trà trước thời bị Trung hoa chiếm đóng. Điều này không thể xảy ra nếu mỗi người Tây tạng không uống 2 tấn trà một năm. Thống kê này, chắc chắn chỉ để chứng tỏ rằng kinh tế Tây tạng phụ thuộc Trung hoa, nhưng nó cũng nói lên được là chúng tôi thích uống trà như thế nào. Nói vậy chứ, tôi cũng không hoàn toàn chia sẻ sở thích này với dân tôi. Trong xã hội Tây tạng, theo truyền thống, người ta uống trà với muối và bơ "Dri" thay vì sữa. Nếu pha cẩn thận, thức uống này là một nguồn bổ dưỡng rất tốt. Nhưng hương vị trà phụ thuộc rất nhiều vào phẩm chất của bơ.

Nhà bếp Potala luôn luôn có bơ tươi tốt, nên trà pha rất ngon. Nhưng đó cũng là thời gian duy nhất mà tôi thật sự thưởng thức trà Tây tạng. Ngày nay, tôi thường dùng trà kiểu Anh, mỗi buổi sáng và tối. Sau buổi trưa, tôi uống nước nóng, một thói quen tôi đã tập khi còn ở bên Trung hoa vào thập niên 1950. Dù nước không có mùi vị, nhưng nó thật tốt cho sức khỏe. Nước nóng, trong truyền thống y khoa Tây tạng, là phương cách chữa bệnh số một.

Sau thời dùng trà, hai vị sư Tsenshap tới, và trong hơn một giờ đồng hồ sau đó, tôi tập tranh luận những vấn đề trừu tượng như "Bản chất của Tâm là gì?". Mọi công việc trong ngày cuối cùng cũng chấm dứt vào khoảng 5 giờ rưỡi chiều. Tôi không nhớ giờ khắc có đúng y như vậy không, vì người Tây tạng không chú trọng tới đồng hồ cho lắm. Các sự việc được khởi đầu và chấm dứt sao cho tiện thì thôi. Ai cũng muốn tránh sự vội vã.

Ngay khi thầy giáo vừa rời khỏi, là tôi ù té chạy ra phía nóc nhà với cái viễn vọng kính, nếu tôi đang sống ở Potala. Từ chỗ đó thấy một phong cảnh ngoạn mục, kể từ trường y khoa Chakpori kế bên tới khu thờ tự của thủ đô Lhasa, nằm quanh chùa Jokhang phía xa. Tuy vậy, tôi lại thích khu làng Shol hơn nhiều. Nó nằm ở xa phía dưới chân Đồi Tía. Đó là nơi có nhà tù quốc gia, và vào giờ đó các tù nhân được phép đi bách bộ trong sân. Tôi nghĩ đến họ như những người bạn, và luôn luôn theo dõi coi họ làm gì. Họ biết vậy, và khi nào họ nhận ra tôi là họ cũng quỳ lạy. Tôi nhận ra từng người, và biết ngay khi có người được tha hay mới tới. Tôi cũng luôn luôn đếm những đống gỗ và rơm chất trong sân.

Sau khi quan sát khu nhà tù, tôi còn thì giờ chơi ở trong nhà, chẳng hạn như vẽ, trước khi bữa ăn chiều được dọn lên, thường vào sau 7 giờ tối. Bữa ăn gồm có trà (dĩ nhiên), canh, đôi khi có chút thịt, và yogourt (sho), cùng với nhiều loại bánh nướng khác nhau mà mẹ tôi đã làm và gửi lên mỗi tuần. Thứ bánh tôi ưa nhất làm theo kiểu bánh Amdo, ổ bánh tròn, bên ngoài cứng nhưng bên trong rất xốp và nhẹ.

Tôi thường thu xếp để ăn bữa cơm này với một hay vài người dọn phòng. Người nào cũng ăn khỏe vô chừng. Cái bát của họ lớn đủ để chứa cả một bình trà đầy. Có lúc tôi ăn với vài tăng sĩ tu viện Namgyal. Tuy nhiên, tôi cũng hay dùng bữa với một trong ba vị tăng sĩ hầu cận và thỉnh thoảng, với ông Chikyab Kenpo, chánh văn phòng. Khi ông này không có mặt, bữa cơm liền trở nên náo nhiệt và ai nấy đều vui mừng.

Tôi đặc biệt nhớ những bữa ăn tối mùa đông, chúng tôi ngồi bên lò sưởi, ăn canh nóng, trong ánh đèn chập chờn và nghe tiếng gió tuyết hú bên ngoài. Sau khi ăn xong, tôi sẽ đi bảy tầng cầu thang xuống sân để cầu nguyện và đọc kinh trong lúc đi dạo. Nhưng tôi còn rất nhỏ và vô tâm nên hầu như rất ít khi làm bổn phận đó. Thay vì vậy, tôi thường nghĩ tới hoặc đoán trước những câu chuyện mà người ta sẽ kể cho nghe trước khi tôi đi ngủ. Đôi khi câu chuyện có vẻ huyền bí, và làm tôi rất sợ hãi khi bước vào căn phòng ngủ tối tăm, đầy bọ và kiến, vào lúc 9 giờ đêm. Một trong những câu chuyện đáng sợ nhất là về những con cú khổng lồ chuyên chụp bắt trẻ con trai lúc trời tối. Chuyện kể theo tranh cổ vẽ trên tường trong chùa Jokhang. Chuyện đó làm tôi rất sợ phải ở trong nhà vào buổi tối. Đời sống của tôi tại Potala và Norbulingka rất đều đặn. Nó chỉ thay đổi khi có dịp lễ trọng, hay khi tôi an cư tu tập. Trong dịp an cư, một hoặc hai ông thầy, hoặc vài vị Lạt Ma trưởng lão của tu viện Namgyal sẽ cùng tĩnh tu với tôi. Thông thường mỗi năm, tôi tĩnh tu một kỳ, vào mùa Đông, kéo dài 3 tuần lễ. Trong kỳ tĩnh tu, tôi chỉ phải học một bài ngắn, và không được ra chơi ngoài trời. Tôi cầu nguyện và ngồi thiền rất nhiều, dưới sự giám sát của các Thầy. Vì còn nhỏ tuổi không phải lúc nào tôi cũng ưa thích tĩnh tu. Tôi dùng phần lớn thì giờ vào việc nhìn ra ngoài hai cửa sổ phòng ngủ. Cửa phía Bắc hướng về phía tu viện Sera, bối cảnh là núi. Cửa phía Nam mở về phía đại sảnh, nơi nhân viên chính phủ họp mỗi sáng. Đại sảnh này có treo một bộ những tấm phướn cổ bằng lụa thêu vô giá, gọi là Thangkas, vẽ lại sự tích Milarepa, một trong các vị sư tổ được thương kính nhất Tây tạng. Tôi thường ngắm các bức họa cổ này. Tôi không biết, nay thì chúng ra sao.

 Buổi tối những ngày tĩnh tu còn tệ hơn là ban ngày. Vì đó là giờ các mục tử cỡ tuổi tôi, cưỡi bò trở về làng Shol, ở ngay dưới chân Potala. Tôi nhớ mình phải ngồi yên lặng, đọc các bài thần chú trong nắng chiều sắp tắt, mà tai thì nghe trẻ hát hò khi chúng từ đồng cỏ trở về. Nhiều khi, tôi ao ước được đổi chỗ với chúng. Nhưng từ từ thì tôi hiểu được giá trị của các kỳ tĩnh tu. Ngày nay, tôi thành khẩn mong ước có được nhiều thời gian như vậy. Tôi học nhanh và theo được các thầy. Trí óc tôi khá tốt, tôi nhận ra điều đó khi tôi được gặp vài học giả lớn của Tây tạng, tôi cũng cảm thấy khá hài lòng. Nhưng bình thường, tôi phải làm việc hết sức, cốt để không bị rắc rối. Có thời gian, các thầy giáo tôi bắt đầu lo lắng về sự tiến bộ của tôi. Nên Kenrap Tenzin làm một cuộc thi thử, để tôi đọ sức với Norbu Thondup, người dọn phòng mà tôi rất mến. Kenrap Tenzin đã bí mật gà cho anh ta trước, nên tôi bị thua. Tôi thật xấu hổ, nhất là chuyện này xảy ra trước đám đông.

Mưu mẹo này đã thành công: trong một thời gian, tôi học hành rất chăm chỉ vì tức giận. Nhưng cuối cùng, tôi cũng lại bỏ ý định tốt đó, trở về với cái tính cố hữu của tôi. Cho tới khi tôi trưởng thành, tôi mới hiểu học vấn quan trọng như thế nào, và bắt đầu học hành đàng hoàng. Ngày nay, tôi tiếc cho những ngày lười biếng đó, nên mỗi ngày ít nhất tôi đều học khoảng 4 tiếng đồng hồ .

Tôi nghĩ nếu mình có dịp tranh đua học hành khi còn nhỏ, thì chắc đã khác rồi. Vì tôi không có bạn đồng lớp, nên không có dịp đọ sức với ai cả. Khi tôi vào khoảng 9 tuổi, tôi tìm thấy trong đống đồ cũ của các vị tiền nhiệm, cái máy chiếu phim quay tay, cùng vài cuốn phim. Trước tiên, không ai biết cách sử dụng máy đó. Sau, nhờ có một vị sư già người Trung quốc mà khi còn nhỏ cha mẹ đã cho đi theo hầu đức Đạt Lai Lạt Ma thứ 13 vào dịp ngài thăm Trung Quốc năm 1908, nay sư sống tại Norbu-lingka, được coi như một người giỏi máy móc. Ông ta là một người rất nhân ái và thành thật, chuyên cần tu học, nhưng, cũng như nhiều người Trung hoa khác, ông ta rất hay nổi nóng. Một trong những cuốn phim nói trên quay cảnh đăng quang của hoàng đế Anh George đệ ngũ. Tôi thật cảm kích khi thấy hàng hàng lớp lớp binh sĩ trong quân phục lộng lẫy, từ khắp nơi trên thế giới về dự. Một cuốn phim khác dùng xảo thuật, quay hình các nữ vũ công chui từ trứng ra. Nhưng, đáng chú ý nhất là tài liệu về việc khai mỏ vàng. Nhờ phim đó, tôi hiểu được nghề khai mỏ nguy hiểm ra sao, và thợ mỏ phải làm việc trong những điều kiện khó khăn tới thế nào. Về sau, mỗi khi tôi nghe nói tới sự bóc lột giới công nhân, tôi lại nhớ tới phim này. Không may, vị sư Tàu già mà tôi mới biết, và đã trở thành bạn tốt của tôi đó, đã từ trần sau một thời gian ngắn.

May mắn, tôi đã học được cách dùng chiếc máy chiếu phim, và nhờ đó, được tiếp xúc với điện và máy phát điện. Kinh nghiệm này thật là hữu dụng, khi tôi nhận được một máy chiếu phim điện, có máy phát điện kèm theo, món quà hình như của hoàng gia Anh quốc. Phòng thương mại Anh đã chuyển quà tới, và ông Reginald Fox, phụ tá ủy viên thương mại, đã tới chỉ cho tôi cách dùng.

Vì cao độ của xứ tôi, có nhiều chứng bệnh thông thường của các xứ khác trên thế giới, không hề hiện diện tại Tây tạng. Tuy vậy, chứng đậu mùa vẫn luôn luôn là một đe dọa cho dân tôi. Khi tôi lên 10 tuổi, một y sĩ mang thuốc chủng ngừa nhập cảng tới chích cho tôi. Tôi đau quá trời, và tay tôi mang tới bốn vết sẹo. Tôi bị đau nhức và sốt liền hai tuần lễ. Tôi nhớ đã than phiền không ngớt về cái ông đốc tờ "mập" đó ..

Một y sĩ riêng của tôi lúc đó có biệt hiệu là Lenin, vì bộ râu dê của ông. Ông nhỏ con nhưng ăn rất khỏe và đầu óc thật hài hước. Tôi rất thích tài kể chuyện của ông. Cả hai y sĩ này đều được huấn luyện theo truyền thống y khoa Tây tạng, mà tôi sẽ nói tới trong chương sau. Cũng khi tôi lên mười, thì thế giới chiến tranh vốn kéo dài (5 năm) cũng chấm dứt. Tôi biết rất ít về vụ này, chỉ nhớ là chính phủ tôi có gửi quà và lời chúc mừng sang chính quyền Anh tại Ấn độ. Các viên chức được phó vương toàn quyền Lord Wavell tiếp kiến. Năm sau, một phái đoàn lại được gửi qua Ấn để đại diện Tây Tạng trong một hội nghị về tương quan giữa các nước Á châu.

Sau đó ít lâu, trong mùa Xuân 1947, một sự kiện rất đáng buồn đã xảy ra, chứng tỏ rằng một nhân viên cao cấp, khi hành động vì tư lợi, đã có thể làm phương hại tới quốc gia như thế nào. Một hôm, khi tôi đang theo dõi một cuộc tranh luận, tôi bỗng nghe tiếng súng nổ, từ phương Bắc, tức là phía tu viện Sera. Tôi vội chạy ra ngoài, nghĩ rằng mình có thể dùng viễn vọng kính để làm một việc thực tế ngay. Cùng lúc đó, tôi bỗng thấy đau lòng vì hiểu rằng, có tiếng súng cũng nghĩa là có giết chóc. Sau, hóa ra ông Reting Rinpoché, vốn đã rút lui khỏi chánh trường từ 6 năm trước, nay đang trở lại đòi làm Phụ chính. Một số tăng sĩ và cư sĩ ủng hộ ông để âm mưu chống Tathag Rinpoché. Kết quả, Reting Rinpoché bị bắt và một số đông đồng bạn bị chết. Reting Rinpoché bị giải tới Potala, ông ta yêu cầu được gặp tôi, nhưng bị từ chối. Và ông đã chết trong ngục sau đó ít lâu. Dĩ nhiên, vì còn nhỏ, tôi không có cơ hội xen vào việc công lý, nhưng đôi khi nhìn lại, tôi vẫn tự vấn, không biết tại sao tôi lại không can thiệp vào vụ này. Nếu tôi dính vô, thì có thể tu viện Reting cổ kính và đẹp bậc nhất Tây tạng, đã không bị phá hủy. Tất cả câu chuyện này thật là phi lý. Dù ông ta có lỗi, tôi vẫn giữ tấm lòng kính trọng sâu xa với người thầy đầu tiên đó. Sau khi ông mất, tôi phải bỏ tên ông ra khỏi tên tôi, cho tới mãi sau này tôi mới ghi trở lại, theo lệnh của Cốt Thánh (Oracle).

Sau biến cố bất hạnh này ít lâu, tôi cùng Tathag Rinpoché tới tu viện Drepung và Sera, lần lượt nằm cách Lhasa 5 dặm về phía Tây và 3 dặm rưỡi về phía Bắc. Drepung lúc đó là tu viện lớn nhất thế giới, có tới hơn bảy ngàn tăng tu tập. Sera cũng không nhỏ hơn bao nhiêu, có chừng năm ngàn tăng sĩ. Cuộc thăm viếng này đánh dấu lần tranh luận biện chứng đầu tiên của tôi trước công chúng. Tôi phải tranh luận với ba vị viện trưởng của ba đại học thuộc Drepung, và hai vị viện trưởng khác tại Sera. Vì các biến động vừa qua, người ta đã dùng nhiều biện pháp an ninh đặc biệt khiến cho tôi cảm thấy không thoải mái. Ngoài ra, tôi cũng rất lo lắng khi đến các trung tâm học vấn cao cấp lần đầu tiên. Dù vậy, tôi cũng lại cảm thấy rất quen thuộc với hai tu viện đó, và tôi tin tưởng hơn vào những liên hệ với các tiền kiếp của tôi. Hai cuộc tranh luận trước hàng trăm tăng sĩ xảy ra trôi chảy, dù là tôi rất bồn chồn.

Cũng trong thời gian đó, Tathag Rinpoché dạy tôi những di huấn đặc biệt của Đạt Lai Lạt Ma đời thứ V, là những điều dành riêng cho chính vị Đạt Lai Lạt Ma mà thôi. Vị Đạt Lai Lạt Ma thứ năm vĩ đại (như người Tây tạng thường gọi), đã nhờ thị nhãn mà mặc khải. Trong thời gian mấy tuần lễ sau đó, tôi trải qua nhiều kinh nghiệm lạ lùng, thể hiện trong những giấc mơ, dù lúc đó hình như không có ý nghĩa, nhưng nay thì tôi thấy chúng rất quan trọng.

Một trong những đền bù cho cuộc sống tại Potala là lâu đài có rất nhiều kho chứa đồ. Những phòng này, đối với một đứa trẻ, hấp dẫn hơn rất nhiều, so với những phòng chứa đầy vàng bạc hay các bảo vật tôn giáo vô giá; chúng cũng hấp dẫn hơn những ngôi mộ dát châu báu, nơi chôn các vị Đạt Lai Lạt Ma. Tôi cũng ưa phòng chứa binh khí với sưu tập các loại kiếm và súng, cùng binh giáp. Tuy nhiên, những thứ này không đáng kể gì nếu đem so với kho tàng trong các phòng chứa di vật của các vị tiền nhiệm tôi. Trong đó, tôi đã tìm thấy một cây súng máy cổ, có cả đạn và bia, và cái viễn vọng kính mà tôi đã nói tới; không kể hàng chồng sách hình viết bằng Anh ngữ, về cuộc thế chiến thứ nhất. Những sách này làm tôi say mê, và nhờ đó mà tôi rút ra kiểu mẫu để nặn tàu thủy, xe tăng, máy bay. Khi tôi lớn hơn, một phần các sách này đã được dịch ra Tạng ngữ. Tôi cũng tìm thấy hai đôi giày của người Âu. Dù chân tôi nhỏ hơn giày nhiều, tôi vẫn đem dùng nó, chêm vải vô chỗ đầu ngón chân cho có vẻ vừa hơn. Tôi thật khoái chí khi nghe tiếng gót giày bằng thép nặng khua dưới chân.

Một trong những điều tôi rất thích hồi nhỏ là tháo tung đồ đạc ra rồi cố sức để ráp lại. Tôi trở nên khá khéo tay trong việc này. Tuy nhiên, trong thời gian đầu, không phải lúc nào tôi cũng thành công. Một trong những món đồ của vị tiền nhiệm để lại là hộp âm nhạc do Sa Hoàng Nga tặng. Nó không chạy nên tôi quyết định tháo ra sửa. Tôi thấy cái giây thiều vặn chặt quá nên bị tắc, nhưng khi tôi dùng cái "tournevis" để xoáy, thì bộ máy tự giải phóng, giây số tung ra hết, và những miếng kim loại - dùng để phát ra âm thanh, văng tung tóe khắp nơi. Tôi không bao giờ quên được cái âm thanh yêu quái của những miểng bay tứ tán khi đó. Khi nhớ lại chuyện này, tôi cho là mình đã may mắn lắm mới không bị mù một mắt. Mặt tôi lúc đó cúi rất sát với hộp đồ chơi. Suýt nữa, tôi đã có thể bị nhìn lầm thành tướng Moshe Dayan (tướng độc nhãn người Do thái) mất rồi.

Tôi rất cảm ơn Thupten Gyatso, Đạt Lai Lạt La thứ 13, vì ngài được tặng rất nhiều đồ chơi kỳ diệu. Nhiều nhân viên quét dọn làm việc tại Potala đã từng phục vụ trong thời ngài, nhờ thế, tôi biết được vài điều về đời sống của ngài. Tôi được biết, không những ngài là một lãnh đạo tinh thần cao tột mà cũng là một vị lãnh đạo việc thế tục có tầm nhìn rất xa. Tôi cũng được biết đã hai lần Ngài bị các thế lực ngoại lai ép buộc phải lưu vong. Lần đầu là đội quân người Anh, năm 1903, do Đại tá Younghusband chỉ huy. Và lần thứ hai do người Mãn châu, năm 1910. Lần đầu, người Anh tự thỏa hiệp rút quân. Nhưng lần thứ hai thì quân đội Mãn châu bị chống lại phải rút lui vào mùa Đông 1911-1912. Vị tiền nhiệm của tôi cũng rất chú ý tới kỹ thuật mới. Trong số các thứ đồ ngài nhập cảng, có cả một nhà máy phát điện, một máy đúc tiền xu và in tiền giấy (đầu tiên), cùng ba chiếc xe hơi. Cả xứ Tây tạng đều thấy cái xe hơi là một sự kỳ diệu. Hồi đó, hầu như chưa có phương tiện chuyên chở nào dùng bánh xe tại đây, ngay cả xe do ngựa kéo cũng không. Dĩ nhiên chúng tôi biết xe ngựa, nhưng vì thiên nhiên khắc nghiệt của phần lớn đất đai Tây tạng khiến cho chúng tôi thấy chỉ dùng loài vật chở đồ là thực dụng hơn cả.

Thupten Gyatso cũng thấy xa về nhiều chuyện khác. Sau khi bị lưu đày lần thứ hai, ngài đã gửi bốn thanh niên Tây tạng qua Anh du học. Thí nghiệm rất thành công, họ học hành rất giỏi, được hoàng gia Anh tiếp đón nữa, nhưng việc đó không được tiếp tục, thật đáng tiếc. Nếu xứ tôi tiếp tục gửi người ra ngoại quốc học hỏi một cách đều đặn, thì tôi tin chắc, tình trạng xứ tôi ngày nay đã khác nhiều. Vị Đạt Lai Lạt Ma thứ 13 còn cải tổ quân đội, mà ngài cho là lực lượng tự vệ của dân tộc. Cuộc cải tổ hình như thành công, nhưng cũng không được duy trì sau khi ngài mất. Một chương trình khác của ngài là tăng uy quyền của chính phủ Lhasa tại vùng Kham (Đông Bắc Tây tạng). Ngài hiểu rằng vùng Kham cách Lhasa quá xa nên không được chính quyền trung ương chăm sóc. Ngài đề nghị mang các con những vị lãnh đạo địa phương về Lhasa huấn luyện rồi bổ về đó làm việc. Ngài cũng khuyến khích tuyển binh sĩ từ các địa phương, nhưng, vì quán tính nặng nề của chính phủ, không có chương trình nào được thực hiện cả.

Nhận thức chính trị của vị Đạt Lai Lạt Ma thứ 13 cũng thật là phi thường. Trong bản di thư chót, ngài cho rằng, nếu không có sự thay đổi từ gốc rễ, thì: "Tại Tây tạng đây, tôn giáo và chính quyền sẽ bị tấn công, cả từ phía trong lẫn phía ngoài. Nếu chúng ta không bảo vệ được tổ quốc, đức Đạt Lai và Ban Thiền

Lạt Ma, từ cha tới con, cùng các giáo dân có tín tâm, đều sẽ bị tiêu diệt, và mất luôn tên họ. Các tăng sĩ và tu viện sẽ bị phá hủy. Luật lệ suy yếu, đất đai và tài sản của chánh phủ sẽ bị cướp. Các viên chức sẽ bị buộc phải phục vụ cho kẻ thù hay lang thang như ăn mày. Mọi sinh linh đều bị chìm đắm vào trầm luân, đêm ngày khổ đau, sợ hãi."

Các Ban Thiền Lạt Ma nói trên chỉ các vị lãnh đạo tinh thần cao cấp nhất, sau Đạt Lai Lạt Ma tại Tây tạng. Trong truyền thống, các vị này tu tại Tashilhunpo, tỉnh Shigatse, thành phố lớn thứ nhì nước tôi. Cá nhân Đức Đạt Lai Lạt Ma thứ 13 là một người rất giản dị. Ngài đã bỏ một số các tập tục lỗi thời. Chẳng hạn như, khi nào Đạt Lai Lạt Ma ra ngoài, thì các người hầu nếu ở gần đó cũng phải đi ra ngay. Ngài nói, điều này gây ra những phiền phức không cần thiết, và làm cho ngài cảm thấy ngại xuất hiện. Nên ngài đã hủy bỏ lệ này.

Khi còn nhỏ, tôi được nghe kể nhiều chuyện về tính bình dân của vị tiền nhiệm tôi. Một chuyện được kể lại từ một cụ lão ông, có con là một tăng sĩ tại tu viện Namgyal. Khi người ta đắp nền làm dinh Norbuhngka, dân chúng đua nhau tới đặt một viên đá để cầu nguyện và tỏ lòng tôn kính. Ông lão nói trên vốn là dân du mục, từ xa về. Ông có một con lừa rất khó trị. Khi ông vừa quay lưng lại để làm lễ là nó tháo chạy ngay. May thay, lúc đó có một người đi từ phía trước tới, ông già liền kêu lên, nhờ bắt dùm lại chú lừa. Người kia làm theo, dắt lừa tới. Ông già mới đầu chỉ vui mừng thôi, sau trở nên thật sửng sốt, vì người bắt lừa dùm ông đó, chính là đức Đạt Lai Lạt Ma! Tuy nhiên, ngài cũng là người rất nghiêm. Ngài cấm hút thuốc lá tại Potola và cả Norbuhngka. Một lần, ngài tản bộ tới một nơi đang có thợ nề làm việc. Họ không trông thấy ngài, và đang nói chuyện với nhau, một người lớn tiếng than phiền về lệnh cấm hút thuốc. ông nói khi mệt hay đói, hút vài hơi mới đã, ông ta phải nhai thuốc cho đỡ ghiền. Đạt Lai Lạt Ma nghe thấy vậy, liền quay bước đi hướng khác, không cho đám thợ biết là ngài đã tới đó. Điều này không có nghĩa là lúc nào ngài cũng khoan dung. Tôi có thể nói rằng ngài hơi chuyên chế một chút. Ngài rất nghiêm khắc với các viên chức cao cấp, quở phạt họ nặng nề về những lỗi lầm rất nhỏ của họ. Ngài chỉ độ lượng đối với dân thường thôi.

Thành quả lớn nhất của ngài về phương diện lãnh đạo tinh thần, là ngài đã nâng cao trình độ học vấn của các tu viện. Có tới hơn sáu ngàn tu viện trong toàn cõi Tây tạng. Ngài đã dành ưu tiên nâng đỡ các tăng sĩ dù trẻ tuổi nhưng xuất sắc. Chính ngài đã truyền giới cho nhiều ngàn học tăng. Cho tới năm 1970, đa số các trưởng lão tăng đều đã thọ giới Tỳ Kheo với ngài. Trước khi tôi tới cư ngụ thường trực tại Norbulingka, hồi còn chưa đủ hai mươi tuổi, mỗi năm, tôi đều dọn tới đó từ đầu mùa Xuân, và chỉ trở lại Potala sáu tháng sau, khi mùa Đông tới.

Ngày mà tôi được rời căn phòng tối tăm của Potala là ngày tôi sung sướng nhất trong năm. Nghi lễ rời Potala kéo dài hai tiếng đồng hồ, nhưng đối với tôi, nó dài bất tận. Sau đó là đám rước, tôi cũng chẳng quan tâm lắm. Tôi chỉ ưa đi dạo, thưởng thức cảnh thôn dã. Mầm lá, đọt hoa đang bắt đầu đâm chồi, nảy lộc, khoe vẻ đẹp tươi mát của thiên nhiên. Phong cảnh tại Norbulingka vô cùng phong phú. Công viên đẹp đẽ, có tường cao bao quanh. Trong đó có những tòa nhà dành cho nhân viên chánh phủ. Trong "bức tường vàng" giới hạn, không ai được phép bén mảng, trừ Đạt Lai Lạt Ma, gia nhân của ngài và vài tăng sĩ. Trong khu đó có vài tòa nhà khác, kể cả tư dinh của Đạt Lai Lạt Ma, với một khoảng vườn được chăm sóc kỹ lưỡng. Tôi sung sướng đi dạo hàng giờ trong những khu vườn đẹp đẽ và ngắm lũ chim muông, thú vật sống trong đó. Đôi khi, tôi thấy một bầy nai xạ hương (musk deer). Ít nhất có tới 6 con chó loại Tây tạng rất lớn con, dùng để canh gác. Có một chú chó Bắc kinh, mang từ Kumbum tới. Vài con dê núi, một con khỉ, dăm chú lạc đà Mông cổ, hai con báo và một con hổ già buồn bã. Những con thú kể sau đều sống trong cũi, dĩ nhiên rồi. Cũng có mấy con vẹt, dăm con công, hạc và một đôi ngỗng màu vàng. Có chừng ba chục con ngỗng trời giống Gia nã đại, đã bị cắt một phần cánh khiến cho chúng không bay được nữa. Tôi thật tội nghiệp cho lũ ngỗng bất hạnh này. Một trong những con vẹt rất thân với Kenrap Tenzin, vị giám sự y phục của tôi. Ông ta thường cho nó hạt dẻ. Khi nó mổ hạt từ tay ông, ông thường vuốt đầu nó và nó trở nên đờ đẫn, như ngây như dại. Tôi rất thích làm bạn với nó theo kiểu này, nhưng thử bắt chước mà không bao giờ thành công, Tôi bèn phạt nó một roi. Từ đó, mỗi khi trông thấy tôi là nó lánh xa. Đây là một bài học thật hay về cách kết bạn. Chúng ta không thể dùng sức mạnh, mà phải có lòng từ bi.

Ling Rinpoché thì thân với một chú khỉ. Con vật này chỉ làm bạn với mình ông ta thôi. ông ta thường thò tay vào túi áo lấy đồ ăn cho nó nên khi nào con khỉ trông thấy ông, là nó chạy mau lại, và lục lọi trong các xếp áo của ông. Tôi có vẻ may mắn hơn khi muốn làm bạn với lũ cá trong hồ. Tôi thường đứng trên bờ gọi chúng, nếu chúng tới, thì tôi sẽ nuôi chúng bằng chút bánh Pa. Tuy nhiên, đôi khi chúng cũng không nghe lời tôi, coi tôi như không có vậy. Khi đó, tôi rất giận, thay vì ném thức ăn cho chúng, thì tôi thảy một loạt đá, sỏi, cho bõ tức. Khi nào lũ cá tới gần, tôi thường chú ý nhìn coi những con cá nhỏ có được ăn đồng đều không. Nếu cần, tôi sẽ dùng gậy để đẩy lũ cá lớn ra xa. Một lần, đang đứng trên bờ hồ, tôi thấy một khúc gỗ trôi gần bên. Tôi bèn dùng cái que đẩy cá để cố dìm khúc gỗ xuống. Sau đó tôi tỉnh dậy thấy mình đang nằm trên cỏ, trên trời đầy sao. Tôi đã bị té xuống hồ và suýt chết đuối. May thay, có một người dọn phòng, vốn là cựu binh sĩ từ miền viễn tây, vẫn canh chừng tôi, đã tới cứu.

Một hấp dẫn khác của Norbulingka là nó rất gần với một nhánh sông Kyichu, chỉ cách bức tường ngoài vài phút đi bộ. Khi còn nhỏ, tôi thường bí mật cùng một người hầu ra bờ sông chơi. Lúc đầu, không ai quan tâm tới, nhưng rồi Tathag Rinpoché bắt tôi phải ngưng. Khổ thay, nghi thức dành cho Đạt Lai Lạt Ma rất nghiêm ngặt. Tôi bị buộc phải ẩn mặt như loài cú. Thời đó, trong xã hội thủ cựu Tây tạng, nếu một viên chức cao cấp trong chánh quyền bị bắt gặp nhìn ra phố, thì đã bị coi là không đàng hoàng rồi. Tại Norbulingka và Potala, tôi thường hay chơi với mấy người quét dọn. Ngay từ khi còn rất nhỏ, tôi đã không ưa những nghi lễ, hình thức, và thường thích gặp mấy người quét dọn hơn là các nhân viên chánh phủ. Tôi rất ưa gặp mấy người hầu của cha mẹ tôi. Khi tới thăm cha mẹ, tôi thường chơi với họ khá lâu. Đa số mấy người này đều từ Amdo tới, và tôi rất thích nghe kể chuyện về làng xóm quê tôi.

Tôi rất thích chơi trò lục lọi kho chứa đồ ăn của cha mẹ tôi cùng mấy người bạn này. Họ cũng rất ưa chơi với tôi, vì hiển nhiên là chúng tôi hai bên cùng có lợi. Vào cuối Thu, là lúc thuận tiện nhất cho sự nghịch phá của chúng tôi, vì lúc đó là lúc mới trữ thịt khô ngon tuyệt, nhất là khi chấm vào ớt cay. Tôi ưa món đó đến nỗi, một lần tôi ăn quá độ và bị bội thực. Tôi gập người xuống vì đau bụng, Kenrap Tenzin nhìn thấy tôi và nói vài câu dỗ dành, đại khái như: "Đó, cứ cố ăn nữa đi. Từ nay nhớ nghe!". Tôi cho là mình thật quá ngốc, và cũng không cảm ơn ông ta. Dù tôi là Đạt Lai Lạt Ma, mấy người hầu của cha mẹ tôi đối xử với tôi y như đối với mấy đứa trẻ khác, mọi người khác cũng vậy, trừ trong các dịp lễ lạt mà thôi. Không ai xử sự đặc biệt với tôi, và họ cũng không ngại nói thẳng. Vì vậy, ngay từ nhỏ, tôi đã biết rằng, đời sống dân tôi không dễ dàng chi cả. Mấy người dọn phòng còn cho tôi biết về những đau khổ họ phải gánh chịu vì sự bất công của các viên chức và các Lạt Ma cao cấp. Họ cũng kể cho tôi nghe đủ chuyện bàn tán trong dân gian hàng ngày. Các chuyện đó thường được kể qua điệu ru hay bài hát khi họ làm việc. Vì vậy, dù tôi có bị cô đơn trong thời thơ ấu, và dù từ năm 12 tuổi, Tathag Rinpoché cấm tôi không được về nhà cha mẹ nữa, tôi cũng không đến nỗi phải sống như thái tử Tất Đạt Đa hay vua Phổ Nghi, vị hoàng đế cuối cùng của Trung quốc. Ngoài ra, khi tôi khôn lớn, tôi lại được tiếp xúc với rất nhiều người đặc biệt. Có chừng mươi người Âu sống tại Lhasa khi tôi còn nhỏ. Tôi không gặp ai cả, cho tới khi Lobsang Samten đưa Heinch Harrer vào cung, tôi mới biết người Âu tây, tiếng Tây tạng gọi là Inji.

Khi tôi lớn lên, tại thủ đô, có Sir Basil Gould, giám đốc phòng thương mại Anh quốc, và người kế vị ông ta, Hugh Richardson. Ông này sau đó đã viết mấy cuốn sách về Tây tạng, và khi bị lưu đày, tôi cũng đã trao đổi vài vấn đề hữu ích với ông. Trong phái đoàn y tế Anh, ngoài ông Reginald Fox, còn một viên chức khác mà tôi không nhớ tên. Tuy nhiên, tôi không thể quên được lần ông ta tới Norbulingka để chứa bệnh cho một con công, bị một cái mụn phía dưới con mắt. Tôi quan sát ông ta rất kỹ, và thật thán phục khi thấy ông dỗ dành nó, nói thông thạo bằng cả hai thứ tiếng, thổ ngữ Lhasa, và quốc ngữ Tây tạng (là hai ngôn ngữ khác hẳn nhau). Tôi sửng sờ kinh ngạc khi thấy một người ngoại quốc gọi con công là "thưa ngài Khổng Tước".

Heirich Harrer là một người tóc vàng rất dễ thương, bộ tóc màu nhạt tôi chưa từng thấy. Tôi đặt tên ông là Gopse, nghĩa là "đầu vàng". Là người nước Áo (Austrian), ông đã từng bị người Anh bắt giam tại Ấn độ. Tuy nhiên, ông ta đã cùng một bạn tù tên Peter Aufschnaiter trốn thoát qua Lhasa. Đây quả là một thành tích vĩ đại, vì Tây tạng chính thức cấm người nước ngoài vô, trừ vài trường hợp biệt lệ. Hai người này sống như dân du mục khoảng 5 năm, trước khi tới thủ đô. Khi họ tới nơi, mọi người rất kính phục sự can trường và kiên trì của họ, nên chánh quyền đã cho phép họ ở lại. Dĩ nhiên, tôi là một trong những người đầu tiên biết họ đã tới, và tôi rất hiếu kỳ, muốn coi xem họ trông ra sao, nhất là Harrer, chẳng bao lâu đã nổi tiếng là người lịch thiệp và đáng chú ý. Ông ta nói tiếng Tây tạng rất rành, có tinh thần hài hước rất đặc biệt, tuy vẫn luôn luôn cung kính, giữ lễ nghi. Khi tôi quen với ông ta nhiều hơn, thì ông bỏ bớt hình thức, và trở nên rất thẳng thắn, trừ khi có mặt các viên chức của tôi. Tôi rất mến phục đức tính này của ông.

Chúng tôi gặp nhau từ năm 1948, và suốt một năm rưỡi sau đó, trước khi ông rời Lhasa, tôi nghĩ chúng tôi đã gặp nhau đều đặn, hàng tuần. Nhờ ông, tôi học hỏi được vài điều về thế giới bên ngoài, nhất là về Âu châu và trận đại chiến vừa qua. ông ta cũng dạy tôi Anh ngữ, thứ sinh ngữ mà tôi mới bắt đầu học với một viên chức của tôi. Tôi đã biết các chữ cái, đã phiên âm chúng sang âm Tây tạng, nên tôi đang muốn được học thêm. Harrer cũng giúp tôi nhiều việc thực tiễn nữa. Chẳng hạn như ông ta đã giúp tôi sửa cái máy phát điện mà người ta tặng tôi cùng với máy chiếu hình. Máy phát điện rất cũ và hư hỏng nhiều. Lúc đó tôi thường tự hỏi không biết có phải các viên chức người Anh đã giữ cái máy phát điện đáng lẽ tặng tôi, rồi thay vào đó cái máy cũ của họ chăng? Hồi đó tôi còn đặc biệt chú ý tới ba cái xe hơi mà Đức Đạt Lai Lạt Ma 13 đã nhập cảng. Dù đường xá không thích hợp, ngài đã thỉnh thoảng dùng ba chiếc xe này chạy quanh Lhasa, cho tới khi ngài khuất bóng. Sau đó, không ai dùng xe nữa, nên chúng bị hư hỏng cả. Người ta để chúng vô một căn nhà tại Norbulingka. Một chiếc là xe Dodge Hoa kỳ, 2 cái kia là loại xe Austin nhỏ. Chúng đều được chế tạo từ cuối thập niên 1920. Ngoài ra cũng có một chiếc xe Jeep Willys, do phái đoàn thương mại Tây tạng qua Hoa kỳ mua từ năm 1948, nhưng ít khi dùng tới. Cũng như trường hợp máy chiếu phim, tôi phải tốn nhiều thì giờ mới tìm ra được người biết về xe hơi. Nhưng tôi nhất định làm cho chúng chạy lại được Tôi đã tìm ra Tashi Tsering, một người tài xế rất nóng tính, nguyên quán ở Kalimpong, phía nam biên giới Ấn độ. Hai chúng tôi mày mò làm việc và cuối cùng, sau khi tháo tung một xe Austin ra để lấy phụ tùng, chúng tôi đã chữa được chiếc kia. Hai xe Dodge và Jeep cũng khá hơn, chạy được liền sau khi sửa sơ sơ. Dĩ nhiên, khi xe sửa xong rồi, tôi vẫn không được phép tới gần chúng. Tôi không chịu như vậy, nên một ngày, khi tôi biết tài xế đi vắng, tôi bèn quyết định lấy một chiếc lái đi chơi. Cả hai xe Dodge và Jeep đều cần chìa khóa, mà người tài xế đã cầm theo. Nhưng chiếc Austin thì chỉ cần quay tay là nó nổ máy. Tôi thận trọng lùi xe ra khỏi nhà chứa xe và định lái một vòng quanh vườn. Nhưng, công viên Norbulingka đầy cây, và chỉ một chút sau, tôi đã tông xe vào một thân cây. Tôi hoảng vía khi trông thấy một chiếc đèn xe phía trước bị bể nát. Nếu tôi không sửa được nó ngay, hôm sau người ta sẽ khám phá ra là tôi đã lái xe, và cả anh tài xế và tôi sẽ bị rắc rối mất. Tôi cố xoay trở, lái xe về mà không bị đụng nữa, rồi bắt đầu sửa cái đèn bể. Tôi hoảng kinh khi nhận ra đó là một thứ kính màu. Dù tôi đã cố tìm được kính và cắt cho nó vừa vào cái đèn, nó cũng không giống với cái bên kia. Sau cùng, tôi thành công bằng cách bôi nước đường thắng đặc lên kính. Tôi hài lòng với công trình thủ công của tôi nhưng khi gặp bác tài xế, tôi cảm thấy tội lỗi vô kể. Tôi có cảm tưởng chắc chắn là bác biết hay cũng tìm ra chuyện gì đã xảy ra, nhưng bác không hề nói một câu. Tôi sẽ không bao giờ quên được Tashi Tsenng, hiện nay bác còn sống và đang ở Ấn độ. Dù lâu không gặp mặt, tôi vẫn coi bác là hảo bằng hữu của tôi.

  Lịch Tây tạng khá phức tạp. Nó căn cứ vào tuần trăng. Thay vì đếm theo từng thế kỷ, chúng tôi theo chu kỳ 60 năm. Mỗi chu kỳ đó thuộc một trong ngũ hành đất, khí, lửa, nước và sắt (hay địa, khí, hỏa, thủy, kim), và một trong 12 con vật : Tý (chuột), Sửu (trâu), Dần (hổ), Mão (mèo), Thìn (rồng), Tỵ (rắn), Ngọ (ngựa), Mùi (cừu) , Thân (khỉ), Dậu (gà), Tuất (chó) và Hợi (heo) ... rồi lại bắt đầu lại. Ngũ hành lại có âm dương, nên trở thành 10 yếu tố. Theo lịch Tây tạng, năm 2000 Tây lịch sẽ là năm Kim Thìn .

  Trong nhiều thế kỷ, trước khi bị Trung hoa xâm chiếm, ở Tây tạng mỗi mùa đều được đánh dấu bằng các ngày hội. Thường là những ngày lễ tôn giáo mà cả tăng sĩ và cư sĩ đều cử hành. Đối với dân thường, đó là dịp để ăn uống, nhậu nhẹt, hát múa hay chơi, xen lẫn các buổi cầu nguyện. Một trong những dịp lễ lớn là Tết hay Losar, thường vào khoảng tháng hai hay ba tây lịch. Đối với tôi đó là dịp đặc biệt hàng năm để tôi chính thức gặp Nechung, tức vị Cốt Thánh của quốc gia (State Oracle) . Tôi sẽ nói tới chuyện này sau, nhưng việc chính yếu là tôi và chánh phủ có dịp qua trung gian của "ông Cốt" (Kuten), hỏi ý kiến Thần Dorje Drakden, vị thần hộ mạng cho Tây tạng, về vận hạn năm tới.

Một vụ lễ mà tôi thấy phức tạp là Monlam, đại lễ cầu nguyện, ngay sau lễ Losar. Vì là Đạt Lai Lạt Ma, ngay từ khi còn rất nhỏ, tôi đã phải dự cuộc lễ quan trọng nhất trong dịp đó. Ngoài ra, trong vụ lễ Monlam, tôi lại thường hay bị cảm cúm nặng vì bụi, y như ngày nay, tôi hay bị đau khi về Đạo Tràng Bồ Đề bên xứ Ấn. Vì tại lễ này, tôi thường cư trú tại chùa Jokhang, trong những căn phòng cũ kỹ còn hơn phòng tôi tại Potala. Trong ngày cuối tuần lễ đầu tiên của Monlam, là nghi lễ Puja mà tôi rất sợ. Sau khi vị Phụ chính đọc một bài dài về cuộc đời Bụt Thích Ca Mâu Ni rồi, là tới lễ Puja, kéo dài hơn bốn giờ đồng hồ. Sau đó, tôi phải đọc thuộc lòng một phẩm kinh rất khó và dài. Tôi rất lo lắng, không nhớ nổi một chữ trước đó. Các vị phụ chính, các vị thầy và các vị giáo thọ nghi lễ, nhà bếp, ai nấy đều lo lắng cả. Họ lo vì tôi suốt buổi ngồi trên ngai quá cao, không ai có thể nhắc tôi nếu tôi bị tắc. Nhưng, học thuộc bài kinh chỉ là một nửa vấn đề. Vì nghi lễ kéo dài quá, nên tôi còn thêm một mối sợ hãi khác: tôi sợ bàng quang của tôi nó không thể giữ được nước tiểu quá đầy. Cuối cùng, mọi sự đều trôi chảy, dù lần đầu dự lễ đó, tôi còn rất nhỏ. Tôi nhớ đã sợ đến tê điếng, hầu như mấy giác quan tôi đều bị cứng lại, khiến cho tôi không còn biết những gì đang xảy ra nữa. Tôi không nhận biết được cả những con bồ câu bay trong tòa

nhà, mổ trộm đồ cúng lễ trên bàn thờ. Mãi tới quá nửa bài kinh, tôi mới thấy chúng.
Khi lễ tất tôi sung sướng ngây ngất. Không phải chỉ vì tôi sẽ không phải làm lễ này trong 12 tháng tới, mà cũng vì Đạt Lai Lạt Ma sắp được hưởng thời gian hạnh phúc nhất trong năm: Sau buổi lễ, tôi sẽ được phép đi dạo ngoài phố, để tôi có thể thấy được Thorma, là những công trình điêu khắc vĩ đại làm bằng bơ đủ màu sắc, để cúng dường chư Phật trong ngày đó. Cũng có những trò múa rối và các ban quân nhạc hòa tấu khiến dân chúng rất hạnh phúc.
Chùa Jokhang là thánh tích thiêng liêng nhất Tây tạng. Xây từ thế kỷ thứ bảy, dưới triều đại vua Songtsen Gampo, chùa là nơi chứa tượng Phật do một bà hoàng hậu mang về. Đó là bà hoàng Bhrikuti Devi, con gái vua Anshuriaruam, xứ Nepal. Vua Songtsen Gampo có bốn bà vợ khác, ba người Tây tạng và một là công chúa Văn Thành, con gái vị hoàng đế thứ nhì đời nhà Đường (Trung Hoa).
Trong nhiều thế kỷ, ngôi chùa này đã được trùng tu, làm đẹp hơn rất nhiều. Một kỳ quan của chùa Jokhang là tấm bia đá ngay cổng chùa, mang chứng tích lịch sử về sức mạnh của xứ Tây tạng. Khắc bằng hai thứ tiếng Tây tạng và Trung Hoa, đó là bản hiệp ước giữa hai xứ, năm 821- 822:
"Đại Hoàng Đế Diệu Thánh Tây tạng và Đại Hoàng Đế Trung hoa, trong tình liên hệ chú cháu, đã thỏa thuận cùng nhau về sự liên minh giữa hai quốc gia. Hai ngài đã phê chuẩn một thỏa ước vĩ đại. Trời Phật và mọi người đều biết về thỏa ước này, để làm cho chúng muôn đời không thay đổi. Một thỏa ước

được khắc trên tấm bia này để cho các thế hệ tương lai được biết tới. Đại Đế Diệu Thánh Trisong Dretsen (Tây tạng), và Đại Hiếu Đức Hoàng Đế Văn Vũ (Trung hoa), nhân danh tình chú cháu, với trí huệ cao vời, tìm cách ngăn ngừa những nguyên nhân gây tàn hại cho hai xứ bây giờ và mai sau. Hai ngài mở rộng lòng từ bi đối với tất cả mọi người. Để mang lại hòa bình lâu dài cho thần dân hai xứ, hai Ngài đã ký thỏa ước này, để tái lập tình hữu nghị vốn có sẵn từ lâu giữa hai xứ láng giềng thân thiết. Hai xứ Tây tạng và Trung hoa sẽ tôn trọng biên giới như hiện nay. Phía Đông là lãnh thổ Trung hoa, và tất cả phía Tây thuộc Tây tạng. Từ nay, không bên nào được xâm chiếm hay quấy nhiễu bên nào. Nếu cá nhân nào vi phạm, người đó sẽ bị bắt và đưa trả về nguyên quán. Nay hai vương quốc đã đồng ký hiệp ước này, nên các sứ giả sẽ lại được cử đi theo đường giao thông cũ, nhằm trao đổi các thông điệp, giữ tình liên hệ hòa hợp giữa chú-cháu. Theo lệ cũ, ngựa thông tin sẽ được đổi tại chân đèo Chiang Chun, giữa biên giới Trung hoa-Tây tạng. Tại trạm gác Sui Yung, viên chức Trung hoa sẽ gặp viên chức Tây tạng và cung cấp cho họ phương tiện di chuyển kể từ đó. Tại trạm Ching Shui, viên chức Tây tạng cũng sẽ gặp và cấp phương tiện cho viên chức Trung hoa. Cả hai phía sẽ cư xử với nhau theo lễ nghĩa chứng tỏ lòng tương kính, phù hợp với liên hệ hữu nghị của hai chú cháu. Giữa hai xứ sẽ không có khói lửa. Sẽ không có báo động, và không được nói tới hai chữ "thù địch". Ngay cả lính biên phòng cũng không phải sợ hãi hay lo lắng gì, mà chỉ nên vui hưởng phong cảnh và nơi đồn trú. Mọi người đều sống hòa bình và hạnh phúc trong muôn năm. Chuyện này sẽ vang danh khắp thiên hạ, nơi nào có nhật nguyệt chiếu tới sẽ đều biết. Thỏa ước long trọng này đã thiết lập một thời đại huy hoàng, người dân Tây tạng sống hạnh phúc trong xứ Tây tạng, Trung hoa trong xứ Trung hoa. Để cho thỏa ước không bao giờ đổi thay, xin Ba ngôi Tam Bảo (Phật, Pháp, Tăng), chư vị thánh thần, hai vầng nhật, nguyệt, các Tinh Tú trên trời, thảy đều chứng giám. Hai Hoàng Đế đã thề nguyền long trọng, giết súc vật tế lễ, và chuẩn y thỏa ước. Nếu một trong hai phía không tôn trọng hay vi phạm thỏa ước này, dù đó là Tây tạng hay Trung hoa, xứ kia có quyền phản ứng lại mà không bị coi là có lỗi. Hai Hoàng đế và các đại thần Trung hoa cùng Tây tạng đã thỏa thuận hòa ước này và một văn bản đã ghi chú đầy đủ các chi tiết. Hai Ngài đã đóng triện trên thỏa ước, các viên chức chính phủ được chỉ định để thi hành thỏa ước đã ký tên, và mỗi triều đình đều có một phó bản."

Phòng tôi ở tại Jokhang nằm trên lầu hai, nghĩa là ngay trên nóc phẳng của chùa. Từ đó, tôi có thể nhìn thấy chánh điện, và cả khu chợ phía dưới. Cửa sổ mở về hướng Nam trông ra thiền đường, nơi các tăng sĩ tụng niệm hầu như suốt ngày. Các vị này có cung cách rất đàng hoàng, và tu học tinh tấn .

Cửa sổ hướng Đông thì khác, nó hướng về một cái sân chơi, nơi các chú tiểu nhỏ như tôi thường tụ họp. Tôi thường ngạc nhiên khi thấy các chú trốn học và đôi khi họ đánh lộn nữa. Khi tôi còn rất nhỏ, tôi thường hay bám vào cầu thang để nhìn thấy các chú rõ hơn. Tôi không thể tưởng tượng được những điều mình nghe và nhìn thấy là sự thật. Trước tiên, các chú không tụng kinh. Nếu họ có chịu khó mở miệng ra, thì là họ hát chứ không tụng. Nhưng một số thì lại không hề hát mà chỉ lo chơi. Một chút sau là thế nào cũng có xung đột. Các chú có thể lôi cả bình bát bằng gỗ ra để choảng lên đầu nhau. Cảnh này gây nên một phản ứng kỳ lạ nơi tôi. Một mặt, tôi tự nhủ, mấy chú này thật là ngu quá, một mặt, tôi lại thèm muốn địa vị các chú đó. Họ hầu như không hề lo lắng chuyện gì cả. Nhưng khi họ đánh nhau dữ dằn thì tôi sợ hãi lánh xa ngay. Bên phía Tây, tôi nhìn thấy khu chợ. Đây dĩ nhiên là quang cảnh tôi ưa nhất. Tôi thường ngó ra một cách kín đáo, ngại có ai nhìn thấy tôi chăng. Vì mỗi khi thấy tôi, thì họ lại chạy tới cúi rạp đảnh lễ. Tôi chỉ có thể nấp sau bức màn cửa, tưởng như mình là một tội phạm vậy. Tôi nhớ lần thứ nhất hay thứ nhì ở tại Jokhang, hồi 7 hay 8 tuổi tôi đã thấy mình quả là lí lắc. Khi thấy mấy người ở phía dưới, tôi chui đầu ra khỏi màn cửa. Như chưa đủ, tôi còn thổi bong bóng bằng nước bọt cho rớt xuống đầu mấy người đang cúi lạy mình. Tuy nhiên, sau đó, tôi phải vui mừng mà nói rằng vị Đạt Lai Lạt Ma trẻ tuổi đã học được cách tự kiềm chế mình. Tôi rất ưa đảo mắt nhìn xuống các hàng quán, nhớ có lần tôi trông thấy một cây súng gỗ. Tôi bèn nhờ người xuống mua dùm. Tôi trả bằng tiền do người đi hành hương cúng dường. Tôi thỉnh thoảng mới dùng tới tiền đó, vì trên nguyên tắc, tôi không được phép giữ tiền. Thực ra, cho tới nay, tôi cũng chưa từng phải trực tiếp với tiền bạc, mọi chuyện chi thu đều do văn phòng bí thư phụ trách. Một trong những niềm vui khác khi tôi ở tại Jokhang, là tôi có dịp làm quen với một số người quét dọn. Khi nào rảnh là tôi chơi với họ, và tôi nghĩ khi tôi rời đó, họ cũng buồn y như tôi vậy Tôi nhớ một năm, sau khi kết bạn thân thiết với vài người ở đó, khi tôi trở lại kỳ sau, tôi không còn gặp họ nữa. Tôi hỏi người duy nhất còn sót lại, thì được biết mười người kia đã bị đuổi vì tội ăn trộm! Họ đục trần, vào phòng tôi để trộm những đồ có giá như đèn bằng vàng, hay vài thứ tương tự. Các bạn của tôi quý hóa thế đấy! Ngày cuối của lễ Monlam được tổ chức ngoài trời. Một bức tượng Phật Di Lặc, vị Phật của tương lai, dẫn đầu đám rước vòng quanh thành cổ. Con đường rước đó gọi là Lingkhor. Tôi được biết nó nay không còn tồn tại nữa, vì người Trung hoa đã mở rộng thủ đô, nhưng con đường Barkhor bao quanh sát ngay chùa Jokhang thì vẫn còn. Khi xưa, những tín đồ hành hương thường dặng lễ rạp người suốt dọc Lingkhor, như một bổn phận thiêng liêng. Ngay khi bức tượng rước quanh hết con đường vòng, dân chúng trở nên nhốn nháo, vì họ bắt đầu chú ý sang các hoạt động thể thao. Hai cuộc chạy đua của người và ngựa đều rất hấp dẫn. Ngựa không người cưỡi, được thả ra từ phía sau tu viện Drepung và được hướng dẫn cho chạy về phía trung tâm Lhasa. Ngay trước khi ngựa tới đích, các lực sĩ chạy đua quãng đường ngắn hơn cũng bắt đầu chạy về phía trung tâm thành phố. Cuộc đua vui nhộn vì cả người và ngựa cùng chạy đua một lúc. Một năm, có vài người đã nắm lấy đuôi ngựa để được nó kéo đi, sau đó bị tố cáo ngay. Đa số mấy người đó là người hầu của tôi. Tôi rất buồn khi thấy rằng họ sẽ bị phạt. Cuối cùng, lần đó tôi đã can thiệp giúp được họ. Cuộc lễ Monlam đã có ảnh hưởng sâu đậm vào dân Lhasa. Theo truyền thống, trong dịp này, vị trụ trì tu viện Drepung coi luôn việc quản trị thành phố. Ông bổ nhiệm một số tăng sĩ vào ban quản trị và giữ gìn an ninh, trật tự. Những người vi phạm trật tự đều bị phạt rất nặng. Vị trụ trì luôn luôn chú trọng vào sự sạch sẽ. Vì vậy, dịp lễ này là lúc cả thành phố rửa nhà cửa trắng bong và đường phố cũng được dọn dẹp thật sạch. Đối với một đứa nhỏ tuổi như tôi, lễ mừng năm mới có tục làm bánh Khabse hay Losar là quan trọng. Mỗi năm, vào dịp này, người đầu bếp của tôi lại làm những thứ bánh thật ngon, hình thù lạ mắt, rồi đem chiên dòn. Một lần, tôi nhất định tự tay làm một ít bánh. Làm thành công đến nỗi tôi tự cho là mình khéo lắm rồi, nên đòi vị giám sự nhà bếp cho tôi làm thêm nữa vào ngày hôm sau. Nhưng lần sau này, tôi đun dầu không đúng mức, nên khi thả bột vô, nó bùng nổ lên như hỏa diệm sơn vậy. Cánh tay mặt của tôi bị tấm dầu nóng, sưng phồng lên tức thì. Tôi chỉ nhớ về lúc đó, là có một người đầu bếp già hút thuốc luôn miệng và ít khi mất bình tĩnh, đã chạy tới, lấy một thứ giống như kem, bôi ngay vào tay tôi. Bình thường, ông ta là người rất vui tính, nhưng lúc đó thì trông ông thật bối rối. Tôi nhớ khuôn mặt sần sùi rất tức cười của ông, coi vừa nghiêm trọng, vừa không quên khịt khịt cái mũi đang hít thuốc.

Trong tất cả các lễ lạt, tôi thích nhất là tuần lễ diễn ca kịch, bắt đầu vào đầu tháng bảy mỗi năm. Rất nhiều các đoàn ca kịch, vũ công khắp xứ Tây tạng về thủ đô trình diễn ngay trên vùng đất gần bức tường vàng. Tôi thì phải coi họ từ từng chót của một căn lầu phía trong bức tường. Trong số khán giả, có cả các nhân viên chính phủ và phu nhân của họ. Đây là cơ hội để các bà khoe y phục và trang sức. Không phải chỉ phụ nữ mới thi đua với nhau đâu, mà mấy người dọn dẹp cho tôi ở Norbulingka cũng vậy. Từ mấy ngày trước hội, họ đã bỏ bao nhiêu thì giờ và công sức vào việc đi thuê, mướn y phục và trang sức để diện rồi. Họ mang các giỏ hoa đi dự hội, cũng là để dự thi luôn. Tôi không bao giờ quên được một người dọn phòng, anh ta luôn luôn đội một chiếc mũ đặc biệt, và rất hãnh diện vì nó. Cái mũ có tua dài, anh kết quanh cổ và vai một cách rất nghệ thuật. Quần chúng cũng tới coi ca kịch, mặc dù họ không có chỗ ngồi đặc biệt như các viên chức. Họ vừa tới coi trình diễn, vừa ngắm những bộ lễ phục ngoạn mục của các viên chức cao cấp. Trong dịp này họ cũng đi hành lễ vòng quanh bức tường vàng, tay cầm pháp luân. Pháp luân là cái ống tròn trên có chép kinh. Họ vừa xoay ống vừa đọc chú. Nhiều người không ở thủ đô cũng về dự, như người Khampas từ phương Đông, tóc họ dài thòng và được kết lại bằng tua 'màu đỏ. Các thương gia người Nepal và Sikhim từ phương Nam, và dĩ nhiên, cả những khôn mặt gầy gò nhỏ bé của dân du mục nữa. Mọi người ai nấy đều tìm cách mua vui một khả năng tự nhiên của dân Tây tạng. Chúng tôi là một dân tộc giản dị, không mong gì hơn những trò vui hay tiệc tùng. Có cả một số nhỏ tăng sĩ trong tu viện tham dự, nhưng vì như vậy là trái luật, nên họ phải cải trang. Thật là một thời gian hạnh phúc. Mọi người ngồi nói chuyện trong khi coi trình diễn. Những màn kịch quen thuộc đến độ khán giả thuộc lòng cả bài hát và vũ điệu. Hầu như ai cũng mang theo trà và bánh, và họ tới, họ đi thoải mái tự do. Phụ nữ mang cả con còn đang bú. Trẻ con chạy tới chạy lui la hét cười đùa. Chúng chỉ dừng lại giây lát khi có diễn viên mới xuất hiện, với y phục lạ lùng và lộng lẫy. Lúc đó, ngay cả các bô lão ngồi riêng, mặt lạnh lùng, bất động cũng sáng mắt lên, và các bà cũng chịu khó ngưng nói chuyện được một chút. Rồi mọi sự lại tiếp diễn. Suốt buổi, mặt trời soi ấm bầu không khí vui tươi, thanh khiết của miền núi. Chỉ khi các vở hài kịch bắt đầu, thì mới chắc chắn mọi người đều chăm chú theo dõi. Các diễn viên cải trang thành các tăng sĩ, ni cô, hay viên chức cao cấp, và cả Cốt Thánh của chính phủ nữa, cũng bị mang ra diễu.

Một trong những hội lễ quan trọng vào mùa hè là lễ Mahakala, bắt đầu vào ngày mùng 8 tháng 3 ta. Đó là ngày đầu tiên của mùa Hạ, các nhân viên chính phủ đều thay trang phục mùa hè. Đó cũng là ngày tôi rời từ Potala sang Norbulingka. Ngày 15 tháng 5 là lễ Zamling Chisang, ngày Cầu Nguyện Thế Giới, bắt đầu một tuần lễ nghỉ ngơi. Đa số thường dân tại Lhasa, trừ các vị sư, ni cô và các viên chức chính phủ, rủ nhau ra ngoài thành phố cắm trại vui chơi. Tôi cho là một số người không được phép cũng đã làm vậy, nhưng họ cải trang. Vào ngày 25 tháng 10, lại là lễ kỷ niệm ngày đức Tsonkapa tạ thế. Ông là một vị tăng vĩ đại đã cải cách Phật giáo Tây tạng và lập ra dòng tu Gelugpa. Cuộc lễ này có nghi lễ rước đuốc và thắp vô số các cây đèn đốt bằng bơ khắp thủ đô. Đây cũng là ngày bắt đầu mùa Đông, các viên chức trang phục quần áo mùa lạnh, và tôi miễn cưỡng dọn về Potala. Tôi chỉ mong mình lớn mau để có thể theo gương vị tiền nhiệm của tôi, sau lễ này, vẫn cứ về lại Norbulingka, là nơi ngài ưa thích hơn. Trong năm, cũng có những sinh hoạt thế tục, như hội chợ ngựa, vào tháng giêng. Vào mùa Thu, cũng có một hội chợ để dân du mục tới bán bò cho các đồ tể. Đây là thời gian tôi rất buồn. Tôi không thể chịu được khi nghĩ rằng những con vật đáng thương đó sắp bị giết. Khi nào nhìn thấy những con bò bị mang qua phía sau dinh Norbulingka để đem ra chợ, tôi cũng cố nhờ người ra mua. Như vậy tôi có thể cứu mạng chúng được. Trong những năm ấy tôi nghĩ đã cứu được cả mươi ngàn con bò, có lẽ nhiều hơn nữa. Khi nghĩ lại, tôi thấy tuy mình là đứa trẻ hư hỏng vô cùng, tôi cũng đã làm được vài việc thiện.

Chương III

Bão Tố Xâm Lăng

Vào ngày trước khi đại hội ca kịch mùa hè 1950 bắt đầu, khi tôi vừa bước ra khỏi phòng tắm ở Norbulingka, tôi bỗng thấy mặt đất dưới chân tôi rung chuyển, kéo dài tới mấy giây đồng hồ. Lúc đó trời đã khuya, và như lệ thường, tôi vừa tắm rửa vừa tán gẫu với một trong mấy người phụ cận. Nhà tắm nằm trong một tòa nhà nhỏ, cách nơi tôi ở chừng mấy thước, thế nên lúc đó, tôi đang đứng trong sân. Lúc đầu, tôi nghĩ, chắc lại là một cơn động đất khác, vì Tây tạng là xứ có khuynh hướng bị địa chấn luôn luôn. Tôi lại càng tin vậy, khi vào trong phòng, tôi thấy trên tường mấy bức tranh bị lệch đi. Tôi nhớ lại, một lần tôi còn ở trên lầu bảy của Potala khi bị động đất, tôi đã sợ chết khiếp. Nhưng lần này, không có gì đáng ngại vì Norbulingka chỉ là một tòa nhà hai tầng. Nhưng, ngay lúc đó, bỗng có tiếng nổ thật lớn từ xa. Tôi cùng mấy tùy tùng vội chạy ra ngoài coi sao. Chúng tôi nhìn lên trời, lại nghe thấy tiếng nổ khác, rồi tiếng nữa, tiếng nữa. Giống như pháo binh đang tập bắn. Chúng tôi tin rằng sự rung chuyển mặt đất và các tiếng nổ đó chắc đều là do quân đội tập luyện. Tất cả có chừng ba tới bốn chục tiếng nổ, tất cả đều phát xuất từ vùng Đông Bắc cả.

Ngày hôm sau, chúng tôi được biết rằng, đó không phải là quân đội luyện tập, mà là một hiện tượng thiên nhiên. Có người còn nhìn thấy bầu trời ánh đỏ lên ở phía có tiếng động. Và không phải chỉ tại vùng Lhasa mới nghe thấy, mà dân khắp xứ Tây tạng đều nghe: từ Chamdo, 400 dặm về phía đông, tới Sakya, 300 dặm phía Tây Nam. Tôi còn nghe nói, tại Calcutta (Ấn độ) người ta cũng nghe nữa. Khi hiện tượng lan rộng như vậy, là người ta bắt đầu cho đó không phải là động đất, mà chính là điềm thần thánh báo trước những chuyện ghê gớm sắp xẩy ra.

Ngay từ khi còn nhỏ, tôi đã rất chú ý tới khoa học. Vậy nên, tự nhiên là tôi muốn tìm hiểu hiện tượng đó một cách khoa học. Vài ngày sau, khi gặp Heinrich Harrer, tôi hỏi ông giải thích ra sao về chấn động và nhất là các hiện tượng kỳ lạ trên bầu trời. ông ta cho là hai hiện tượng đó chắc chắn phải liên quan tới nhau, rất có thể là vì vỏ quả đất bị nứt, vì núi non bị đội lên. Tôi thấy có lý, nhưng không chắc lắm. Tại sao vỏ trái đất nứt ra lại làm sáng trên bầu trời và gây ra những tiếng nổ như sấm sét, mà lại lan rộng tới như vậy được? Tôi cho là giả thuyết của ông Harrer không giải thích được tất cả câu chuyện. Ngay lúc này, tôi cũng vẫn nghĩ như vậy. Có lẽ khoa học sẽ có thể giải thích được, nhưng, riêng tôi tôi cảm thấy như những hiện tượng đó hiện giờ còn ngoài tầm hiểu biết của khoa học, còn đầy kỳ bí. Tôi chấp nhận dễ dàng hơn khi giải thích đó là những hiện tượng siêu hình. Dù cho đó là điềm báo từ trên trời hay chỉ là những tiếng động từ dưới đất, tình trạng xứ Tây tạng từ sau đó cũng đã suy sụp mau chóng. Như tôi đã nói, chuyện trên xảy ra trước hội ca diễn. Hai ngày sau, điềm xấu đã ứng hiện.

Trong một buổi coi diễn ca kịch, tôi bỗng thấy một liên lạc viên chạy về phía tôi. Khi gần tới lô ghế có vách bao quanh nơi tôi ngồi thì hắn được dẫn sang trình diện ông phụ chánh Tathag Rinpoché, ngồi cùng lô phía bên kia. Tôi biết ngay là có chuyện chẳng lành. Vì trong trường hợp thông thường, công chuyện của chánh phủ có thể để tới tuần sau. Tôi tò mò quá sức, không hiểu chuyện gì đã xảy ra, chắc phải là chuyện không hay rồi. Vì còn trẻ tuổi và chưa nắm quyền chánh trị, tôi biết sẽ phải đợi lúc nào Tathag Rinpoché thấy tiện mới nói cho tôi hay. Thế nhưng lúc đó tôi cũng biết có thể nhìn lén qua cái cửa sổ trên bức vách giữa nửa phòng phía ông và phía tôi, nếu leo lên đứng trên một cái tủ thấp. Khi người liên lạc viên bước vô, tôi nhón người lên, nín thở, bắt đầu dò thám ông phụ chánh. Tôi nhìn thấy rõ nét mặt ông khi đọc lá thư. Khuôn mặt trở nên thật nghiêm trọng. Sau vài phút, ông bước ra ngoài và tôi nghe thấy ông ra lệnh triệu tập hội đồng nội các. Sau đó thì tôi hiểu rằng, lá thư gởi cho vị phụ chánh là điện tín của chánh quyền vùng Chamdo, báo cáo lính Trung quốc đã tấn công một đồn trú Tây tạng, làm tử thương vị sĩ quan tại đó. Đây quả là một tin nghiêm trọng. Mùa Thu năm trước, đã có tin Cộng sản Trung quốc cho quân lấn qua biên giới xứ tôi. Họ tuyên bố muốn giải phóng Tây tạng ra khỏi sự áp bức của đế quốc xâm lược, không biết là họ ám chỉ ai. Năm 1949, tất cả các viên chức Trung quốc sống tại Lhasa đã bị trục xuất. Coi bộ người Trung hoa sắp thi hành lời hăm dọa trên. Tôi biết rõ xứ tôi chỉ có cả thảy 8500 người vừa quân vừa tướng. Không thể so sánh với quân đội nhân dân Trung quốc vừa chiến thắng trong chiến tranh giải phóng ở xứ họ.

Tôi không còn nhớ chuyện gì khác về mùa ca kịch năm đó, ngoài chuyện lòng tôi nặng chĩu lo âu. Ngay cả vũ điệu ma quái, với các vũ công trang phục cầu kỳ, có người hóa trang thành những bộ xương đóng vai thần chết, múa theo nhịp trống chậm và đều theo lối cổ, cũng không còn hấp dẫn được tôi nữa. Hai tháng sau đó, vào tháng mười, điều đáng sợ nhất đã xây ra cho chúng tôi: Lhasa nhận được tin 80,000 quân giải phóng nhân dân Trung quốc đã vượt qua sông Chamdo vào Tây tạng. Đài phát thanh Trung quốc loan báo nhân ngày kỷ niệm Cộng sản Trung hoa chấp chánh, cuộc "giải phóng hòa bình" đã bắt đầu ở Tây tạng: Cái rìu đã bổ xuống! Và không bao lâu, Lhasa sẽ phải thất thủ.

Chúng tôi không thể nào chống cự được một cuộc xâm lăng dữ dội như thế. Không những thiếu nhân lực, quân đội Tây tạng còn bị thiếu võ khí tối tân, và cũng không được huấn luyện. Trong thời kỳ nhiếp chính, chuyện đó đã không được chú trọng. Vì đối với người dân Tây tạng, vốn yêu chuộng hòa bình, gia nhập quân đội là một lối sống thấp nhất. Binh sĩ thường bị coi ngang hàng với những người đồ tể.

Dù người ta đã vội vã chuyển quân từ các nơi khác về thủ đô, và tuyển quân mới, nhưng đối với quân đội Trung quốc thì lính Tây tạng không có giá trị gì. Cũng chẳng cần đoán kết quả sẽ thế nào nếu như chúng tôi có một chính sách quân sự khác. Chỉ biết rằng Trung quốc đã bị thương vong khá nhiều khi chinh phục Tây tạng. Tại vài nơi, họ đã gặp sức chiến đấu dũng mãnh. Ngoài tổn thất vì chiến tranh, họ còn gặp nhiều khó khăn vì vấn đề tiếp vận và khí hậu khốc liệt nữa. Nhiều binh sĩ bị chết đói, một số chết bệnh vì không quen sống trên núi cao. Bệnh vì sống trên núi cao này đã làm khổ và nhiều khi làm chết người ngoại quốc sống tại Tây tạng. Nhưng về phương diện chiến đấu, thì dù quân Tây tạng có đông và huấn luyện kỹ tới đâu, cuối cùng cũng thua trận mà thôi. Dân số Trung hoa nhiều hơn dân Tây tạng cả hơn một trăm lần.

Thế giới đều biết về vụ xâm lăng Tây tạng. Chánh phủ Ấn độ, được chánh quyền Anh quốc ủng hộ, đã lên tiếng phản đối Cộng hòa Nhân dân Trung quốc, nói rằng cuộc xâm lăng đó là một vi phạm hòa bình. Ngày 7 tháng 11 năm 1950, hội đồng nội các Tây tạng và chánh phủ kêu gọi Liên hiệp quốc can thiệp. Nhưng đáng tiếc thay, vì chánh sách hòa bình trong cô lập, Tây tạng chưa bao giờ xin gia nhập Liên hiệp quốc, nên dù có gởi thêm hai điện văn nữa trong cuối năm ấy, cũng không có hồi âm. Càng gần tới mùa đông, và tin tức càng xấu thì người ta bàn tới chuyện trao quyền chính trị cho Đạt Lai Lạt Ma, dù còn hai năm tôi mới chính thức trưởng thành. Mấy người bồi phòng cho tôi hay là phía ngoài thành Lhasa, người ta dán những bích chương đả kích chính phủ và đòi tôi lên ngôi nhiếp chánh ngay. Có cả những bài hát nói về chuyện này nữa. Có hai phái: một bên mong tôi lên lãnh đạo trong cơn nguy biến này, một bên cho là tôi còn quá trẻ để đảm đương trách nhiệm. Tôi đồng ý với nhóm thứ hai, nhưng tiếc thay, không ai hỏi ý kiến tôi. Chánh phủ lại quyết định thỉnh ý Thần linh qua ông Cốt Thánh. Buổi lễ thỉnh ý thật là hồi hộp. Người nhập cốt (Kuten), bước xiêu vẹo vì đội một cái mũ rất nặng, đã tiến tới chỗ tôi ngồi, đặt một tấm khăn lụa trắng lên đùi tôi và nói "Thu-la-bap", có nghĩa là "Thời của ông ta đã tới": Thần bảo quốc Dorje Drakden đã lên tiếng. Ngay sau đó, phụ chính Tathag Rinpoché sửa soạn từ chức, dù ông vẫn tiếp tục là vị sư trưởng chánh của tôi. Các chiêm tinh gia chỉ còn việc lựa ngày cho tôi đăng quang. Họ chọn ngày 17 tháng 11 năm 1950, là ngày tốt nhất trong thời gian cuối năm đó. Tôi thật buồn bã vì những diễn tiến này. Trước đây một tháng, tôi còn là một thanh niên vô tư, chỉ chờ tới mùa xem ca kịch. Bây giờ, tôi phải trực diện với chuyện lãnh đạo một quốc gia đang sửa soạn chiến tranh. Nhưng khi hồi tưởng lại, thì đáng lẽ tôi không nên ngạc nhiên mới đúng. Vì từ mấy năm nay rồi, ông Cốt đã công khai tỏ ra coi thường chánh phủ trong khi rất tôn kính đối với tôi.

Một ngày đầu tháng 11, vào khoảng hai tuần lễ trước ngày tôi lên ngôi, ông anh lớn của tôi tới Lhasa. Thật khó mà nhận ngay ra anh. Nay anh là Taktser Rinpoché, tu viện trưởng tu viện Kumbum, nơi tôi đã sống 18 tháng cô đơn sau khi được khám phá là hóa thân Đạt Lai Lạt Ma. Khi nhìn thấy anh là tôi biết ngay anh đã đau khổ vô cùng. Anh ở trong một tình trạng tiều tụy vì căng thẳng và lo lắng. Anh lắp bắp kể chuyện cho tôi nghe: Amdo, nơi chúng tôi sanh trưởng và nơi có tu viện Kumbum, vì nằm ngay gần biên giới nên đã bị quân Trung quốc chiếm đóng nhanh chóng. Sau đó, ngay lập tức, anh gặp đủ mọi khó khăn. Các sinh hoạt của tăng sĩ bị giới hạn, anh thì bị giữ như tù nhân trong tu viện. Người Trung quốc vừa cố gắng thuyết phục anh theo chủ nghĩa Cộng sản, vừa tìm cách hạ bệ anh. Họ đề nghị để cho anh được tự do về Lhasa, với điều kiện là anh phải thuyết phục tôi công nhận sự cai trị của Trung cộng. Nếu tôi chống lại, thì anh phải giết tôi. Khi đó anh sẽ được tương thưởng. Thật là một đề nghị kỳ lạ. Trước tiên, ý nghĩ giết hại một sinh mạng đã là một điều phạm đại giới trong đạo Phật. Người Trung quốc khi đề nghị anh đi ám sát Đạt Lai Lạt Ma để mưu cầu tư lợi chứng tỏ là họ không biết gì về tâm hồn dân Tây tạng. Một năm sau khi thấy cộng đồng tu viện bị đảo lộn dưới ách người Trung quốc, anh tôi đã đi tới quyết định phải tìm cách về Lhasa để báo động cho tôi và chánh phủ biết Tây tạng sẽ ra sao nếu nước chúng tôi bị Trung quốc chinh phục. Để thi hành kế đó, chỉ có cách là anh phải tỏ ra hợp tác và chấp nhận đề nghị của họ. Tôi sững người khi nghe anh kể chuyện này.

Cho tới nay, hầu như tôi không hiểu biết gì về Trung quốc. Chế độ Cộng sản thì tôi lại hoàn toàn không biết, tôi chỉ biết rằng họ đã làm khổ dân Mông cổ rất nhiều. Ngoài ra, tôi chỉ biết về họ nhờ nhìn qua vài trang báo Life cũ kỹ tình cờ tôi được đọc Nhưng anh tôi đã nói rõ không những họ vô tôn giáo, mà họ còn chống lại sự thờ phụng tôn giáo nữa. Tôi rất sợ khi Taktser Rinpoché nói rằng, anh thấy chỉ có một hy vọng duy nhất cho chúng tôi là cầu viện ngoại quốc để chiến đấu chống Trung cộng bằng võ lực. Phật giáo cấm sát sanh, nhưng anh nói trong vài trường hợp, điều này có thể được biện minh. Theo anh tôi, thì đây là trường hợp mình có thể biện minh. Anh sẵn sàng cởi bỏ áo thầy tu, ra ngoại quốc vận động cho Tây tạng. Anh sẽ tìm cách gặp người Mỹ. Anh nghĩ, chắc chắn họ sẽ ủng hộ cho Tây tạng được tự do.

Tôi nghe anh nói mà vô cùng sửng sốt. Nhưng trước khi tôi kịp có phản ứng, thì anh đã khuyên tôi nên rời Lhasa. Dù đã có một số người bàn tới chuyện này, nhưng không mấy người ủng hộ ý kiến đó. Anh tôi năn nỉ tôi nên nghe lời anh khuyên, dù cho đa số không đồng ý. Đã nguy cấp lắm rồi, và bằng bất cứ giá nào cũng cũng không thể để tôi rơi vào tay người Trung quốc. Sau khi gặp tôi, anh gặp gỡ một số nhân viên chánh phủ trước khi rời thú đô. Tôi gặp anh thêm một hay hai lần nữa, nhưng không thể lay chuyển nổi các đề nghị của anh. Kinh nghiệm cay đắng của anh trong năm qua đã khiến cho anh nghĩ là không còn con đường nào khác. Tuy nhiên tôi không suy nghĩ nhiều về chuyện này, vì còn đang bận lo chuyện khác. Chỉ còn vài ngày nữa tôi đã phải làm lễ đăng quang rồi! Để đánh dấu ngày lên nhiếp chánh, tôi ban lệnh đại xá. Tất cả các tù nhân được trả tự do, nghĩa là nhà tù Shol sẽ trống rỗng. Tôi hài lòng vì có dịp làm chuyện này, dù có lúc tôi có chút luyến tiếc. Một thứ tình thân hữu đặc biệt đã chấm dứt. Khi tôi đưa viễn vọng kính lên, nhìn sang sân nhà tù, chỉ còn mấy con chó đang sục sạo đồ ăn dư. Hầu như tôi vừa mất một thứ gì đó trong đời.

Buổi sáng ngày 17, tôi dậy sớm hơn thường lệ một hay hai tiếng đồng hồ. Trời còn tối. Khi tôi thay y phục, người hầu cận đưa cho tôi một miếng vải xanh lá cây để thắt lưng, theo lệnh của một chiêm tinh gia. Ông ta tin rằng màu xanh đó sẽ đem lại may mắn. Tôi nhất định không ăn sáng, vì biết rằng cuộc lễ khá lâu, tôi không muốn bị cái "cái bàng quang" làm phiền giữa buổi lễ. Nhưng ông chiêm tinh gia lại yêu cầu tôi ăn một trái táo trước khi hành lễ. Tôi nhớ ăn trái táo mà nuốt mãi mới trôi. Sau đó, tôi đi tới chánh điện, nơi nghi lễ sẽ được cử hành vào lúc rạng đông: Khung cảnh đúng ra phải rất huy hoàng; với các viên chức chánh phủ và nhân viên ngoại giao cư ngụ tại Lhasa hiện diện trong lễ phục lộng lẫy. Nhưng vì trời tối quá, nên tôi không thấy rõ mọi chi tiết. Trong buổi lễ, tôi được trao cho một cái bánh xe bằng vàng, tượng trưng cho uy quyền thế tục mà tôi phải đảm đương. Tôi không nhớ gì nhiều, chỉ nhớ là tôi rất muốn đi giải quyết cái bàng quang đầy ứ. Tôi cho là tại ông chiêm tinh gia. Bắt tôi ăn táo vào sáng sớm để tôi đến nỗi này. Từ trước tới giờ tôi vốn không tin các nhà chiêm tinh, nay lại càng không tin hơn. Tôi luôn luôn nghĩ rằng những ngày trọng đại nhất trong cuộc đời là ngày sanh ra và ngày chết, thì các chiêm tinh gia không đoán nổi, vậy cớ gì mình phải tin những chuyện lặt vặt khác? Dù sao, đó cũng chỉ là ý kiến của cá nhân tôi. Nó không có nghĩa là tôi cho rằng ngành chiêm tinh tại Tây tạng nên dẹp bỏ. Đối với văn hóa chúng tôi, thì chiêm tinh là một sinh hoạt rất quan trọng. Trong buổi lễ hôm đó, tôi càng ngày càng thấy khó chịu. Cuối cùng tôi phải tìm cách nhắc khẽ ông chủ lễ là nên làm cho mau mau. Nhưng nghi lễ thì dài và phức tạp, khiến tôi bắt đầu tưởng không bao giờ chấm dứt. Sau cùng khi lễ nghi chấm dứt, tôi thấy mình bỗng trở thành người lãnh đạo của sáu triệu dân, đương đầu với một cuộc chiến tranh toàn diện. Và tôi chỉ mới có 15 tuổi! Thật là một tình trạng tuyệt vọng. Nhưng tôi thấy ngay, bổn phận của tôi là làm bất cứ cách nào tránh được tai họa này.

Việc đầu tiên là tôi bổ nhậm hai vị tân thủ tướng. Lý do phải bổ nhậm hai vị thủ tướng, vì trong chánh phủ Tây tạng, tất cả các chức vụ đều do hai người đảm trách, một thường dân, một tăng sĩ. Điều này được quy định từ thời Đạt Lai Lạt Ma thứ năm, khi ngài phải nhận nhiệm vụ thế tục bên cạnh nhiệm vụ lãnh đạo tinh thần. Điều đáng tiếc là dù trong quá khứ, hệ thống này rất hữu hiệu, đến thế kỷ hai mươi này, nó không còn hợp thời nữa. Ngoài ra, hầu như sau hai mươi năm trong thời kỳ nhiếp chánh chánh phủ đã trở nên đầy tham nhũng, như tôi có lần nói tới. Tất nhiên, ít khi có những cải tổ được ban hành. Không phải cứ Đạt Lai Lạt Ma muốn cải tổ là xong, mà đề nghị phải đưa qua thủ tướng, rồi hội đồng nội các, rồi tới các nhân viên hành pháp thuộc cấp, và sau cùng qua nghị viện. Nếu có một người phản đối, thì đề nghị đó sẽ rất khó thông qua xuống dưới .

Nghị viện quốc gia khi muốn đề nghị cải tổ cũng

phải theo thủ tục như thế, đi theo chiều ngược lại. Khi một văn kiện luật pháp cuối cùng trình lên Đạt Lai Lạt Ma, tôi có thể đề nghị sửa đổi, bằng cách viết lên một mảnh giấy đính kèm vào nguyên bản, rồi lại chuyển xuống theo hệ thống để chờ được chấp thuận. Sự cải tổ lại càng khó khăn hơn vì cộng đồng Phật giáo sợ hãi ảnh hưởng ngoại quốc mà họ cho là chỉ làm hại cho tôn giáo. Biết về các khó khăn này, tôi đã chọn Tăng sĩ Lobsang Tashi làm thủ tướng, và phía thường dân, là một nhà hành chánh kinh nghiệm, ông Lukhangwa. Sau khi bổ nhiệm xong hai thủ tướng, tôi thảo luận với hội đồng nội các việc gởi phái đoàn sang Mỹ châu, Anh quốc và xứ Nepal để yêu cầu họ can thiệp bênh vực Tây tạng. Một phái đoàn khác qua Trung quốc thương thảo, hy vọng họ sẽ rút quân. Các phái đoàn lên đường vào cuối năm. Sau đó ít lâu quân Trung quốc tăng cường nhiều ở miền Đông, nên tôi cùng các viên chức cao cấp quyết định rời xuống miền Nam Tây tạng. Như vậy, khi tình hình kiệt quệ, tôi có thể ty nạn dễ dàng qua Ấn độ. Trong khi đó, Lobsang Tashi và Lukhangwa ở lại Lhasa xử lý thường vụ việc nước, tôi mang quốc ấn theo tôi.

Chương IV

LÁNH NẠN Ở MIỀN NAM

Có rất nhiều việc phải thu xếp, nên mãi mấy tuần lễ sau chúng tôi mới rời kinh đô được. Hơn nữa mọi việc sửa soạn đều phải bí mật. Thủ tướng chính phủ ngại rằng, nếu tin Đạt Lai Lạt Ma ra đi bị tiết lộ, thì mọi người sẽ hoảng sợ. Tuy nhiên, tôi vẫn nghĩ rằng, nhiều người đã biết chuyện, khi thấy các đoàn ngựa chở hành lý cồng kềnh đi trước, trong đó có tới năm hay sáu chục thùng châu báu, hầu hết là những thỏi vàng, nén bạc từ trong kho của Potala, mà tôi không được biết. Đây là do ý kiến của ông cựu giám sự y phục Kenrap Tenzin, nay mới được bổ nhiệm làm chánh văn phòng. Tôi rất tức giận khi biết chuyện này, không phải vì tôi quan tâm tới vấn đề vàng bạc, mà vì tự ái của một người trẻ tuổi bị tổn thương. Tôi có cảm tưởng Kenrap Tenzin không nói cho tôi biết, nghĩa là ông vẫn coi tôi như một đứa bé con.

Tôi đợi ngày ra đi, trong lòng vừa lo lắng, vừa hy vọng. Một mặt, tôi cảm thấy khổ tâm khi phải bỏ rơi dân chúng. Tôi cảm thấy có trách nhiệm nặng nề đối với họ. Mặt khác, tôi lại náo nức vì sắp được đi xa. Tôi càng bị khích động hơn khi người cố vấn bảo tôi nên cải trang thành một cư sĩ bình thường. Ông ta ngại dân chúng có thể cản trở tôi khi họ biết chuyện. Ông khuyên tôi nên giữ hành tung bí mật, làm cho tôi rất thú vị. Không những tôi sắp được quan sát nhiều thứ trong xứ, tôi còn được đóng vai một quan sát viên bình thường, không phải là Đạt Lai Lạt Ma.

Chúng tôi rời Lhasa lúc đêm khuya. Trời không lạnh lắm và trên trời, sao sáng vằng vặc. Tôi không thấy sao tại nơi nào sáng bằng sao trên nền trời Tây tạng. Không gian rất tĩnh lặng, nên mỗi lần có con ngựa nào trượt chân, là tôi lại đứng tim. Chúng tôi lẻn đi từ dưới chân lâu đài Potala, qua Norbulingka và tu viện Drepung. Nhưng tôi cũng không thật sự sợ hãi. Nơi chúng tôi phải tới là Dromo (đọc là Tromo), xa 200 dặm, ngay giáp biên giới xứ Sikkim. Cuộc hành trình ít nhất sẽ kéo dài mười ngày, nếu không gặp rủi ro. Nhưng chỉ vài ngày sau là chúng tôi đã gặp trắc trở. Tại một ngôi làng hẻo lánh tên là làng Jang, tăng sĩ từ các tu viện Ganden, Drepung và Sera đang dự khóa tranh luận mùa Đông. Khi họ thấy phái đoàn kềnh càng của chúng tôi thì họ hiểu ngay đây không phải là một chuyến di chuyển bình thường. Phái đoàn tôi đi ít nhất tới 200 người, trong đó có năm mươi nhân viên cao cấp trong chánh phủ, và mấy trăm con vật chở đồ đạc. Các tăng sĩ đoán thế nào cũng có tôi trong đoàn. May thay, tôi đi ngay trên đầu đoàn, và đã cải trang khéo léo, nên không bị ai ngăn lại cả. Nhưng khi đi qua mặt họ, tôi thấy các tăng sĩ vô cùng xúc động. Nhiều người chảy nước mắt. Chỉ một chút sau, Ling Rinpoché đi phía sau tôi bị chặn lại. Tôi liếc nhìn lại thấy họ đang năn nỉ ông ta hãy đưa tôi quay về. Thật là giây phút căng thẳng cực độ. Ai cũng đầy xúc động. Các tăng sĩ hết sức tin tưởng vào tôi như vị thần bảo hộ, họ không thể tưởng tượng được người hộ trì họ lại nỡ bỏ rơi họ. Ling Rinpoché giải thích rằng tôi sẽ đi xa không lâu, và các tăng sĩ miễn cưỡng đồng ý để chúng tôi tiếp tục cuộc hành trình. Rồi họ đảnh lễ, nằm rạp xuống đường, khẩn khoản xin tôi trở về càng sớm càng tốt. Sau câu chuyện rủi ro này, chúng tôi không gặp trở ngại nào khác. Và tôi, vẫn luôn luôn cải trang, thường đi lên phía đầu phái đoàn, tìm cách dừng lại nói chuyện cùng dân chúng khi có dịp. Tôi thấy rõ mình có cơ duyên được tiếp xúc với đời sống thật của đồng bào tôi, bằng cách trò chuyện với họ, mà không lộ diện. Do đó, tôi biết được những điều bất công nhỏ mà dân tôi phải gánh chịu, và tôi quyết định sẽ ráng giải quyết ngay khi có thể để giúp họ.

Chúng tôi tới Gyantse (thành phố lớn thứ tư của Tây tạng), sau gần một tuần lễ di chuyển. Tới đây, chúng tôi không thể giữ bí mật được nữa. Hàng trăm người tới chào đón tôi. Một toán ky binh Ấn độ, họ đóng tại đó để hộ vệ ủy hội thương mại Ấn, cũng dàn hàng chào đón. Nhưng chúng tôi không có thì giờ cho nghi lễ nữa. Chúng tôi vội vã ra đi, và tới Dromo vào tháng giêng năm 1951, sau nửa tháng hành trình. Chúng tôi ai nấy đều mệt lả. Nhưng cá nhân tôi thì vô cùng thích thú. Nơi tôi tới không có gì đặc biệt, chỉ là dăm ngôi làng nằm kế bên nhau, nhưng nó có một vị trí rất đặc sắc. Vùng này nằm ngay nơi thung lũng Amo-Chu xẻ ra làm hai, cao độ khoảng 9000 feet. Một con sông chảy ngay dưới thung lũng rất gần làng, ta có thể nghe thấy tiếng nước chảy ào ào đêm ngày. Kế bên sông, đồi núi chập chùng. Tại vài khúc, bờ sông là những vách đá dựng đứng, dốc ngược lên tới bầu trời xanh trong như pha lê. Gần đó là những đỉnh núi cao chót vót làm cho phong cảnh Tây tạng vừa hùng vĩ vừa như đe dọa. Đó đây, những cụm thông hay đám hoa đỗ quyên tô điểm cho đồng cỏ xanh mướt. Khí hậu vùng này ẩm thấp. Vì gần bên đồng bằng Ấn độ, nên Dromo cũng có mùa mưa. Tuy vậy, ngay trong mùa mưa mặt trời cũng xuất hiện luôn, nắng xuyên qua những giải mây vĩ đại, dội xuống thung lũng một ánh sáng lấp lánh huyền ảo. Tôi mong có lúc được đi thăm vùng này, trèo lên những ngọn núi thấp vào mùa xuân khi hoa dại đua nở, nhưng lúc này, còn tới mấy tháng mới hết mùa Đông.

Khi tới Dromo, tôi ở tạm trong nhà một viên chức địa phương, người đã từng gửi tặng tôi đồ chơi và táo. Sau đó, tôi dọn tới Dungkhar, một tu viện nhỏ nằm trên đỉnh đồi, từ đó, tôi có thể nhìn bao quát tất cả thung lũng Dromo. Không bao lâu, chúng tôi đã ổn định được đời sống, và tôi trở lại với thời biểu thường nhật: tụng kinh, ngồi thiền, tĩnh tu và học. Mặc dù tôi mong ước có được nhiều thì giờ rảnh rang hơn, và dù còn tiếc nhớ tới những trò giải trí tại Lhasa, tôi cũng đã cảm thấy trong tôi có điều gì đang thay đổi. Có lẽ đó là vì tôi được tự do, ít bị gò bó với những nghi lễ cứng nhắc như khi còn ở Lhasa. Và dù tôi nhớ nhung những người bạn đã hầu hạ, quét dọn, thì bù lại, tôi lại có nhiều trách nhiệm hơn nên bớt nhớ đi. Cuộc hành trình đi lánh nạn này chắc chắn đã khiến tôi thấy cần phải học hỏi càng nhiều càng tốt. Dân tộc tôi tin tưởng ở tôi, vì họ tôi sẽ phải trở nên con người thiện hảo nhất theo khả năng tôi có thể làm được. Một sự kiện ý nghĩa đã xảy ra sau khi tôi tới Dromo ít lâu: một vị sư Tích lan (Sri Lanka) đã tới, trao cho tôi một miếng xá lợi rất quý. Tôi tiếp nhận xá lợi trong một buổi lễ rất cảm động.

Vì Lukhangwa và Lobsang Tashi còn ở lại Lhasa, nay tôi chỉ có các cố vấn là chánh văn phòng, nội các Kashag, trưởng giáo Ling Rinpoché, và phụ giáo mới nhậm chức Trijang Rinpoché. Anh cả tôi là Taktser Rinpoché cũng có đây. Anh tới nơi này từ vài tuần trước, trên đường qua Ấn độ. Tin xấu đầu tiên đến với chúng tôi là các phái đoàn chúng tôi gởi ra ngoại quốc chỉ có phái đoàn đi Trung hoa là tới đích. Các phái đoàn khác đều bị từ chối. Thật là một điều khốc hại. Tây tạng luôn luôn giữ tình hữu nghị với Nepal và Ấn độ. Họ cũng là những nước láng giềng gần cận chúng tôi nhất. Về phía Anh quốc, thì do chuyến đi của đại tá Younghusband, suốt gần nửa thế kỷ Anh quốc đã có văn phòng ngoại thương tại Tây tạng. Từ sau khi Ấn độ được độc lập, văn phòng này cũng vẫn do ông Hugh Richardson điều khiển. Vậy ngày nay, làm sao tin được rằng chính quyền Anh có thể đồng ý việc Trung quốc đòi cai trị Tây tạng? Họ hầu như đã quên, trong quá khứ, khi ông Younghusband ký thỏa ước với Tây tạng là ông ta đã công nhận chủ quyền quốc gia của xứ này. Ngoài ra, trong hội nghị Simla, năm 1914, họ đã mời Trung hoa và Tây tạng như hai quốc gia độc lập. Dân tộc Anh và dân tộc Tây tạng vẫn luôn luôn giao hảo. Dân tôi rất kính trọng người Anh vì họ lịch sự, công bằng và có óc hài hước.

Về phía Hoa kỳ, năm 1948 phó tổng thống Mỹ đã tiếp kiến phái đoàn ngoại thương của Tây tạng. Vậy là nay họ cũng đổi lập trường. Tôi nhớ, lúc đó tôi buồn lắm, vì hiểu rằng chúng tôi sẽ phải một mình đương đầu với cường quyền Cộng sản Trung hoa mà thôi. Tất cả các phái đoàn đã về tới nơi, chỉ trừ một phái đoàn về sau vài tuần lễ. Sau đó thống đốc vùng Chamdo là Ngabo Ngawang Jigme đã gởi về tôi một bản báo cáo dài. Lúc này, phần lớn miền Chamdo đã bị Trung cộng xâm chiếm, một thương gia hàng đầu trong vùng phải cầm bản phúc trình về Lhasa, đưa tận tay hai vị thủ tướng, để họ chuyển tới tôi. Bản báo cáo thuật tường tận những chi tiết đen tối và đau thương về mối đe dọa của người Hoa và nói rõ rằng nếu không tìm ra một giải pháp, thì quân Trung cộng sẽ tiến tới Lhasa nay mai. Nếu chuyện đó xảy ra nhiều người chắc chắn sẽ bị giết nên tôi muốn tránh bằng bất cứ giá nao. Ngabo cho rằng chúng tôi chỉ còn cách thương thuyết. Nếu chánh quyền Tây tạng đồng ý, và nếu cho ông ta thêm vài phụ tá, ông sẽ đích thân sang Bắc kinh (thủ đô Trung quốc) thương thuyết với họ. Tôi liên lạc với hai vị thủ tướng ở Lhasa để hỏi ý kiến. Họ cho rằng, đáng lẽ cuộc thương thuyết nên diễn ra tại Lhasa, nhưng vì tình trạng tuyệt vọng, chúng tôi phải tới Bắc kinh vậy. Vì Ngabo đã không ngần ngại, tự nguyện đảm đương trách nhiệm, và tôi vốn biết ông ta là một viên chức quả quyết, tôi đồng ý gởi ông ta qua Bắc kinh. Tôi cũng gởi thêm hai viên chức từ Dromo, hai người nữa từ Lhasa tháp tùng theo ông. Tôi hy vọng ông ta sẽ nói cho các lãnh tụ Trung quốc hiểu rằng, chúng tôi không cần họ "giải phóng", chúng tôi chỉ muốn tiếp tục sống hòa bình bên nước láng giềng vĩ đại thôi.

Trong khi đó, mùa Xuân đã trở về, tràn trề khắp cảnh thiên nhiên. Đồi núi trải đầy các loài hoa dại, đồng cỏ mang một màu xanh mới, và không gian sực nức mùi hương tươi mát, kỳ ảo của hoa lài, hoa kim ngân (honeysuckle) và hoa oải hương (lavender). Từ trong phòng tu viện, tôi có thể nhìn xuống bờ sông, nơi các nông dân tới chăn cừu, trâu yak và bò. Tôi cũng ngắm nhìn một cách thèm thuồng mỗi ngày khi thấy nhiều nhóm người đi chơi, nhóm lửa nấu nướng ngay sát bờ nước. Tôi thích phong cảnh này quá đến nỗi tôi đã can đảm xin thầy Ling Rinpoché cho tôi được mấy ngày nghỉ ngơi. Chắc ông ta cũng thông cảm, nên đã cho phép tôi nguyên một kỳ nghỉ học. Tôi nhớ mình chưa bao giờ sung sướng như vậy khi được lang thang quanh vùng đó mấy ngày. Có lần tôi tới thăm một tu viện đạo Bon. Tôi chỉ buồn vì biết rằng còn nhiều việc rối ren trước mặt. Chẳng bao lâu nữa, tôi sẽ nghe Ngabo báo cáo từ Bắc kinh. Tôi đã sửa soạn nhận tin dữ, nhưng, tôi thật không thể ngờ được nó kinh khủng tới như vậy.

Tại tu viện, chúng tôi có một cái radio cũ chạy bằng pin 6 volt. Mỗi tối, tôi đều nghe bản tin tiếng Tây tạng của đài phát thanh Bắc kinh. Đôi khi tôi cùng nghe với một vài viên chức, nhưng thường là tôi nghe một mình. Phần lớn buổi phát thanh là để tuyên truyền về "Mẫu Quốc Vinh Quang", nhưng tôi cũng phải nói là tôi rất thán phục về những điều tôi nghe được. Họ luôn luôn nói tới các tiến bộ kỹ nghệ và sự bình đẳng của mọi người dân Trung hoa. Hầu như cả vật chất lẫn tinh thần đều tiến bộ nhịp nhàng tuyệt diệu cả. Thế rồi, một buổi tối, tôi ngồi nghe radio một mình, thì có một chương trình lạ. Một giọng nói chối tai như roi quất, loan tin một "thỏa ước" Mười Bảy Điểm để Giải phóng Tây tạng trong hòa bình vừa được chánh phủ Cộng hòa Nhân dân Trung hoa ký kết với cái gọi là "chánh quyền địa phương" của Tây tạng. Tôi không thể tin được điều mình nghe. Tôi muốn chạy ra kêu mọi người vô, nhưng tôi ngồi chết sững.

Xướng ngôn viên diễn tả "trong hàng trăm năm qua" các lực lượng đế quốc đã xâm nhập Tây tạng và "bày đủ trò lường gạt, khiêu khích". Do đó, đài nói, "quốc gia và dân tộc Tây tạng đã bị chìm đắm trong nô lệ và đau khổ". Tôi tưởng như thân mình bị đau nặng khi phải nghe những lời tuyên truyền và bịa đặt trắng trợn này. Nhưng, còn tệ hại hơn nữa: trong thỏa ước, điều thứ nhất nói: "Dân tộc Tây tạng sẽ đoàn kết lại để đánh đuổi tay sai đế quốc ra khỏi xứ, và sẽ quay về với đại gia đình Tổ quốc là Cộng hòa Nhân dân Trung hoa". Như vậy nghĩa là sao? Quân Mãn châu, năm 1912 là lực lượng ngoại xâm cuối cùng chiếm đóng Tây tạng. Tôi biết lúc đó chỉ có chừng dăm người Âu tây cư trú trong xứ tôi mà thôi. Cái ý tưởng "trở về với đất mẹ" của họ, thật là vô liêm sỉ! Tây tạng chưa bao giờ thống thuộc Trung Hoa. Ngược lại, như tôi đã từng kể, Tây tạng thuở xưa đã có lần chiếm một phần lớn đất Trung Quốc. Hơn nữaa\, chúng tôi là một chủng tộc có giòng giống và đạo đức khác hẳn họ. Khộng nói cùng thứ ngôn ngữ cũng không viết cùng thứ chữ. Ủy ban quốc tế của các luật gia đã ghi rõ: "Việc trục xuất người Trung quốc ra khỏi lãnh thổ Tây tạng năm 1912 có thể được mô tả đó là sự xác nhận trong thực tế một quốc gia độc lập ...Vậy thời biến cố các năm 1911- 1912 đánh dấu sự tái xuất hiện của xứ Tây tạng như một quốc gia trong thực tế cũng như trong pháp lý, độc lập đối với Trung Hoa."

Điều nguy hiểm hơn nữa là Ngabo chưa được ủy quyền đại diện tôi để ký kết bất cứ văn bản nào, ông chỉ có quyền thương thuyết vì quốc ấn tôi còn giữ tại Dromo để đề phòng chuyện này. Vậy thì chắc ông ta đã bị cưỡng bách phải ký kết. Mãi mấy tháng sau tôi mới biết được đầu đuôi câu chuyện. Trong khi chờ đợi, chúng tôi chỉ được nghe từ đài phát thanh bản tin này nhiều lần cùng những lời tự chúc mừng về "niềm hân hoan của chế độ Cộng Sản, sự vĩ đại của chủ tịch Mao và nước Cộng hòa nhân dân Trung quốc phi thường như thế nào...cùng sự tốt đẹp mà từ nay dân Tây tạng có thể được hưởng vì chúng ta đã kết hợp lại!" Toàn điều ngu xuẩn.

Chi tiết của Thỏa ước 17 điểm cũng thật đáng rùng mình. Điều thứ hai tuyên bố "chánh quyền địa phương Tây tạng sẽ tích cực ủng hộ quân đội giải phóng tiến vào Tây tạng để củng cố việc quốc phòng. " Thế nghĩa là, theo tôi suy luận, quân lực của chúng tôi sẽ phải đầu hàng tức khắc. Điều 8 tiếp theo chuyện này, nói rằng quân đội Tây tạng sẽ được sát nhập vào quân đội Trung hoa. Làm như chuyện này có thể xảy ra được vậy. Và điều 14 nói từ nay Tây tạng sẽ không còn quyền hạn gì về ngoại giao cả. Rải rác trong thỏa ước, có những khoản nói là Tây tạng sẽ được tự do tôn giáo, địa vị của tôi và chế độ chánh trị sẽ được giữ nguyên. Nhưng rõ ràng nhất là, từ nay, xứ tuyết sẽ theo lệnh Trung quốc.

Khi thực tế phũ phàng bắt đầu thấm thía đối với chúng tôi, thì một số người, nhất là anh Taktser Rinpoché trong lá thư dài viết từ Calcutta, dục dã tôi nên chạy ngay qua Ấn độ. Họ lý luận rằng, hy vọng duy nhất của xứ Tây tạng là làm sao tìm được các nước đồng minh để chiến đấu chống Trung cộng. Khi tôi nhắc họ là các phái đoàn chúng ta gởi đi Ấn độ, Nepal, Anh và Mỹ đều đã thất bại trở về, họ lý luận ngược lại rằng khi các nước thấy tình trạng quá nghiêm trọng, chắc chắn họ sẽ giúp? Họ nhắc đến chuyện Hoa kỳ nhất quyết ngăn chận chính sách bành trướng của Cộng sản, và vì vậy đang chiến đấu tại Triều tiên. Tôi thấy cái lý trong lập luận của họ, nhưng tôi có cảm tưởng rằng khi Hoa kỳ đã vướng vào một trận chiến rồi, thì nhiều phần họ không muốn vướng vào một mặt trận thứ hai.

Sau vài ngày, phái đoàn tại Bắc kinh gởi về một bức điện tín dài. Bức điện không nói gì nhiều ngoài những điều radio đã công bố. Hiển nhiên, Ngabo đã không được phép nói sự thật. Gần đây, một số nhân viên phái đoàn đó đã viết hồi ký, tả lại đầy đủ diễn tiến họ đã bị ép buộc phải ký thỏa ước và đóng ấn dấu giả như thế nào. Qua bức điện của Ngabo lúc đó tôi chỉ có thể đoán những gì đã xảy ra. Dù sao, trong đó, Ngabo cũng báo tin vị Toàn quyền mới của Tây tạng, đại tướng Chiang Chin Wu, đang trên đường tới Dromo, qua ngả Ấn độ. Ông ta sẽ tới gặp chúng tôi nay mai. Tôi không thể làm gì khác hơn là chờ đợi. Trong khi đó tôi tiếp kiến ba vị trụ trì tại ba tu viện Ganden, Drepung và Sera, vừa tới Dromo. Khi được biết về thỏa ước 17 điểm, họ dục tôi trở về Lhasa gấp. Dân chúng đang xôn xao mong đợi tôi trở về. Hai vị thủ tướng Lukhangwa và Lobsang Tashi cùng đa số nhân viên chánh phủ cũng gởi điện văn yêu cầu tôi trở về.

Vài bữa sau, tôi lại được tin Taktser Rinpoché đã xin được giấy đi Hoa kỳ qua tòa lãnh sự Mỹ ở Calcutta. Anh lại thúc tôi qua Ấn độ, nói rằng Hoa kỳ rất muốn liên lạc với Tây tạng. Anh cho biết nếu tôi đi tị nạn, có thể Hoa kỳ sẽ dàn xếp để hai chánh phủ thương thảo việc viện trợ. Anh tôi, trong đoạn kết lá thư, nói rằng, điều quan trọng là tôi phải sang Ấn ngay, và cho biết phái đoàn Trung cộng đã tới Calcutta rồi, đang trên đường qua Dromo. Anh ngụ ý nếu tôi không hành động ngay, thì sẽ quá trễ. Cùng trong thời gian đó, tôi nhận được lá thơ cùng một luận điệu từ Heinrich Harrer, cũng mới rời Lhasa trước tôi, và hiện đang ở Kalimpong. Ông ta cũng quả quyết khuyên tôi nên sang lưu vong bên Ấn độ. Một số các viên chức của tôi cũng ủng hộ ý kiến này. Ling Rinpoché thì quyết liệt nói tôi không nên đi.

Tôi thật sự bối rối. Nếu lá thư của anh tôi có giá trị gì, thì đó là nó khơi lên nguồn hy vọng được các nước ngoài hỗ trợ. Nhưng còn dân tôi thì thế nào? Tôi có nên rời đi khi tôi chưa gặp người Trung hoa chăng? Nếu tôi ra đi thật, thì liệu mối tương quan của chúng tôi với các đồng minh mới có bền vững chăng? Khi suy nghĩ về vụ này, tôi thấy rút cục chỉ có hai điều. Điều hiển nhiên trước hết là liên minh với Hoa kỳ hay xứ nào khác cũng có hậu quả là chiến tranh xảy ra. Chiến tranh thì máu sẽ đổ. Thứ hai, Hoa kỳ là một cường quốc nhưng ở xa chúng tôi quá. Trong khi Trung hoa là xứ láng giềng, tuy không mạnh bằng Hoa kỳ, nhưng nhân số thì đông gấp bội. Nếu có chiến tranh, sẽ phải lâu lắm mới ngã ngũ. Lại nữa, Hoa kỳ là một nước dân chủ, tôi tin rằng dân chúng họ không thể chấp nhận một sự tổn thất vô giới hạn. Thật là dễ nghĩ ra rằng sẽ có ngày chúng tôi phải tự lực chiến đấu một mình. Kết quả sẽ vẫn như vậy. Trung quốc sẽ vẫn thắng thế, và bao nhiêu sinh linh Tàu, Tây tạng hay Mỹ đã mạng vong, để không đi đến đâu cả Tôi kết luận rằng hành động tốt nhất là cứ chờ phái đoàn Trung hoa đã. Ông đại tướng đó, dù sao cũng vẫn là một con người.

Ngày 16 tháng 7 năm 1951, phái đoàn Trung hoa tới Dromo. Một người chạy tới tu viện báo tin. Tôi thấy vừa hồi hộp vừa lo ngại. Họ trông ra sao? Tôi hầu như nghĩ rằng chắc đầu họ phải có sừng. Tôi ra đứng ngoài lan can, nôn nóng trông xuống phố, dùng viễn vọng kính soi qua từng mặt tiền các tòa nhà. Tôi nhớ, ngày đó khá đẹp trời, dù đang là mùa mưa. Hơi nước từ mặt đất bốc lên dưới sức nóng của mặt trời. Bỗng nhiên tôi thấy có gì đang chuyển động. Một nhóm viên chức của tôi đang tiến về phía tu viện. Trong đám đó có ba người Hoa mặc đồ xám. Họ chìm hẳn vào đám các viên chức Tây tạng, mặc áo lụa màu đỏ và vàng cổ truyền. Cuộc gặp gỡ của chúng tôi diễn ra trong lạnh lùng và lễ độ.

Đại tướng Chiang Chin-Wu bắt đầu hỏi tôi có nghe về thỏa ước 17 điểm chưa. Tôi trả lời một cách hết sức dè dặt là tôi có nghe. Ông ta liền đưa cho tôi một phó bản của thỏa ước đó, cùng với hai tài liệu khác. Khi ông chìa tay ra, tôi thấy ông ta đeo một cái đồng hồ Rolex bằng vàng. Một trong hai tài liệu nói về vấn đề quân đội Tây tạng. Tài liệu kia giải thích chuyện gì sẽ xảy ra nếu tôi bỏ xứ lưu vong. Trong đó, họ cho là, khi tôi ra khỏi xứ tôi sẽ hiểu rằng người Trung quốc sang Tây tạng với tình hữu nghị chân thật, thì lúc đó chắc chắn tôi sẽ trở về thôi. Và họ sẽ mở rộng vòng tay đón tiếp tôi. Vậy thì cớ sao phải đi khỏi xứ? Sau đó, đại tướng Chiang hỏi tôi khi nào sẽ trở về Lhasa. Tôi trả lời "sắp sửa" một cách không quả quyết và cố làm bộ lơ mơ. Nghe hỏi, tôi hiểu rằng ông ta muốn cùng đi về Lhasa với tôi, để cùng vào trong thành một lúc, một cử chỉ tượng trưng cho dân chúng thấy. Nhưng cuối cùng, các viên chức của tôi đã cố tránh được điều này, và ông ta lên đường về Lhasa sau tôi một hai ngày gì đó.

Cảm tưởng đầu tiên khi gặp ông ta cũng giống như tôi đã tưởng tượng. Không kể tới những nghi ngờ, lo ngại trước khi gặp mặt, khi đối thoại với viên đại tướng này, tôi nhận thấy, dù ông ở vị thế kẻ thù của tôi, quả tình, ông cũng chỉ là một con người bình thường, như tôi vậy. Nhận xét này có một ảnh hưởng lâu bền trong tôi. Đó cũng là một bài học quan trọng. Sau khi gặp tướng Chiang, tôi vui hơn một chút về việc sắp trở về Lhasa. Mọi thứ đã sửa soạn xong, các viên chức cũng sẵn sàng, chúng tôi định sẽ khởi hành vào cuối tháng. Lần này, không còn phải bảo mật nữa, nên tôi trở về một cách long trọng hơn là khi đi. Hầu như tại mỗi làng đông dân, tôi đều dừng lại để gặp gỡ và giảng pháp đôi lần cho dân làng. Đây cũng là cơ hội để tôi có thể nói thắng với dân tôi chuyện gì đang xảy ra tại Tây tạng, và chuyện quân đội Trung quốc xâm lăng chúng tôi, nhưng họ tuyên bố về tình hữu nghị thế nào. Tôi cũng giảng một đoạn kinh Phật ngắn mà tôi thường chọn vì có liên quan tới những điều mà tôi phải nói. Cho tới ngày nay tôi vẫn dùng cách này. Đó là một phương cách rất tốt để chứng tỏ tôn giáo có nhiều điều cho chúng ta học, dù ta đang ở trong hoàn cảnh nào. Hồi đó tôi chưa thông thạo như bây giờ. Dù mỗi lần nói trước công chúng tôi lại khá hơn một chút, nhưng thời đó thì tôi thiếu tự tin nhiều. Tôi cũng thấy như các thầy giáo khác rằng không có cách nào học nhanh cho bằng đi dạy người khác. Tôi vui mừng vì có rất nhiều việc để làm trong cuộc hành trình này nên không có thì giờ buồn. Tất cả gia đình tôi đều ở ngoại quốc, trừ cha tôi, ông mất từ khi tôi mới 12, và Lobsang Samten đi cùng tôi. Ngoài ra còn Tathag Rinpoché làm bạn đồng hành của tôi lúc này. Ông tới thăm và giảng cho tôi vài bài Phật pháp quan trọng tại Dromo và nay cũng trên đường trở về tu viện của ông ngay ngoài thành Lhasa. Kể từ lần gặp chót vào mùa đông năm trước, ông coi già hẳn đi, đúng là ông cụ 70 tuổi. Tôi thật sung sướng có ông làm bạn đồng hành, không phải chỉ vì ông rất dịu dàng, mà còn vì ông là một tăng sĩ đã đạt ngộ. Ông quả là vị thầy quan trọng nhất của tôi. ông hướng dẫn tôi vào những truyền thống và pháp giáo rất ẩn mật của nhiều tông phái, do các vị cao tăng truyền lại cho ông.

Từ Dromo, chúng tôi tiến về Gyantse, nơi đoàn ky binh Ấn độ lại ra nghiêm chào lần nữa. Không còn vội vã, tôi ở lại đó vài ngày. Sau đó chúng tôi đi tới tu viện Samding, quê hương của Bồ Tát Dorje Phagmo, một trong những bồ tát quan trọng nhất. Đó cũng là tu viện đẹp nhất Tây tạng. Miền quê vùng đó thật là ngoạn mục: hồ nước màu ngọc xen lẫn những giải cỏ xanh rờn, trên có hàng ngàn con cừu đang gặm cỏ. ánh nắng mùa hè trong sáng. Tôi chưa thấy cảnh nào đẹp như vậy. Lâu lâu tôi lại trông thấy từng đàn hươu nai, một giống vật khá quen thuộc tại Tây tạng hồi đó. Tôi rất thích ngắm chúng ngơ ngác đứng nhìn chúng tôi tiến đến gần, rồi co giò nhẩy quẫng lên chạy mất.

Trong chuyến đi này, tôi hưởng được cái thú cưỡi ngựa, dù bình thường tôi khá sợ chúng. Tôi cũng không hiểu tại sao lại sợ, vì tôi có thể chơi với hầu hết các con vật khác trừ loài sâu. Tôi có thể nhặt một con nhện hay bò cạp lên tay mà không ngần ngại, tôi cũng không sợ gì loài rắn, nhưng tôi thường không thích ngựa, và mấy con sâu thì làm tôi sợ run. Tuy vậy, kỳ này, tôi rất thích cưỡi ngựa qua những cánh đồng cỏ, và luôn luôn thúc nó đi mau. Thật ra đó là một con la, tên là "bánh xe xám", ngày trước là của Reting Rinpoché. Nó phi rất nhanh và rất dai sức, tôi với nó thân thiết nhau như hai ngườ bạn quý. Người cai giữ ngựa không tán thành sự chọn lựa của tôi, anh ta cho là con la này nhỏ quá, không xứng đáng cho Đạt Lai Lạt Ma cưỡi.

Tu viện Samding nằm gần bên thành phố Nangartse, không xa hồ Yamdrok, tôi chưa từng thấy một hồ nước nào mỹ lệ hơn. Vì nước hồ không luân lưu, nên nước xanh màu hồ thủy kỳ lạ làm ngây ngất cảm quan chúng ta. Buồn thay, tôi mới nghe nói người Tàu định rút nước hồ làm nhà máy thủy điện dù hậu quả lâu dài tai hại ra sao, tôi không dám nghĩ tới.

Trong thời đó, Samding là một cộng đồng đang phát triển. Tu viện trưởng, theo truyền thống, lại là một phụ nữ. Điều này không có gì là lạ lắm, vì tại Tây tạng không có sự kỳ thị phụ nứ. Thí dụ như ngay gần Lhasa, có một vị sư nữ lãnh đạo tinh thần cho một tu viện nổi tiếng khắp Tây tạng, vào thời kỳ tôi còn nhỏ. Mặc dù Bà không là hóa thân của một vị Lạt Ma, bà vẫn được tôn kính cho tới ngày nay. Có khá nhiều ni viện, nhưng chỉ có tu viện đó có nữ viện trưởng mà thôi. Điều đáng chú ý là bồ tát Dorje Phagmo lại là một nữ thần. Theo truyền thuyết ngài hiện thân là một phụ nữ có mặt giống mặt con heo. Chuyện xưa kể rằng vào thế kỷ thứ 18 khi một toán cướp Mông Cổ đến làng Nangartse này, tên thủ lãnh ra lệnh cho nữ tu viện trưởng phải tới trình diện. Bà lễ độ từ chối. Hắn tức quá, xông thẳng tới tu viện, cùng đồng đẳng phá cửa xông vào. Hắn thấy các nhà sư ngồi đầy trên chánh điện và ở đầu gian phòng là một cái ngai, trên đó có con heo rừng chễm chệ.

Khi tôi ghé tới tu viện Samding, vị trụ trì là một thiếu nữ còn trẻ, khoảng cùng tuổi với tôi. Cô ra đảnh lễ khi tôi tới nơi, và tôi nhớ cô là một thiếu nữ rất nhút nhát, tóc dài thắt bím . Về sau cô đã chạy qua Ấn độ rồi không hiểu sao lại trở về Lasha và sau đó thì bị các ông chủ mới điều khiển. Thật bi đát, tu viện Samding cũng như hàng ngàn các tu viện khác đã bị phá hủy vào cuối thập niên 1950, và các truyền thống tại đó đều bị mai một.

Tôi ở lại tu viện vài ngày trước khi đi đoạn đường chót để về thủ đô Lasha. Trước khi trở lại Norbulingka, tôi tháp tùng Tathag Rinpoché về tu viện của ngài, cách cổng thành Lasha chừng vài giờ đồng hồ. Ông thật dễ thương, đã nhường phòng cho tôi, dọn ra phía sau tòa nhà chánh, ở khu có bãi cỏ hay dùng làm nơi tranh luận cho tăng sĩ. Chúng tôi chính thức hội kiến mấy lần nữa trong vài ngày sau đó. Khi từ biệt ra đi, tôi thật tiếc phải chia tay với ông. Tôi rất mến chuộng và kính trọng ông. Tôi rất buồn về chuyện ông bị tai tiếng khi làm phụ chánh. Ngay bây giờ tôi vẫn tự hỏi "nếu ông chỉ là lạt ma, không dính líu tới chánh trị, biết đâu lại tốt hơn? Dù sao, ông cũng là người không có kiến thức về hành chánh, không có kinh nghiệm gì về quản trị. Thật là vô lý khi muốn ông phải biết làm giỏi những chuyện mà ông không hề được huấn luyện. Nhưng đó là Tây tạng. Vì ông là vị lãnh đạo tinh thần rất được kính trọng, nên hầu như tự nhiên là ông phải được giữ chức vụ cao thứ nhất trong xứ.

Đó cũng là lần chót tôi gặp Tathag Rinpoché. Trong lần nói chuyện sau cùng, ông đã nhắc tôi nên quên bực dọc vì những cấm đoán ông bắt tôi theo hồi nhỏ. Tôi rất cảm động khi một thầy giáo già và khả kính như ông nói với tôi như vậy. Dĩ nhiên là tôi hiểu. Giữa tháng Tám, tôi về tới Lhasa, sau khi đi vắng 9 tháng. Mọi người tiếp đón trọng thể mừng tôi trở về. Hầu như tất cả dân chúng đều muốn nhìn thấy tôi và muốn biểu lộ sự vui mừng vl tôi đã trở về. Tôi thật sự xúc động và rất sung sướng được trở về nhà. Chỉ có điều là tôi cũng hiểu đã có rất nhiều sự đổi thay kể từ mùa Đông năm ngoái, và không còn gì giống y như trước nữa. Hầu như mọi người cũng cảm nghĩ như vậy nên, dù họ rất vui, vẫn có cái gì rất xáo động tiềm ẩn trong nhiệt tình của họ.

Trong khi tôi đi vắng, tin tức về sự ngược đãi người Tây tạng tại Amdo và Kham đã về tới thủ đô. Dân chúng rất lo sợ cho tương lai, dù có một số người nghĩ rằng, khi tôi có mặt, thì mọi chuyện sẽ trở lại bình thường. Một người phu quét dọn rất thân đã chết mấy tháng trước khiến tôi rất buồn. Anh chàng Norbu Thondup đó, chính là một người bạn chơi thân nhất của tôi. Suốt thời thơ ấu, anh ta là người bạn tận tụy, là nguồn vui vô tận cho tôi. Khi tôi còn nhỏ, anh hay nhăn mặt dọa tôi. Khi tôi lớn hơn, anh chơi với tôi những trò táo bạo. Chúng tôi có khi giận nhau trong những lần đánh trận giả. Tôi nhớ có những lúc cũng tỏ ra khá độc ác đến độ dùng cây kiếm của mấy tên lính bằng chì để đâm cho anh chảy máu, khi anh ta chơi xáp lá cà bắt được tôi, kẹp tôi trong cánh tay. Nhưng lúc nào anh cũng chơi công bình và luôn luôn khôi hài. Bây giờ, dĩ nhiên là tôi không còn làm gì cho anh được nữa, ngoài vài chuyện giúp đỡ các con anh, một trai một gái.

Là Phật tử, tôi hiểu rằng sự đau buồn không mang lại cái gì hết. Cùng khi đó, tôi cũng nhận ra cái chết của Morbu Thondup tượng trưng sự chấm dứt thời thơ ấu của tôi. Tôi không thể trở ngược lại được. Trong vài ngày nữa, tôi sẽ lại phải gặp phái đoàn Trung hoa. Tôi phải cố làm được cái gì cho dân tôi, dù ít ỏi, dù vẫn nhớ rằng một trong những điều quan trọng nhất ở đời, là phải được an ổn hành trì tín ngưỡng của mình. Lúc đó tôi vừa 16 tuổi.

Tôi tiếp Đại Tướng Chiang Chin Wu tại doanh trại chính của quân cận vệ, theo thủ tục. Điều này làm cho ông ta nổi trận lôi đình, ông hỏi tôi sao lại tiếp ông tại đó mà không cho ông gặp ở một nơi thân mật hơn. Ông nhấn mạnh, ông không phải là người ngoại quốc, và cũng không muốn bị coi như vậy. Dường như ông quên là ông không nói tiếng Tây tạng. Tôi kinh ngạc khi nhìn thấy cặp mắt ông và đôi má đỏ phừng trong lúc ông vừa lắp bắp, vừa đấm xuống mặt bàn. Sau này, tôi mới biết là ông ta vẫn hay nổi xung như vậy. Nhưng tôi vẫn cho rằng, có lẽ ông ta là một con người tốt đằng sau cá tính nóng nảy đó. Quả nhiên, ông ta sau tỏ ra đúng như vậy, và là một người thắng thắn. Qua thái độ giận dử của ông, tôi khám phá ra là người Trung hoa rất hay nổi đóa. Tôi nghĩ có lẽ vì họ như vậy, nên họ thường được người khác nể nang, nhất là người âu Mỹ, là những giống người kiểm soát tình cảm của mình một cách chặt chẽ.

May thay, nhờ thực tập đạo Phật, tôi quán chiếu hiểu được hành vi của ông. Tôi thấy có lẽ cũng hữu ích khi người ta bộc lộ sự tức giận ra như vậy. Dù không phải lúc nào cũng nên nổi nóng, nhưng thà tỏ lộ ra còn hơn đè nén và che dấu cơn giận để giả đò tử tế. May cho tôi, là tôi không phải thương lượng nhiều lần với đại tướng Chiang. Trong một hai năm đầu sau khi quân Trung hoa chiếm đóng, tôi chỉ gặp ông mỗi tháng một lần. Lukhangwa, Lobsang Tashi và nhân viên nội các thường phải gặp ông ấy, ai cũng ghét cách cư xử của ông. Họ than ông ta kiêu mạn, trịch thượng và không có một chút thông cảm nào trước các quan niệm sống khác biệt của chúng tôi. Mỗi khi gặp ông, tôi lại hiểu vì sao mà ông ta và người Trung hoa hay xúc phạm người Tây tạng. Ngày nay tôi hiểu rằng 5 hay 6 tuần lễ đầu, khi tôi mới trở về Lhasa, là một thời kỳ trăng mật. Nó chấm dứt một cách đột ngột vào ngày 26 tháng 10 năm 1951, khi lộ quân số 18 Trung hoa tiến vào Lhasa. Đây là đoàn quân đã đánh bại quân chúng tôi tại Chamdo năm trước. Đi cùng với đạo quân là các tướng Tan Kuan-Sen và Chiang Kuo-Hua. Khi họ tới diện kiến, có một người Tây tạng trang phục cổ truyền, đội mũ lông, tháp tùng. Khi vào phòng hội, người này phục xuống đảnh lễ ba lần. Tôi lấy làm lạ, vì anh ta rõ ràng là người của phái đoàn Trung hoa. Sau tôi mới biết, anh chỉ là một người theo Cộng sản, giữ việc thông ngôn. Sau đó, khi tôi hỏi tại sao anh ta không mặc bộ đồ kiểu Mao như các bạn đồng hành, anh trả lời một cách điềm nhiên, bảo tôi không nên nghĩ Cách mạng là thay đổi trang phục, mà cách mạng phải là cách mạng tư duy.

Cũng trong thời gian này, anh Gyalo Thondup về tới Lhasa. Anh tôi không ở lại lâu, nhưng có tới gặp giới chức Trung hoa mấy lần. Sau đó, anh ngỏ ý sẽ đi về phương Nam, nơi gia đình tôi có một khu đất được chánh phủ tặng cho hồi tôi đăng quang. Cuộc đi thăm đất này chỉ là một mưu kế, vì sau đó không lâu, tôi nghe tin anh đã biến mất. Anh đã vượt biên giới qua Assam, lúc đó gọi là Nefa (North Eastern Frontier Area, vùng biên giới Đông Bắc của Ấn độ). Anh ráng làm mọi chuyện để tổ chức cầu viện ngoại quốc, nhưng anh không nói gì về kế hoạch của anh với tôi vì ngại tuổi còn nhỏ, tôi có thể vô tình tiết lộ bí mật.

Trong một thời gian ngắn sau đó, một đoàn quân

lớn nữa của Quân đội Nhân dân Trung hoa lại tới Lhasa. Tôi nhớ rất rõ khi họ tới. Vì ở miền núi, tiếng động vang đi rất xa, nên từ trong phòng Potala, tôi đã nghe thấy rất sớm tiếng trống đập thình thình chậm nhịp, trước khi nhìn thấy quân lính. Tôi mang viễn vọng kính, leo lên mái nhà, nhìn thấy một đoàn quân đi như rắn lượn, bụi tung lên mù mịt. Khi họ tới tường thành, có nhiều biểu ngữ, bích chương đỏ mang hình chủ tịch Mao và phó chủ tịch Chu Đức. Theo sau là một đội trống và kèn. Thật là cảnh đáng sợ. Quân lính coi cũng thật là hung dữ. Sau này, khi tôi đã bỏ được cái cảm giác khó chịu vì màu cờ đỏ (thực ra, màu đỏ tượng trưng cho sự hiểm nguy), tôi nhận ra rằng, các binh sĩ coi rất tội nghiệp: Quân phục thì rách rưới, thân thể thì ốm đói. Vì vậy, cùng với nét mặt nhăn nhó vì bụi bậm, họ có bộ dạng ghê sợ như vậy.

Suốt mùa Đông 1951-1952, tôi tiếp tục việc học hành như thường lệ, nhưng chăm chỉ hơn nhiều. Chính vào lúc đó, tôi bắt đầu học tham thiền theo phép Lam Rim. Phép Thiền này tập từng bước, dựa theo một bài Pháp, để đạt tới Giác Ngộ bằng cách định tâm. Từ khi lên tám tuổi, tôi đã bắt đầu học xen kẽ với các môn học trong tu viện, các pháp Mật Tông như vậy. Ngoài Kinh điển, còn có các khẩu quyết bí mật, do các Tổ truyền lại. Thời gian trôi qua, sau nhiều tháng, tôi bắt đầu nhận ra mình có tiến bộ một chút nhờ tôi phát khởi các cơ bản để phát triển Trí Tuệ. Khi tôi nhập thất, như lệ thường hàng năm, tôi nghe tin Tathag Rinpoché đã qua đời. Tôi rất muốn nhưng không thể dự lễ hỏa táng ông, nên tôi chú nguyện đặc biệt cho ông vậy.

Một mối bận tâm khác của tôi trong mùa Đông đó là cố hết sức khích lệ các thủ tướng và hội đồng nội các. Tôi nhắc nhở họ về lý Vô Thường trong đạo Phật, và an ủi họ rằng tình trạng này không thể kéo dài bất tận, dù nó có thể dài hơn cuộc đời chúng ta. Thực ra, tôi theo dõi các biến cố với tâm trạng ngày càng lo lắng. Chỉ có một chuyện vui là đức Ban Thiền Lạt Ma sắp tới thăm tôi tại Lhasa. Trong khi đó, vì có 20,000 binh sĩ mới tới, nên thực phẩm thiếu thốn trầm trọng. Dân số Lhasa tăng gấp đôi trong vài tuần lễ, nên số lương thực dự trữ ít oi sắp sửa cạn đi. Lúc đầu, người Trung hoa còn ít nhiều theo các điều khoản trong thỏa ước 17 điểm, trong đó nói rằng quân giải phóng sẽ "thuận mua vừa bán và sẽ không tơ hào một cái kim hay sợi chỉ của nhân dân". Họ trả tiền lúa do chánh phủ cung cấp và bồi thường tiền nhà đã trưng dụng cho sĩ quan của họ. Song việc trả tiền này bị hủy bỏ ngay. Không còn trả tiền nữa, họ dùng quyền tịch thâu thực phẩm và chiếm nhà cửa.

Sự khủng hoảng tới rất nhanh. Lạm phát xuất hiện, đó là một điều dân Tây tạng chưa bao giờ biết tới. Họ không thể hiểu tại sao giá lúa lại tăng gấp đôi trong vòng một đêm. Họ tức giận, thay thế thái độ oán ghét một cách thụ động khi trước bằng cách tích cực công khai chỉ trích. Theo phép đuổi tà ma cổ truyền, họ bắt đầu đập tay và nhổ nước miếng khi trông thấy một toán binh lính Trung hoa. Trẻ con bắt đầu ném đá, và các tu sĩ cũng vặn chéo áo thành ra một mối để quất vào anh lính nào tới gần. Cùng lúc đó, có những bài hát chế riễu tướng Chiang Chian-Wu về cái đồng hồ vàng ông đeo. Và khi khám phá ra nhiều sĩ quan của ông ta lót lông thú đắt tiền trong lớp quân phục giống nhau ở bề ngoài, thì dân chúng khinh khi họ vô tả. Điều này làm các viên chức Trung hoa nổi giận. Tôi cho phần lớn là vì họ biết đang bị diễu cợt, mà không hiểu dân nói những gì. Tự ái bị tổn thương, cũng như bị mất mặt, đây là chuyện người Trung hoa sợ nhất. Kết quả thật là tức cười, tướng Chiang một bữa tới yêu cầu tôi ra lệnh cấm các bài hát hay bích chương phê bình quân Trung quốc, vì như vậy là "phản động"?

Dù có lệnh cấm chống lại Trung hoa, trên đường phố bắt đầu xuất hiện những truyền đơn chống đối. Một phong trào nhân dân phản kháng thành hình. Cuối cùng, một giác thơ 6 điểm được gởi tới tướng Chiang, nói lên những áp bức dân chúng phải chịu, và yêu cầu quân đội trú phòng rút lui. ông ta nổi khùng. ông cho đây là do sự phá hoại của Đế quốc và kết tội hai vị Thủ tướng đã chủ mưu. Tình trạng căng thẳng cao độ. Nghĩ rằng có thể qua mặt các Thủ tướng, người Trung hoa tìm cách gặp thẳng tôi. Lúc đầu, tôi từ chối, chỉ tiếp kiến họ nếu có mặt hai thủ tướng. Trong một lần gặp mặt, Lobsang Tashi nói điều gì làm cho tướng Chiang nổi đóa lên. ông ta sấn tới như muốn đánh thủ tướng của tôi. Không còn kịp nghĩ ngợi, tôi chạy ngay lại đứng giữa hai người, la lên bắt họ ngừng tay ngay. Tôi thật hoảng vía, vì chưa từng thấy người lớn hành động như vậy. Sau tôi phải bằng lòng tiếp kiến họ riêng vậy. Các nhân viên hành chánh và sĩ quan Trung hoa càng tới Lhasa đông, thì liên hệ giữa họ và hai thủ tướng lại càng tệ hại. Những viên chức này, không giữ đúng thỏa ước 17 điểm, không để cho chánh quyền Tây tạng lo việc của mình, mà càng ngày càng xía vô nội bộ chúng tôi.

Tướng Chiang bắt hội đồng nội các họp liên miên với ông, mục đích chỉ là để giải quyết chuyện ăn ở của các viên chức, binh lính và lạc đà của họ. Hai thủ tướng xứ tôi thấy là không thể nói cho tướng Chiang hiểu là những đòi hỏi đó, vừa vô lý, vừa không thể thực hiện được. Khi tướng Chiang đòi cung cấp (lần thứ nhì) hai ngàn giạ lúa mạch, hai vị thủ tướng phải cho họ biết là không có một số lượng lớn như vậy. Dân chúng Tây tạng đã phải sống trong lo sợ thiếu thực phẩm, và kho lúa của chánh phủ chỉ còn nuôi nổi quân đội trong hai tháng nửa. Hai ông bảo họ đâu cần giữ một quân số lớn như vậy tại Lhasa. Nếu họ muốn bảo vệ Tây tạng, thì sao không ra trấn giữ biên giới. Chỉ các viên chức mới cần ở thủ đô, cùng một toán quân hộ vệ. Tướng Chiang nghe đề nghị một cách lễ độ và im lặng, nhưng ông ta không làm gì cả. Sau đề nghị rút quân ra biên giới, thì tướng Chiang càng không ưa hai thủ tướng. Lúc đầu, ông ta ghét Lobsang Tashi, là người biết chút ít tiếng Tàu.

Tướng Chiang kết tội vị sư này đủ mọi chuyện, trong khi tán dương Lukhangwa, hy vọng ông sẽ thành đồng minh. Vậy mà, thực tế thì Lukhangwa dù trẻ hơn, mới là người có cá tính mạnh và thâm trầm. Và ông không bao giờ che dấu các cảm nghĩ của ông về tướng Chiang. Trong liên hệ cá nhân, ông cũng tỏ ra cực kỳ khinh rẻ viên tướng này. Một lần, tôi được nghe, tướng Chiang hỏi ông một cách tình cờ, coi ông thường uống bao nhiêu tách trà. " Cái đó còn tùy trà ngon hay không". Lukhangwa trả lời. Tôi cười khi nghe thuật lại, nhưng cũng hiểu là liên hệ giữa hai người rất tệ. Tấn bi kịch đã lên tới cực điểm ít lâu sau, khi tướng Chiang triệu tập một buổi họp gồm hai thủ tướng, hội đồng nội các và tất cả các viên chức Trung hoa.

Cuộc họp bắt đầu, tướng Chiang đề nghị bàn chuyện sát nhập quân đội Tây tạng vào Quân giải phóng. Không nhịn nổi nữa, Lukhangwa nói thẳng liền là không thể chấp nhận được. Không có chuyện thi hành điều khoản này trong thỏa ước 17 điểm, vl người Trung hoa đã vi phạm thỏa ước rất nhiều lần, nên nó không còn giá trị nữa. ông nói không thể tưởng tượng được quân đội Tây tạng lại phải phục tùng giải phóng quân. Tướng Chiang yên lặng nghe rồi nói: "Trong trường hợp này, chúng tôi sẽ không làm gì hơn là chỉ thay cờ Tây tạng bằng cờ Trung quốc. " Lukhangwa trả lời: "Nếu ông làm vậy, họ sẽ kéo cờ đó xuống rồi đốt đi. Như vậy, ông sẽ lúng túng lắm đó." Ông tiếp lời, nói rằng, người Trung hoa thật là phi lý, khi đã xâm chiếm Tây tạng lại còn mong có giao hảo hữu nghị. Các ông đập bể đầu người ta, vết thương còn chưa lành. Thật là quá sớm để mong người ta làm bạn với các ông". Tới đây, tướng Chiang nổi trận lôi đình bỏ ngang cuộc họp.

Ba ngày sau sẽ có buổi họp khác. Tất nhiên tôi không có mặt trong các buổi hội họp đó, nhưng tôi được báo cáo rất đầy đủ mọi diễn biến. Nếu tình trạng không khả quan hơn, có lẽ đã tới lúc tôi phải trực tiếp can thiệp vào. Ba ngày sau, y hẹn, có một buổi họp khác. Lần này, do tướng Fan Ming chủ tọa. ông ta bắt đầu bằng cách nói chắc thủ tướng Lukhangwa muốn xin lỗi về vụ hôm trước. Lukhangwa sửa ông ta ngay. ông nói không hề muốn xin lỗi. Ông minh định lại những gì ông đã nói, và thêm rằng, bổn phận của ông là thông báo cho người Hoa biết về những quan điểm của người Tây tạng. Dân chúng rất phiền hà vì có nhiều binh sĩ Trung hoa quá. Ngoài ra, họ cũng thấy Chamdo chưa được giao trả lại chánh quyền trung ương, và không thấy dấu hiệu gì chứng tỏ giải phóng quân Trung Hoa ở các nơi sẽ rời Tây tạng trở về Trung quốc cả. Còn đề nghị về việc sát nhập quân đội Tây tạng nếu được chấp thuận thì chắc chắn sẽ có rối loạn. Fan Minh nổi giận. Ông ta kết tội Lukhangwa cấu kết với Đế quốc, và dọa sẽ yêu cầu Đạt Lai Lạt Ma cất chức ông. Lukhangwa trả lời, nếu như Đạt Lai Lạt Ma yêu cầu, thì không những ông sẽ vui vẻ từ chức, mà nếu cần còn hy sinh cả tính mạng mình nữa. Buổi họp chấm dứt trong hỗn độn.

Chắng bao lâu, tôi nhận được văn thư chánh thức từ phía Trung hoa, nói rằng Lukhangwa là một tên phản động đế quốc, không chịu cải thiện liên hệ giữa hai nước Hoa-Tạng, nên yêu cầu tôi cách chức ông ta. Tôi cũng nghe hội đồng nội các trình bày rằng, có lẽ hay nhất là tôi cho hai Thủ tướng giải nhiệm. Tôi buồn ghê gớm. Cả hai người đã tỏ ra trung thành, hiền lương, thành thật và thương dân biết bao nhiêu. Khi họ tới gặp tôi để đưa đơn từ chức, mắt họ rớm lệ. Tôi cũng khóc. Nhưng tôi biết rằng, nếu tôi không cho họ từ nhiệm, thân mạng họ sẽ bị nguy hiểm. Vì vậy, dù lòng nặng chĩu, tôi phải nhận cho họ từ chức. Tôi làm vậy là để cố cải thiện liên hệ với người Hoa, mà từ nay tôi sẽ phải trực tiếp giao thiệp. Đây là lần đầu tiên tôi hiểu hai chứ "bắt nạt" nghĩa là gì.

Cùng thời gian này, Ban Thiền Lạt Ma tới Lhasa. Thật không may ông lớn lên dưới sự giám sát của người Hoa, và tới nay ông mới được về tu viện Tashithunpo để nhậm chức chính thức. Từ tỉnh Amdo về, ông đã mang theo cả một đoàn cận vệ người Hoa, cùng gia đình của ông và các thầy nọc. Sau khi ông tới nơi, tôi tiếp kiến vị Ban Thiền Lạt Ma trẻ tuổi một cách chánh thức, rồi mời ăn cơm riêng với tôi tại Potala. Tôi nhớ có một cận vệ người Hoa rất bắng nhắng, cứ xen vào giữa chúng tôi khi chúng tôi gặp nhau riêng. Cận vệ của tôi đã tới can thiệp ngay, và tôi cũng suýt vướng vào một vụ rắc rối vì người kia mang khí giới. Cuối cùng tôi cũng thu xếp gặp riêng được Ban Thiền Lạt Ma vài lần, tôi có cảm tưởng ông là một người rất thành thực và đáng tin cậy. Nhỏ hơn tôi ba tuổi, chưa hề phải giữ chức vụ gì, tánh nổi bật của ông là ông vô tư, vui vẻ. Tôi cảm thấy gần gụi với ông. Hai chúng tôi thật ra không ai ngờ sau này đời ông lại bi thảm như vậy.

Sau cuộc thăm viếng của Ban Thiền lạt Ma ít lâu tôi được mời trở lại tu viện Tathag, làm chủ lễ cầu siêu, một cuộc lễ rất trang trọng, sửa soạn kỹ lưỡng, kéo dài 15 giờ đồng hồ, để siêu độ cho vị Thầy của tôi. Tôi cảm thấy thật buồn khi nằm rạp xuống đảnh lễ người. Sau bữa đó, tôi đi du ngoạn miền núi phụ cận, để giải tỏa áp lực của hoàn cảnh đáng buồn. Một trong những điều thích thú trong cuộc viếng thăm này, là tôi được thấy một mẩu xương sọ của Tathag Rinpoché, còn lại sau khi hỏa thiêu. Trên miếng xá lợi đó, có chữ Tây tạng viết tên vị thần hộ mạng của ngài. Thật ra, đó là một hiện tượng kỳ bí thường xảy ra cho các Lạt Ma cao cấp. Xương của họ thường lộ ra các nét chữ hay đôi khi vài hình ảnh, sau khi bị thiêu chảy ra. Trong vài trường hợp khác, như vị tiền nhiệm của tôi, các vết tích này lại thấy ngay trên thân thể ông.

Sau khi Lukhangwa và Lobsang Tashi bị buộc từ chức vào mùa Xuân, năm 1952 là một thời kỳ hưu chiến khó chịu với người Hoa. Tôi dùng cơ hội này để tổ chức một Ủy ban canh tân, mà tôi nghĩ tới từ hồi đi Dromo năm ngoái. Một trong những tham vọng của tôi là làm sao tạo được một nền tư pháp độc lập. Như tôi đã nói tới vụ Reting Rinpoché, tôi thành thiểu số cô lập khi muốn giúp cho một nạn nhân của chánh quyền, mà tôi thì luôn luôn muốn giúp người như vậy. Tỉ dụ như, tôi còn nhớ tới vụ một viên chức bị buộc tội dấu vàng sạn đáng lẽ dùng để mạ đồ tế lễ. Qua viễn vọng kính, tôi thấy anh ta bị trói, đặt ngồi trên một con la, mặt quay về phía đuôi, và tống khứ ra ngoài thành phố. Tội này thường bị xử như vậy, theo tập tục xưa. Nhiều khi tôi thấy mình có thể can thiệp vào nhiều hơn. Một chuyện tương tự như trên, tôi đã chứng kiến tại Potala. Từ lâu, tôi đã khám phá ra là tôi có thể nhìn qua cửa sổ vô một vài văn phòng, mà người bên trong không thấy tôi. Có lần, tôi thấy văn phòng Phụ Chánh xử vụ một người thuê kiện chủ đất. Tôi nhớ, người này trông thật tang thương. Già, thấp bé, lưng còng, tóc bạc, râu thưa. Tội nghiệp ông, gia đình chủ đất lại là bạn với ngài Phụ Chánh (lúc đó là Reting Rinpoché), vì vậy đơn của ông bị bác. Lòng tôi muốn giúp ông, nhưng tôi không thể làm chi được.

Vì vậy, càng nghe nói tới nhiều trường hợp bất công, tôi càng thấy cần cải tổ nền tư pháp. Tôi cũng muốn làm chuyện gì cho nền giáo dục. Lúc đó chưa có giáo dục phổ thông. Chỉ có vài trường học tại Lhasa, và ít trường tại miền quê. Ngoài ra chỉ có tu viện là trung tâm học hành, và giáo dục, nhưng đó chỉ là nơi cung ứng cho các tu sĩ. Do đó, tôi yêu cầu nội các phải thực hiện các dự án phát triển giáo dục. Một lãnh vực khác mà tôi thấy cần cải thiện ngay là vấn đề giao thông. Lúc đó chẳng có một con đường nào cho xe chạy tại Tây tạng, và chỉ có ba chiếc xe hơi của Đạt Lai Lạt Ma thứ 13 để lại. Ai cũng hiểu rằng hệ thống đường xá và giao thông sẽ làm lợi cho nhiều người. Nhưng, cũng giống như vấn đề giáo dục, đây là chuyện lâu dài, và tôi hiểu phải mất nhiều năm mới cải cách được. Dù sao, cũng có những chuyện có thể làm để mang lại kết quả tốt ngay. Như chuyện bãi bỏ các món nợ truyền từ đời cha sang đời con. Những mối nợ này là một tai họa cho các nông dân. Nhờ những người phu quét dọn, và nhờ những câu chuyện được nghe trong chuyến đi Dromo, tôi biết được vấn đề này. Đây là những món người nông dân nợ chủ đất, có thể vì thất mùa, con cháu họ sẽ phải gánh nợ đó. Kết quả, nhiều gia đình không thể tự túc được, không biết ngày nào mới được tự do. Các chủ đất nhỏ cũng vay nợ chánh phủ, và con cháu họ cũng sẽ phải lo trả. Tôi đã hủy bỏ tục lệ nợ truyền kiếp đó, rồi sau đó xóa hết những món dân nợ chánh phủ. Biết rằng sự cải tổ này sẽ không được giới quý tộc và những người có quyền lợi liên hệ ủng hộ, tôi thuyết phục ông chánh văn phòng công khai thông báo bằng văn kiện chứ không chỉ yết thị chỗ công cộng. Tôi ra lệnh cho phát những bản in khắc gỗ, giống như cách in kinh điển xưa. Như vậy, có nhiều cơ hội bản thông báo được phổ biến rộng rãi hơn. Và như vậy, những ai muốn cản trở chuyện này sẽ không kịp lên tiếng bài bác.

Bản thỏa ước 17 điểm quy định rõ ràng là "chánh quyền địa phương của Tây tạng có thể tùy ý cải cách, và sẽ không bị nhà chức trách Trung hoa cưỡng bách". Dù những cải cách ruộng đất này đã ngay lập tức đem lại lợi ích cho hàng ngàn dân Tây tạng, chúng tôi cũng thấy ngay là người Hoa nhìn vấn đề nông nghiệp một cách khác hẳn. Chế độ nông trường tập thể đã bắt đầu thực hiện tại Amdo. Sau đó, họ áp dụng chánh sách này khắp Tây tạng, và đó chính là nguyên nhân trực tiếp của nạn đói kém và cảnh chết đói của hàng trăm ngàn người dân. Dù sau thời Cách mạng Văn hóa chính quyền Trung cộng đã đổi lại chính sách, ảnh hưởng của vụ tập thể hóa nông nghiệp đến nay vẫn còn thấy rõ. Nhiều du khách mô tả, dân quê Tây tạng bây giờ trông bé nhỏ và ốm o, chỉ vì thiếu dinh dưỡng. Nhưng đó là chuyện về sau. Trong thời gian đó, tôi thúc dục chánh quyền ráng thay đổi lề lối cổ lỗ và thiếu hiệu năng. Tôi cố hết sức mình để mang Tây tạng bước vào thế kỷ 20.

Tôi nhớ, vào khoảng mùa hè năm 1953, tôi được thọ giới Kalachakra, do Ling Rinpoché truyền cho. Đây là nghi lễ quan trọng nhất trong Phật giáo Mật Tông, rất có ý nghĩa đối với hòa bình thế giới. Nhưng không giống các nghi lễ mật tông khác, lễ này được cử hành trước đại chúng. Phải cần từ một tuần tới mười ngày chuẩn bị, và ba ngày liền để hành lễ. Một trong những lễ nghi, là phải dùng từng hạt cát màu một để làm một bức Mạn Đà La lớn, biểu hiện trên mặt phẳng hai chiều một biểu tượng có ba chiều... Lần dầu tiên khí nhìn thấy một trong những Mạn Đà La này, tôi tưởng như bị ngất ngây vì nó đẹp không thể tưởng tượng được. Sau lễ là một tháng nhập thất. Tôi nhớ, đó là một kinh nghiệm rất cảm động đối với cả tôi lẫn Ling Rinpoché.

Tôi đặc biệt may mắn được tham dự vào một truyền thống từ ngàn xưa, mà bao thế hệ các vị thầy đã chứng ngộ tham dự. Khi tụng tới câu kinh cuối cùng, tôi cảm động đến nghẹn lời. Điều này, về sau tôi thấy là một điểm lành, dù lúc đó thì tôi không nghĩ gì cả. Giờ đây, tôi mới thấy đó là điểm báo trước tôi sẽ được đi truyền giới Kalachakra nhiều hơn bất cứ vị tiền nhiệm nào, và ở khắp nơi trên thế giới, dù tôi không xứng đáng hơn ai. Trong năm sau đó, vào tết Monlam trong một đại giới đàn, tôi được thọ giới Tỳ Kheo, trước tượng đức Quán Thế âm, trong tu viện Jokhang. Đây cũng là một dịp lễ cảm động, do Ling Rinpoché chủ lễ.

Mùa hè cùng năm đó, do lời yêu cầu của một số nữ Phật tử, lần đầu tiên tôi truyền giới Kalachakra. Tôi rất mừng có thời gian còn giao tiếp gượng nhẹ với giới chức Trung hoa đó. Tôi có dịp chú tâm vào các nhiệm vụ tôn giáo, và bắt đầu giảng dạy đều đặn, cho những nhóm nhiều hay ít người. Kết quả tôi tạo được hên hệ giữa cá nhân tôi với dân chúng. Lúc đầu, tôi rất lo lắng khi phải nói trước công chúng, nhưng tôi có thêm tự tin rất nhanh. Tôi cũng biết là bên ngoài Lhasa, người Trung hoa làm khổ dân tôi rất nhiều. Tôi cũng có dịp hiểu tại sao hai vị thủ tướng lại khinh miệt người Trung hoa. Tỉ dụ như mỗi lần khi tướng Chiang Chin-Wu tới gặp tôi, là ông ta phải đặt cận vệ gác bên ngoài, dù ông ta đã biết rằng sát nhân là một giới cấm căn bản của Phật giáo. Dù vậy tôi vẫn nhớ đạo Phật dạy tôi: một người gọi là kẻ thù có khi còn quý hơn bạn, vì kẻ thù dạy ta một số điều mà bạn không dạy, như sự nhẫn nhịn. Tôi cũng tin tưởng một cách chắc chắn là dù tình trạng xấu tới đâu, thì rồi nó cũng sẽ khá hơn. Cuối cùng, ý hướng bẩm sinh của loài người tìm sự thật, sự công bằng và hiểu biết sẽ phải thắng ngu si và tuyệt vọng. Vậy khi người Trung hoa đè nén chúng tôi, họ sẽ khiến cho chúng tôi thêm mạnh mẽ.

Chương V

Tại Trung Cộng

Vào khoảng một năm, sau khi hai thủ tướng từ chức, người Trung hoa đề nghị chúng tôi nên cử một phái đoàn qua Trung quốc để nhìn thấy tận mắt mẫu quốc tuyệt diệu như thế nào. Một phái đoàn ra đi, thăm một vòng nước Tàu trong vài tháng. Khi trở về, họ đệ trình một bản báo cáo đầy lời ca tụng, ngưỡng mộ và giả dối. Tôi nhận ra ngay là họ đã phải viết tài liệu này dưới sự giám sát, vì tôi đã quen với sự kiện không thể nói thật trước mặt các ông chủ mới. Tôi cũng phải học cách thông tin tương tự, làm sao có bề ngoài giả dối khi phải thương lượng với người Hoa trong những hoàn cảnh khó khăn.

Chỉ ít lâu sau, đầu năm 1954, tôi cũng được mời đi thăm Trung quốc. Có lẽ đó là một ý kiến rất hay. Không những tôi sẽ có dịp gặp chủ tịch Mao, mà tôi còn có cơ hội thấy được thế giới bên ngoài. Nhưng chỉ có một thiểu số người Tây tạng vui mừng về việc này. Đa số dân sợ tôi sẽ bị giữ tại Bắc kinh, không được trở về Tây tạng nữa. Có người còn lo tính mệnh tôi sẽ bị lâm nguy, và họ cố thuyết phục để tôi không đi. Nhưng tôi không sợ gì cho cá nhân tôi cả, và tôi quyết định đi, dù ai nói sao cũng vậy. Nếu tôi không quả quyết như thế thì tôi cũng không biết đề nghị đó sẽ đi tới đâu nữa.

Cuối cùng, tôi sửa soạn du hành cùng với một phái đoàn gồm gia đình tôi, hai ông thầy, hội đồng nội các và một số các viên chức khác. Tổng cộng phái đoàn chúng tôi tới gần 500 người. Khi chúng tôi ra đi, vào một buổi sáng giữa mùa hè, có lễ tiễn đưa trên bờ sông Kyichu với âm nhạc và diễn hành. Hàng chục ngàn người tham dự, nhiều người mang cờ Phật giáo và đốt nhang cầu nguyện, chúc tôi đi bình an và trở về vui vẻ.

Ngày đó chưa có cầu bắc ngang sông, chúng tôi dùng đò làm bằng da thú qua sông trong khi các vị sư của tu viện Namgyal tụng kinh ở trên bờ. Khi tôi bước xuống chiếc thuyền dành riêng cho tôi, và quay lại vẫy tay từ biệt đồng bào, tôi thấy họ rất xúc động. Nhiều người khóc và nhiều người như muốn lao mình xuống sông, nghĩ như đây là lần chót họ nhìn thấy tôi. Tôi cảm thấy vừa buồn vừa lo, y như bốn năm trước, khi tôi rời đi Dromo. Tôi thật đau lòng khi thấy dân chúng khổ tâm như vậy. Viễn ảnh về chuyến đi xa lúc đó cũng làm cho một thanh niên 19 tuổi như tôi rất nôn nao.

Lhasa cách Bắc kinh chừng hai ngàn dặm. Năm 1954, chưa có đường nào nối liền hai xứ, dù người Hoa đã bắt đầu dùng nhân lực Tây tạng để làm xa lộ Thanh hải. Phần đầu xa lộ đã hoàn tất, nên tôi có thể di chuyển một khúc trên chiếc xe Dodge của Đạt Lai Lạt Ma thứ 13. Chiếc xe này cũng được chở qua sông.

Trạm nghỉ đầu tiên là tu viện Ganden, cách Lhasa chừng 35 dặm. Tôi nghỉ lại đây mấy ngày, cũng là một kỷ niệm cảm động. Ganden là tu viện đại học thứ ba của Tây tạng. Khi tôi rời tu việc để tiếp tục cuộc hành trình, tôi thấy một điều rất lạ: Một pho tượng thần hộ pháp của Tây tạng, mình người đầu trâu, đã cử động. Khi tôi nhìn lần đầu, tôi thấy mắt tượng nhìn xuống, vẻ nhẫn nhịn. Nhưng chỉ một lát sau, tượng quay mặt về phương đông, vẻ mặt rất dữ tợn. Tương tự như vậy, khi tôi trốn ra ngoại quốc, một bức tường trong chùa tại Ganden đã chảy máu!

Tôi đi bằng xe hơi được ít lâu thì phải đổi sang đi lừa. Đường cái và cầu bị nước lũ cuốn phăng khi chúng tôi tới vùng Kongpo. Tình trạng thật nguy hiểm. Nước do tuyết tan trên đỉnh núi chảy xuống gây nên lụt lội thường xuyên, và đất cũng thường bị truồi. Đất đá long lở, rơi ầm ầm ngay giữa đoàn chúng tôi. Vào cuối mùa hạ, mưa nhiều ngày nên quãng đường đó ngập bùn lên tới đầu gối. Thật tội nghiệp cho những người lớn tuổi, phải cố gắng lắm mới đi theo kịp đoàn.

Nói chung, mọi chuyện đều rất tồi tệ. Mấy người hướng đạo Tây tạng cố thuyết phục các viên chức Trung hoa thay đổi lộ trình này, bằng con đường trên núi cao mà dây Tây tạng thường đi. Nhưng người Hoa nhất định không chịu, cho rằng đi trên núi thì không có các cơ sở và tiện nghi, nên chúng tôi phải tiếp tục hành trình theo họ. Phải nói là một phép lạ khi chỉ có ba người bị thiệt mạng. Đó là ba chú lính người

Hoa, trẻ tuổi, vô tội, mất mạng khi đứng cùng đồng đội trên lề đường, làm rào cản cho đất đá khỏi truồi xuống chúng tôi. Tôi thương họ hết sức, họ chỉ vì bắt buộc phải tuân lệnh thượng cấp. Cũng có mấy con lừa tuột xuống vực sâu, chết thảm khốc.

Một buổi tối, tướng Chiang chin Wu cũng có mặt trong phái đoàn, tới lều tôi, cho biết là ngày mai đường còn tệ hơn nữa. Chúng tôi sẽ phải bỏ lừa để đi bộ. Vậy nên, là đại biểu của chính phủ trung ương, ông ta sẽ khoác tay tôi để hộ vệ tôi trên đường đi. Khi ông ta nói vậy, tôi có cảm tưởng như ông tướng này nghĩ mình không những có quyền áp đảo hai vị thủ tướng xứ tôi, mà còn bắt nạt được cả thiên nhiên nữa.

Ngày hôm sau, tôi phải sánh vai cặp nách với tướng Chiang. Ông ta già hơn tôi nhiều và rất mập, thật là một kếp hợp đáng chán! Hơn nữa, tôi cũng nghĩ rằng, khi đá rớt liên tiếp xuống đường như vậy, có thể chúng sẽ không phân biệt được tôi với tướng Chiang, lỡ số ông mà tận thì tôi sẽ ra sao?

Suốt dọc đường, mỗi khi chúng tôi ngừng ở các trạm gác cắm cờ đỏ do lính Trung cộng canh giữ, thì họ lại đem trà ra mời chúng tôi. Có lần vì khát quá, tôi đã uống ngay nước họ mời, mà không kịp lấy cái ly riêng của tôi. Sau khi đã khát, tôi mới nhìn tới cái tách đựng trà mà tôi mới uống đó, thấy nó dơ dáy dễ sợ! Vụn thức ăn và nước miếng khô còn dính trên miệng tách, tôi nổi giận! Tôi nhớ lúc đó, mình đúng là một đứa bé. Nhưng nay nghĩ lại thì tôi không thể nhịn cười.

Sau khoảng hai tuần lễ, chúng tôi tới một tỉnh nhỏ, tên là Demo. Chiều đó, chúng tôi đóng trại trên bờ sông. Thời tiết thật dễ chịu, tôi nhớ mình rất vui khi nhìn cảnh vật bên bờ sông, đầy hoa vàng, tím và hồng. Mươi ngày sau, chúng tôi tới miền Poyul. Từ đây, có đường cho xe chạy nên đoàn chúng tôi di chuyển bằng xe jeep và xe vận tải. Thật đỡ khổ vì tôi bắt đầu bị đau nhức quá thể vì cưỡi lừa. Tôi biết không phải chỉ mình tôi bị đau. Tôi không quên được hình ảnh một viên chức trong đoàn ngồi xéo trên lưng lừa vì mông đau quá. Ông ngồi xéo để một bên mông được nghỉ, lâu lâu mới đổi sang mông kia.

Ở vùng xa xôi như nơi đây, người Hoa đã kiểm soát xứ tôi chặt chẽ hơn. Họ dựng trại lính và dựng nhà cho sĩ quan. Tại mỗi thôn xóm đều có loa phóng thanh nhạc quân hành, cùng lời kêu gọi, thúc dục dân chúng làm việc nhiều hơn

Chẳng bao lâu chúng tôi tới Chamdo, thủ phủ của vùng Kham (Tây tạng). Một cuộc tiếp đón long trọng đang chờ tôi. Người Hoa trực tiếp cai trị vùng này nên cuộc đón tiếp có phong thái thật lạ lùng. Binh sĩ chơi những bản nhạc ca tụng Mao chủ tịch, ca tụng cách mạng và người dân Tây tạng thì đứng phất cờ đỏ của Trung quốc.

Từ Chamdo, tôi đi xe jeep tới Thành đô, tỉnh đầu tiên thuộc lãnh địa Trung quốc. Trên đường, chúng tôi đi qua ngọn núi Dhar Tse Dho, biên giới lịch sử giữa hai nước Tây tạng và Trung hoa. Khi xuống tới đồng bằng phía chân núi, tôi thấy cảnh vật thật khác lạ. Người Hoa chẳng thường chứng tỏ họ khác người Tây tạng, như cảnh vật hai xứ khác nhau sao?

Tôi không coi gì được ở Thành đô vì bị sốt, phải nằm bệnh mất mấy ngày ở đó. Ngay khi bệnh lui bớt, họ đưa tôi và tùy tùng cao cấp đi Shingang, để gặp Ban Thiền Lạt Ma, vốn đã tới từ Shigatse vài tháng trước rồi. Chúng tôi cùng bay đi Tây an. Phi cơ chở chúng tôi rất cũ kỹ. Đệm bọc ghế rách, để trơ cả khung bằng thép, chẳng tiện nghi chút nào. Nhưng tôi rất thích thú được bay trên trời nên có thể bỏ qua những hư hỏng lộ liễu đó, và cũng chẳng sợ hãi gì cả. Tuy vậy, sau này khi đi máy bay, tôi thận trọng hơn. Cho tới nay, tôi vẫn không thích dùng phi cơ di chuyển, và mỗi khi ngồi trên đó, tôi thường ưa cầu nguyện hơn là trò chuyện.

Tại Tây an, chúng tôi đổi cách di chuyển một lần nữa, đi nốt cuộc hành trình bằng xe lửa. Đó cũng là một kinh nghiệm mới đầy thích thú. Toa xe chở tôi và BanThiền Lạt Ma được trang bị tiện nghi tối đa, từ giường ngủ, phòng tắm cho tới phòng ăn. Điều duy nhất làm chuyến đi kém vui là càng gần tới Bắc Kinh, thì tôi càng lo ngại. Khi tới nhà ga Bắc kinh, tinh thần tôi căng thẳng cùng cực, chỉ khi thấy một đám đông thanh niên ra đón, tôi mới đỡ một chút. Nhưng rồi tôi lại nhận ra là những nụ cười và lời hoan hô của họ hoàn toàn giả tạo, họ chỉ đóng trò theo mệnh lệnh mà thôi. Và tôi trở lại lo âu.

Khi xuống tàu, tôi được thủ tướng Chu Ân Lai và Chu Đức, phó chủ tịch nhà nước tiếp đón, cả hai tỏ vẻ thân thiện. Đi cùng với họ vẫn là người Tây tạng trung niên mà tôi đã gặp ở Lhasa cùng với tướng Tan Kuan Sen. Ông ta tên là Phuntsog Wangyal. Sau các trao đổi xã giao, ông này đưa tôi về trú quán, là một biệt thự có vườn rất đẹp, trước thuộc phái bộ ngoại giao Nhật Bản. Wangyal giải thích cho tôi rõ chương trình mấy ngày sắp tới.

Trong thời gian đó, tôi trở thành một người bạn của Wangyal. Ông ta vào đảng Cộng Sản đã nhiều năm. Khi còn là một thầy giáo dạy trong trường của người Hoa ở Lhasa, ông đã làm việc cho đảng Cộng sản. Năm 1949, khi người Trung hoa bị tống xuất khỏi Lhasa, ông và vợ ông, là người Tây tạng nhưng theo Hồi giáo, cũng sang Trung quốc luôn. Là dân vùng Kham, khi còn nhỏ ông ta học trường Thiên chúa giáo của người Hoa, ở quận Bathang, quê ông, nên có biết chút ít tiếng Anh. Khi chúng tôi quen nhau, ông đã rất giỏi tiếng Hoa nên là người thông dịch xuất sắc cho Mao chủ tịch và tôi.

Phuntsog Wangyal tỏ ra là một con người rất có khả năng, trầm tĩnh và khôn ngoan, có suy nghĩ sâu xa nữa. Ông ta cũng rất thành thật và thẳng thắn. Tôi rất ưa gần gũi và đàm đạo với ông. Rõ ràng ông ta rất vui mừng vì được chỉ định làm thông ngôn cho tôi, vì ít nhất ông cũng có cơ hội được gặp Mao chủ tịch, thần tượng của ông. Dù sao, cảm tình của ông đối với tôi cũng nồng nàn không kém. Một lần, khi bàn về vấn đề Tây tạng, ông tỏ ra rất lạc quan về tương lai, vì ông thấy tôi có tinh thần khá cởi mở. Ông ta kể đã bao năm trước, nhìn thấy tôi là một cậu bé ngồi trên ngai tại Norbulingka, ..." Và nay ngài không còn là em bé nữa, mà đang ở Bắc kinh với tôi". Ý tưởng này làm cho ông cảm động phát khóc, ngay trước mặt tôi. Dăm phút sau, ông tiếp tục trở lại giọng một người Cộng sản. Ông bảo tôi, một địa vị Đạt Lai Lạt Ma, thì không nên tin vào khoa chiêm tinh để cai trị quốc gia. Ông nói tôn giáo không thể là căn bản của đời sống con người được. Vì ông rất chân thành nên tôi chăm chú lắng nghe. Khi ông đề cập tới chuyện mê tín, tôi giải thích rằng, đức Phật thường nhấn mạnh là ta nên tìm hiểu cho thấu đáo trước khi phán đoán đúng sai. Tôi cũng nói cho ông hiểu rằng, tôi tin chắc tín ngưỡng rất cần thiết, nhất là cho những người làm chính trị. Khi câu chuyện kết thúc, tôi nghĩ chúng tôi đều rất kính trọng nhau. Những dị biệt của chúng tôi chỉ là vấn đề cá nhân, nên không có gì phải đối nghịch nhau cả. Nghĩ cho cùng, cả hai chúng tôi đều là người Tây tạng, lo âu cho tương lai của xứ sở mà thôi.

Một hai ngày sau khi tới nơi, toàn thể phái đoàn chúng tôi được mời dự quốc yến. Chiều hôm đó, chúng tôi phải dự buổi tổng dượt cho bữa tiệc. Hóa ra người Trung hoa rất trọng lễ nghi. Các viên chức liên lạc viên làm việc tất bật. Họ lo lắng, sợ chúng tôi lúng túng làm hư chuyện, khiến họ bị quê, nên họ nhắc nhở chúng tôi từng ly từng tý. Phải đi đứng ra sao, bước mấy bước rồi quẹo mặt, mấy bước nữa thì quẹo trái v.v...Y như lính tập diễn binh vậy. Mỗi người phải đứng ở đúng ngay chỗ của mình. Tôi đi đầu rồi tới Ban Thiền Lạt Ma, hai vị quốc sư, tứ trụ trong hội đồng nội các, theo thứ tự thâm niên, rồi mới tới những người khác, thứ tự theo phẩm trật. Tất cả mọi người đều mang theo quà tặng. Người ở thứ bậc nào thì quà tương xứng với thứ bậc đó. Tất cả thủ tục đều có vẻ rất rắc rối, mặc dù người Tây tạng chúng tôi đã nổi tiếng là trọng lễ nghi rồi. Sự chộn rộn của các vị gia chủ thật dễ lây. Chẳng bao lâu, chúng tôi đều luống cuống cả, trừ Ling Rinpoche, là người vốn không ưa gì các nghi lễ. Ông tỉnh như không!

Ngay bữa sau thì phải, tôi gặp Mao chủ tịch lần đầu tiên. Đây là lần gặp gỡ công khai, tổ chức dưới hình thức giống như bữa tiệc, tất cả chúng tôi phải tới đó theo thứ bậc. Khi chúng tôi vào đại sảnh, điều đầu tiên tôi chú ý là đèn rọi sáng, của cả một đạo quân nhiếp ảnh. Mao chủ tịch đứng ngay dưới đèn, coi bình thản, thoải mái. Ông ta không để lộ vẻ thông minh xuất chúng ra ngoài. Nhưng khi ông bắt tay thì tôi cảm thấy một luồng nội khí rất mạnh. Ông tỏ ra rất thân thiện và tự nhiên, mặc dầu cuộc gặp gỡ đầy nghi lễ, làm cho tôi thấy mình lo ngại là chuyện vô căn cứ.

Tất cả, tôi gặp Mao chủ tịch tới mươi lần. Đa số là những cuộc gặp mặt đông người, chỉ có vài ba lần là gặp riêng hai chúng tôi, cùng viên thông ngôn Wangyal mà thôi. Dù khi họp hành hay ăn tiệc, thì ông cũng bắt tôi ngồi cạnh, và có lần còn gắp đồ ăn mời tôi nữa. Chuyện này làm tôi hơi e ngại, vì có tin đồn ông bị ho lao!

Tôi thấy ông ta là một người rất đáng nể. Thể chất đặc biệt, da đen xậm nhưng rất bóng, y như ông có thoa kem gì đó. Tay ông ta rất đẹp, các ngón tay hoàn hảo, nhất là ngón cái, và cũng bóng bảy một cách kỳ lạ. Tôi cũng để ý thấy Mao hít thở hình như khó khăn, đôi khi hổn hển. Điều này khiến ông ăn nói rất chậm rãi và rõ ràng. Có lẽ cũng vì vậy mà ông thường nói câu rất ngắn. Ông đi đứng, cử động cũng rất chậm chạp. Khi ông quay đầu từ trái sang phải chẳng hạn, là mất mấy giây đồng hồ, nên trông ông có vẻ rất uy nghi, tự tín.

Ngược lại với dáng điệu khả kính, quần áo của Mao thì rất tệ. Áo sơ mi luôn sờn rách ở cổ tay, và áo ngoài cũng cũ rích. Ông mặc y phục giống với mọi người, chỉ có mầu sắc hơi khác thôi. Phần được chăm sóc kỹ nhất trong trang phục của ông là đôi giầy, luôn luôn láng bóng. Thực ra, ông không cần tới y phục sang trọng, Dù ăn mặc tầm thường, ông vẫn có uy nghi và vẻ chân thật. Ai gặp ông cũng phải kính nể. Tôi cũng cảm nhận được sự thành thật và quả quyết nơi con người ông.

Trong vài tuần lễ đầu ở Bắc kinh, vấn đề chúng tôi, nhóm người Tây tạng, hay bàn bạc nhất là làm sao dung hòa được các yêu cầu của dân mình với ý muốn của người Trung hoa. Tôi phải đóng vai trung gian giữa hội đồng nội các và các viên chức Cộng sản. Mấy kỳ họp sơ bộ rất tốt đẹp. Các cuộc bàn thảo tiến triển nhanh hơn sau lần hội kiến riêng giữa Mao và tôi. Trong buổi đó, Mao nói ông thấy chưa tới lúc áp dụng mọi điều khoản trong thỏa ước 17 điểm. Một điều đặc biệt ông thấy nên quên đi lúc này, là chuyện thành lập một Ủy ban quân quản tại Tây tạng, để quân đội giải phóng (Trung quốc) cai trị. "Có lẽ nên lập ra một Ủy ban chuẩn bị cho vùng tự trị Tây tạng thì hơn", ông nói. Tổ chức này sẽ coi xem dân Tây tạng cải cách theo nhịp độ nhanh hay chậm, để phù hợp với lòng dân. Ông nhấn mạnh các điều khoản trong thỏa ước nên thi hành theo nhịp độ từ từ, khi cần thiết. Khi tôi thuật lại điều này với hội đồng nội các thì họ đỡ lo đi rất nhiều. Có vẻ như chúng tôi sẽ tìm ra được một thỏa hiệp có thể thi hành, nhờ thảo luận trực tiếp với các nhà lãnh đạo cao cấp nhất của Trung quốc.

Trong một lần gặp gỡ sau, Mao chủ tịch nói ông ta rất vui mừng khi tôi tới Bắc kinh. Ông nói sở dĩ người Trung Hoa có mặt ở Tây tạng là để giúp chúng tôi thôi. "Tây tạng là một xứ sở vĩ đại, quý vị ó một lịch sử oai hùng. Thời xưa, đã có lúc quý vị chinh phục phần lớn nước Trung hoa. Nhưng ngày nay, quý vị bị lùi xa quá, nên chúng tôi muốn giúp. Trong vòng hai mươi năm nữa, quý vị có thể sẽ tiến hơn và sẽ quay lại giúp chúng tôi". Tôi không tin nổi ở tai mình, nhưng hầu như Mao nói với lòng xác tín chứ không phải chỉ nói lấy lòng tôi.

Tôi bắt đầu thấy hào hứng vì nghĩ có thể hợp tác với Cộng hòa nhân dân Trung hoa. Tôi càng đọc về chủ nghĩa Mác-xít, càng thấy thích thú. Đó là một hệ thống đặt căn bản trên bình đẳng và công lý cho tất cả mọi người, có tham vọng chữa trị tất cả mọi chứng bệnh của thế giới. Về lý thuyết, theo ý tôi, chỉ có một nhược điểm là nó quả quyết nhìn mọi chuyện trong đời sống dưới nhãn quan duy vật. Điều này tôi không thể đồng ý. Tôi cũng thấy người Trung hoa đã áp dụng những biện pháp quá cứng rắn để đạt tới lý tưởng. Tuy nhiên, tôi vẫn tỏ ý muốn trở thành một đảng viên. Tôi chắc chắn, và nay vẫn cho rằng, có thể tìm ra một tổng hợp giữa Phật giáo và chủ thuyết Mác-xít thuần túy, thành một phương cách hành động chính trị hữu hiệu.

Cũng thời gian này, tôi bắt đầu học tiếng Hoa và tập thể dục, theo lời khuyên của viên sĩ an ninh mới của tôi. Anh ta thật dễ thương, đã từng tham chiến tại Triều tiên. Mỗi buổi sáng anh thường tới coi tôi tập, nhưng anh ta không quen dậy sớm, và anh không thể hiểu tại sao tôi phải thức trước 5 giờ sáng để tụng niệm. Anh ta thường tới, đầu tóc bù xù và mặt chưa rửa. Việc tập tành hình như có hiệu quả ngay, ngực tôi trước gầy giơ xương, nay nở nang hẳn ra.

Tôi ở Bắc kinh tất cả khoảng 10 tuần lễ. Đa số thì giờ là họp hành và học tập chính trị, không kể rất nhiều yến tiệc. Thực phẩm trong các bữa ăn linh đình đó khá ngon, duy có món trứng bách niên rất trân quý, thì ngày nay nghĩ tới tôi vẫn rùng mình. Mùi nó kinh khủng, và ở mãi trong miệng! Vì vậy, sau khi nuốt một miếng, bạn vẫn không biết là đang còn miếng trứng hay chỉ là mùi trứng thôi. Cái mùi đó át hết giác quan của bạn. Tôi thấy vài thứ phó-mát tây phương cũng có loại mùi nặng và dai như vậy. Những bữa tiệc này rất quan trọng đối với người Hoa. Hình như họ nghĩ rằng tình bạn chân thành chỉ có thể nảy nở trong bàn ăn. Dĩ nhiên, điều này chắc là không đúng rồi.

Kỳ đại hội đảng Cộng sản diễn ra trong khoảng thời gian ấy. Tôi được bầu làm phó chủ tịch của Ủy ban lãnh đạo Cộng hòa nhân dân Trung quốc. Đó là một danh vị cho có uy tín nhưng không có chút quyền lực nào. Ủy ban lãnh đạo bàn thảo chính sách rồi đưa qua Bộ chính trị, mới là nơi có thực quyền.

Những buổi họp chính trị của Ủy ban lãnh đạo có ích lợi hơn những bữa tiệc rất nhiều, dù như chúng có kéo dài vô tận. Đôi khi diễn giả nói hàng 5-6-7 giờ đồng hồ, nghe thật nản vô chừng. Tôi dùng thì giờ đó nhâm nhi nước nóng và mong cho buổi họp chấm dứt. Khi Mao có mặt thì buổi họp lại khác. Ông ta rất hấp dẫn. Nhất là sau khi tuyên bố, ông yêu cầu cử tọa cho ý kiến. Ông ta luôn luôn tìm hiểu ý nghĩa sâu xa của mọi người về vấn đề đưa ra, và ông chấp nhận dễ dàng ý kiến của họ, đôi khi còn đi tới chỗ tự phê bình mình. Một lần ông đưa ra một lá thơ gửi từ quê ông lên, than phiền về tác phong của đảng ủy địa phương. Các chuyện này đều làm cho tôi thán phục. Nhưng từ từ, tôi nhận ra là đa số các buổi họp chỉ là giả tạo. Mọi người đều sợ, không dám đưa ý kiến riêng, nhất là những người chưa vào đảng. Họ luôn luôn lễ phép và phải chiều lòng các đảng viên.

Dần dần tôi phát hiện là đời sống chính trị tại Trung quốc đầy dẫy mâu thuẫn, dù tôi không hiểu tại sao. Mỗi khi gặp Mao, ông lại gây cảm hứng tốt nơi tôi, Tôi nhớ có lần ông tới thăm mà không báo trước, vì ông muốn nói riêng với tôi vài chuyện. Tôi cũng không nhớ rõ chuyện gì, nhưng ông làm tôi ngạc nhiên không ít khi nói về đức Phật với thiện cảm. Ông ca ngợi Phật là người chống phân chia giai cấp, chống tham nhũng và chống bóc lột. Ông cũng nhắc tới Phật bà Tara, nổi tiếng trong Phật giáo Tây tạng. Bỗng nhiên ông lại có vẻ như ưa tôn giáo!

Trong một dịp khác, tôi ngồi đối diện với "chủ tịch vĩ đại" ở một cái bàn dài, mà ở hai đầu có hai vị tướng ngồi. Ông ta chỉ vào hai vị tướng, nói sẽ bổ nhiệm họ qua Tây tạng. Ông chăm chú nhìn tôi và nói:"Tôi gửi hai người này qua phục vụ ngài, nếu họ không nghe lời ngài, ngài cứ cho tôi biết là tôi sẽ kêu họ về ngay." Cùng lúc có cảm tưởng tốt đẹp, tôi nhìn thấy sự sợ hãi nơi các viên chức của đảng khi thi hành nhiệm vụ hàng ngày của họ. Họ thường xuyên lo bị mất chức nếu không phải là còn sợ mất mạng nữa.

Tôi cũng gặp Chu Ân Lai và Lưu Thiếu Kỳ nhiều lần như gặp chủ tịch Mao. Ông Lưu ít nói, ít cười, nói chung ông ta rất cứng dắn. Một lần tôi có mặt trong buổi gặp gỡ giữa Lưu thiếu Kỳ và thủ tướng Miến Điện Unu. Trước khi bắt đầu, mỗi người được thông báo về vấn đề mình sẽ trách nhiệm. Tôi lo về tôn giáo, nên nếu thủ tướng Miến Diện hỏi về vấn đề này thì tôi sẽ phải trả lời. Hầu như chuyện đó khó xảy ra và đó không phải là mối quan tâm của Unu. Sự thực, Unu chỉ muốn hỏi Lưu về hỗ trợ của Trung quốc đối với nhóm Cộng sản nổi loạn ở Miến Điện. Nhưng khi Unu nói tới những rối ren mà các quân nhân phiến loạn Cộng sản gây ra cho chánh phủ xứ Miến, thì Lưu ngó lơ. Ông ta làm như không nghe câu hỏi và không trả lời chi hết. Tôi thật ngạc nhiên, nhưng tự an ủi là ít nhất Lưu đã không mở miệng nói dối hay lường gạt. Trong truong hợp như vậy, Chu Ân Lai chắc đã nói mấy câu khôn khéo.

Chu là một người rất khác. Trong khi Lưu nghiêm nghị, chừng mực thì Chu tươi cười, có duyên và thông minh, nhậm lẹ, Lúc nào ông ta cũng quá lễ độ, dấu hiệu của một người mình không thể tin ngay được. Ông cũng rất tinh mắt. Tôi nhớ một lần trong bữa tiệc, khi Chu dẫn một vị khách tới bàn ăn thì ông khách xảy chân khi đi xuống thang. Chu vốn bị hư một cánh tay, nhưng ông đã dơ tay kia ra, đỡ ngay được vị khách sắp té, trong khi ông ta vẫn không ngừng nói chuyện !

Miệng lưỡi Chu cũng rất dữ. Sau vụ Unu thăm viếng Bắc kinh, Chu đã công khai thóa mạ Unu trước một cử tọa cả ngàn viên chức Trung quốc. Tôi thấy kỳ lạ quá, vì trước đó ông vẫn luôn luôn tỏ ra lễ độ và rất lịch sự đồi với vị thủ tướng Miến Điện.

Khi ở Bắc kinh, tôi được mời giảng dạy cho vài Phật tử Trunghoa. Người thông dịch cho tôi trong việc này cũng là một tăng sĩ đã học ở Tây tạng với một Lạt ma. Ngày xưa, có khá nhiều sư Trung hoa qua Tây tạng học Phật, nhất là về môn biện chứng. Tôi rất cảm phục vị sư này, vì ông tỏ ra là một Phật tử rất tận tuỵ trong việc học và hành đạo.

Tôi quen với mấy người Cộng sản rất dễ thương, hoàn toàn quên mình để phục vụ tha nhân. Họ cũng giúp chúng tôi rất nhiều, và tôi cũng học của họ không ít. Trong đó có một viên chức cao cấp ở sở Sắc tộc thiểu số, tên là Liu Ka Ping. Ông ta được chỉ định để dạy tôi về chủ nghĩa Mác và cuộc cách mạnh Trung quốc. Trước kia ông là người Hồi giáo. Tôi thường trêu chọc, hỏi ông đã ăn thịt heo lần nào chưa. Tôi cũng nhớ ông mất một ngón tay và tình rất vui vẻ. Chúng tôi trở thành bạn thân. Bà vợ ông rất trẻ, trông như con gái của ông. Bà trở thành bạn tốt của mẹ và chị tôi. Khi tôi rời Trung quốc, ông ta khóc như một em bé vậy.

Tôi ở lại Bắc kinh mãi tới sau lễ quốc khánh tháng 10. Năm đó kỷ niệm đệ ngũ chu niên thành lập Cộng hoa nhân dân Trung Hoa, nên họ đón tiếp nhiều chức sắc từ nước ngoài tới thủ đô. Trong đó tôi được giới thiệu với Krushchev và Bulganin (Nga). Tôi không có ấn tượng mạnh về cả hai người này- nhất là nếu so sánh với Pandit Nerhu, cũng là khách thời kỳ đó. Ông Nerhu là khách dnah dự trong một bữa tiệc do Chu Ân Lai chủ tọa.

Như thường lệ, một hàng dài quan khách đi qua ông Nerhu để được giới thiệu. Nhìn từ xa ông ta rất hòa nhã, lúc nào cũng nói mấy câu xã giao khi khách tới trước mặt. Vậy mà khi tới lượt tôi bắt tay ông thì ông sững sờ. Mắt ông nhìn thẳng phía trước, không nói nên lời. Tôi hơi bối rối, cố phá cái không khí đó bằng cách nói "tôi rất hân hạnh được gặp ông", và "đã nghe danh ông rất lâu rồi, dù Tây tạng là một xứ hẻo lánh xa xôi". Cuối cùng, ông chỉ nói được vài câu hời hợt. Tôi rất thất vọng, vì tôi muốn nói chuyện với ông để hỏi ý kiến Ấn độ thế nào đối với Tây tạng. Thật là một gặp gỡ không như ý.

Về sau, tôi gặp ông đại sứ Ấn, theo yêu cầu của ông. Nhưng cuộc gặp gỡ cũng thất bại như với Nerhu vậy. Dù tôi có một nhân viên nói tiếng Anh rất thông thạo, nhưng người Trung hoa buộc tôi phải dùng thông ngôn của họ, dịch cả mấy câu tiếng Anh do ông đại sứ nói ra! thật là bất tiện vô cùng. Có những điều tôi cần thảo luận nhưng không thể nói ra vì có mặt người Trung hoa. Lúc vui nhất trong buổi chiều đó là khi một người hầu rót trà đã vô ý làm đổ nguyên khay trái cây lạ và đắt tiền xuống đất. Khi nhìn những trái đào, mơ, mận lăn lóc khắp nơi, viên thông ngôn nghiêm trang của tôi cùng người phụ tá bò khắp nơi để lượm lại. Tôi phải cố gắng lắm mới nín cười được.

Tôi ngồi cạnh đại sứ Nga trong một bữa tiệc, khá vui. Thời đó Nga và Trung quốc còn là đồng chí thân thiết nên tôi không bị ai quấy rầy. Ông đại sứ rất thân thiện và muốn biết cảm nghĩ của tôi về Xã hội chủ nghĩa. Khi tôi nói tôi thấy nhiều khả năng lớn trong chủ nghĩa này thì ông nói tôi phải đi thăm Liên sô mới được.Ý kiến thật hay, làm cho tôi nảy ra ý muốn đi tăm xứ ông ngay, như một nhân viên thường trong phái đoàn. Như vậy, trong hái đoàn tưởng tượng đó, họ đi tới đâu tôi sẽ đi theo đó, mà không có trách nhiệm gì hết, tôi sẽ có toàn thời gian để xem những gì mình thích. Buồn thay, ý tưởng đó không đi tới đâu cả. Phải hơn hai năm sau, tôi mới thực hiện được ý muốn viếng thăm Liên bang Sô viết. Và chẳng cần nói, ai cũng biết là hoàn cảnh thực tế khác xa với những gì tôi tưởng tượng trước kia.

Nói chung, chính quyền Trung cộng rất miễn cưỡng khi cho tôi gặp người ngoại quốc. Tôi nghĩ tôi phải là một người làm cho họ lúng túng. Khi xâm lăng Tây tạng, họ đã bị nhiều nước trên thế giới lên án. Điều này làm cho họ khó chịu, và họ cố gắng tô điểm lại hình ảnh của họ bằng cách chứng minh cuộc chiếm đóng Tây tạng là điều hợp lý theo lịch sử, và chỉ là chuyện nước mạnh giúp nước yếu mà thôi.Tôi phải nhận ra rằng khi có mặt ngoại giao đoàn thì chính quyền Trung quốc cư xử rất khác với thường ngày. Cũng như họ tự cao tự đại với người ngoại quốc, nhưng trước mặt lại luôn tỏ ra ôn hòa, nhũn nhặn.

Cũng có một ít du khách muốn gặp tôi khi họ tới Bắc kinh. Trong đó có một đoàn vũ Hung gia lợi, cả đoàn ai cũng xin chữ ký của tôi. Có mấy ngàn người Mông Cổ tới Bắc kinh hy vọng được gặp tôi và Ban Thiền Lạt Ma. Điều này làm cho chính quyền Trung quốc khó chịu, có lẽ vì khi thấy hai nhóm chúng tôi gặp nhau thì họ phải nhớ lại một thời kỳ quá khứ rất khác với hiện tại. Không phải chỉ có Tây tạng, hồi thế kỷ thứ 8 mới buộc người Hoa triều cống, mà người Mông cổ cũng đã cai trị Trung quốc từ năm 1279 tới năm 1368, sau khi đại hãn Hốt Tất Liệt xâm chiếm xứ này.

Thời đó cũng có một câu chuyện lịch sử lý thú: Đại hãn Hốt Tất Liệt sau trở thành Phật tử, vì học theo một vị thầy Tây tạng. Vị Lạt ma này đã thuyết phục đại hãn phải chấm dứt biện pháp kiểm soát dân số Trung hoa bằng cách đẩy hàng ngàn người xuống biển cho chết đuối. Làm vậy, vị thầy Tây tạng đã cứu được rất nhiều người Hoa.

Vào mùa đông 1954, tôi và đoàn tùy tùng đi một vòng thăm các kỳ quan kỹ nghệ và tiến bộ vật chất của Trung quốc. Có cả mẹ tôi và chú em Tenzin Choegyal cùng đi. Tôi rất thích thú nhưng nhiều viên chức Tây tạng không chú ý gì tới những chuyện "trình diễn" đó, bữa nào nghe nói không phải đi thăm viếng là họ thấy nhẹ nhõm hẳn. Đặc biệt mẹ tôi không ưa gì thời gian sống bên Trung quốc. Bà lại càng không vui khi bị cảm nặng trong một chuyên du hành. May thay, ông thầy thuốc mập phì của tôi cũng có mặt. Ông ta rất giỏi và là bạn quý của mẹ tôi. Ông cho toa là bà chịu uống thuốc ngay- nhưng vì hiểu lầm, bà uống gấp đôi lượng thuốc cần dùng, nên lại đau nặng hơn! Suốt mấy ngày bà bị đuối sức khiến tôi lo ngại. May mắn, sau đó bà bình phục và sống thêm 25 năm nữa. Ling Rinpoché cũng bị đau nặng, nhưng ông không hồi phục được mau, mà mãi khi bị lưu đầy ông mới khỏe hẳn.

Tenzin Choegyal kém tôi một giáp, luôn là niềm vui và cũng là nỗi kinh hoàng của mọi người, kể cả người Hán, dù họ rất thương chú. Rất thông minh, em tôi chỉ học mấy tháng là thông thạo tiếng Quan thoại. Điều này vừa lợi vừa hại. Chú thích thấy người lớn lúng túng, vướng vào cảnh khó xử. Nếu mẹ tôi hay bất cứ ai chê bai một người Hoa nào đó, em bèn đem kể cho họ nghe ngay. Chúng tôi phải rất cẩn thận khi nói chuyện trước mặt chú. Tuy vậy, em vẫn nhận ra được ngay dù mọi người nói bóng nói gió một cách khéo léo.

Em tôi dễ thương tới độ ai cũng cưng chiều nó, trừ ông phụ giáo Trijang Rinpoche1 thì có phần lo lắng vì em tôi hay nhảy nhót, làm gãy bàn ghế, và ông thầy ngại sẽ không biết giải thích làm sao với người Hoa. Trái lại, Ling Rinpoche1 là bạn chơi rất thân của em. Cá nhân tôi không gần em nhiều, nhưng gần đây em có nhắc kỷ niệm bị tôi bạt tai em rất đau, vì em đã vớt hết cá kiểng trong hồ ra, sắp xếp chúng thành hàng trên bãi cỏ.

Dù các viên chức tháp tùng không chia sẻ được với tôi sự quan tâm đối với các tiến bộ vật chất của người Hoa, tôi vẫn rất thán phục các thành quả của họ trong ngành kỹ nghệ nặng. Tôi mong sao xứ tôi cũng có được những bước tiến tương tự. Tôi đặc biệt chú ý tới nhà máy thủy điện tại Mãn châu, không cần phải tưởng tượng cũng thấy được là xứ tôi có tài nguyên vô tận (Tây tạng là xứ đầu nguồn của nhiều con sông lớn), để chế tạo ra năng lượng bằng cách này.

Chuyến đi này tôi nhớ nhất là nét mặt của viên chức người Hoa khi tôi hỏi mấy câu rất thích đáng về điện năng lúc anh ta trình bầy dự án. Nhờ tôi đã sửa cái máy phát điện cũ ở Lhasa nên tôi khá nhiều về các nguyên lý căn bản. Cũng có lẽ vì tôi là một tăng sĩ ngoại quốc trẻ tuổi mà lại hỏi tới kilowat và kích tấc đầu máy phát điện, nên có đã làm cho anh ta ngạc nhiên.

Cuộc thăm viếng đặc biệt nhất là khi tôi thăm một chiến hạm cổ tại Mãn châu. Tôi mê quá! Dù chỉ là một chiến tàu rất cổ, tôi không còn phân biệt được đầu đuôi của các dụng cụ hay máy móc, tôi vẫn thấy chỉ cần leo lên được cái tàu vĩ đại bằng kim loại màu xám, ngửi thấy cái mùi kỳ lạ của dầu và biển, là đã đủ rồi.

Về khia cạnh bi quan, tôi dần dần nhận ra là chánh quyền Trung cộng không muốn cho tôi tiếp xúc với người dân thường. Mỗi lần tôi tính bỏ chương trình chính thức, chỉ đi ngắm cảnh một mình, là tôi bị ngăn lại ngay. Các viên chức tháp tùng để canh chừng tôi luôn luôn lấy cớ "an ninh- an ninh" để cản. Không chỉ tôi mà tất cả phái đoàn người Bắc kinh cũng bị cấm tiếp xúc với thường dân. Họ không được phép làm gì một mình hết.

Tuy thế, vị giáo thọ của tôi, thầy Serkon Rinpoché, vẫn luôn luôn đi đây đó một mình. Ông ta không bao giờ nghe lệnh người Hoa, chỉ làm những gì ông thấy nên làm. Có lẽ vị chân ông khập khiễng, và mắt ông không tinh, nên không ai nghĩ cần ngăn cản ông. Vì vậy, ông là người duy nhất thấy rõ đời sống thực của dân chúng nước Cộng hòa nhân dân Trung quốc. Ông mô tả cảnh tượng buồn thảm, dân rất nghèo và luôn luôn sợ sệt.

Tôi cũng có dịp trao đổi lý thú với một nhân viên chiêu đãi tại khách sạn. Anh ta cho biết đã thấy hình tôi, chụp khi tôi rời Lhasa và anh rất vui thấy dân xứ tôi mừng rỡ về vụ tôi qua Trung quốc. Khi tôi nói điều đó rất xa với sự thật, anh hết sức ngạc nhiên "Nhưng báo nói vậy mà!" Tôi trả lời, nếu vậy báo chí đã bóp méo sự thật rồi, vì đa số dân tôi đều đau khổ về chuyện tôi qua đây. Đây là lần đầu tiên tôi hiểu rõ báo chí Trung hoa đã vo tròn bóp méo các sự kiện ra sao. Hình như chính phủ họ có tánh nói láo từ trong huyết mạch mất rồi.

Trong khi du hành quanh xứ Trung quốc, tôi đã qua biên giới, đi thăm chốn sanh đẻ ra Serkon Rinpoché, xứ Mông cổ. Thật cảm động, tôi thấy xứ này thật gần cận với xứ tôi.

Chúng tôi trở về Bắc kinh vào cuối tháng giêng năm 1955, vừa đúng ngày tết Losar đầu năm Tây tạng. Để đánh dấu ngày trọng đại này, tôi àm một bữa tiệc, mời Mao chủ tịch và ba người kia trong tứ trụ là Chu Ân Lai, Chu Đức, và Lưu thiếu Kỳ. Họ đều nhận lời tới dự. Trong buổi chiều hôm đó, Mao tỏ ra rất thân thiện. Có lúc ông ta nhoài người ra hỏi tôi làm gì vậy, khi thấy tôi tung miếng bánh Tsampa lên cao. Tôi giải thích đó là cử chỉ tượng trưng cho sự thỉnh mời. Ông ta liền lấy một miếng bánh, làm y như vậy, rồi ông lấy miếng nữa, vứt xuống sàn nhà, vẻ mặt ranh mãnh. Cử chỉ châm chọc này của Mao là điều duy nhất làm cho buổi tối đó không hoàn mãn, còn các chuyện khác đều có vẻ thuận lợi cho tình hữu nghị giữa hai xứ. Cuối bữa tiệc, cũng vẫn một đoàn nhiếp ảnh gia chụp hình lưu niệm. Vài tấm hình sẽ được in trên mặt báo vài ngày sau, với bài tường thuật nồng nhiệt, nhấn mạnh tới các diễn văn của chúng tôi. Những tấm hình này cũng được in lại ở Tây tạng, vì khi trở về Lhasa, tôi còn thấy nó trên một tờ báo địa phương. Bức hình cho thấy Mao ngồi cạnh, tôi thì đang quay đầu lại phía ông và tay tôi đang làm một cử chỉ gì đó, tôi cũng không nhớ. Ông chủ bút tự ý chú thích bức hình, nói là ngài Đạt Lai Lạt Ma đang chỉ cho chủ tịch vĩ đại cách làm bánh Khabse (một loại bánh khô Tây tạng).

Vào giữa mùa Xuân 1955, một ngày trước khi tôi rời Trung quốc trở về Tây tạng, tôi họp với Ủy ban lãnh đạo đảng Cộng sản. Lưu Thiếu Kỳ chủ tọa, đang thuyết trình thì người sĩ quan an ninh của tôi chạy vội vô: "Mao chủ tịch muốn gặp ngài ngay lập tức, người đang đợi ngài". Tôi không biết làm sao. Tôi không thể cứ đứng lên rồi rời phòng họp. Lưu thì đang nói không ngừng. Tôi bèn trả lời:"Anh lên nói xin lỗi là tôi phải rời đây". Anh lập tức làm ngay.

Chúng tôi tới ngay văn phòng của Mao, quả nhiên ông ta đang chờ. Đó là cuộc gặp gỡ chót của chúng tôi. Ông nói muốn khuyên tôi vài điều về việc trị dân trước khi tôi trở về Tây tạng. Ông giải thích cách tổ chức những buổi họp, làm sao khuyến khích ngườ ta phát biểu ý kiến, và làm sao biểu quyết được những điểm then chốt. Thật là những bài học rất hay, tôi ngồi ghi chép, như tôi vẫn thường làm khi gặp ông. Ông tiếp tục, cho rằng giao thông là phương tiện sống còn của các tiến bộ vật chất, nhấn mạnh tới chuyện phải huấn luey65n càng nhiều thanh niên Tây tạng càng tốt. Sau cùng ông ghé lại gần tôi và nói:"Tác phong của ông tốt đấy, tôn giáo là thuốc độc, ông hiểu không. Trước hết, nó làm giảm dân số vì các tăng ni không được phép lập gia đình, hơn nữa tôn giáo lại coi thường sự tiến bộ vật chất". Tới đây, tôi cảm thấy mặt nóng bừng, và bỗng trở nên sợ hãi. Tôi nghĩ, cuối cùng, ông ta là người muốn hủy hoại Phật giáo.

Khi đi trời đã về khuya, khi Mao nói những lời định mạng này, tôi cúi người xuống phía trước, làm như đang ghi chép, nhưng thực ra là để dấu mặt đi. Tôi hy vọng ông không nhìn thấy nét hoảng sợ nơi tôi, vì nếu nhìn thấy, ông sẽ nghi ngờ, hết còn tin tưởng gì nơi tôi nữa. May thay, vì một lý do gì đó, hôm ấy Wangyal lại vắng mặt. Nế anh có ở đấy, tôi nghĩ thế nào anh cũng đoán được ý nghĩ của tôi, vì tôi và anh vẫn trao đổi mọi chuyện cùng nhau. Ch1inh tôi cũng biết mình không thể che dấu cảm xúc của mình lâu hơn nữa. RẤt may mắn, chỉ mấy phút sau đó thì Mao chấp dứt buổi gặp gỡ. Tôi cảm thấy nhẹ hẳn người khi Mao đứng dậy, bắt tay tôi. Thật lạ, dù đêm đã khuya, ông ta vẫn hoàn toàn tỉnh táo, đôi mắt vẫn linh động. Ông mở và đóng cửa xe cho tôi. Khi xe lăn bánh, tôi quay ra vẫn tay. Hình ảnh chót của tôi về Mao là cảnh ông đứng ngoài trời lạnh, không mắc áo khoác, đầu không mũ, quơ tay vẫy chào từ biệt.

Sau cơn sợ hãi và kinh ngạc, tôi bắt đầu thấy hoang mang. Sao ông ta có thể xét đoán tôi nhầm lẫn tới như vậy? Sao ông có thể nghĩ rằng bản chất tôi là người không có niềm tín ngưỡng sâu xa? Điều gì đã khiến ông nghĩ vậy? Tôi biết nhất cử nhất động của tôi đều được báo cáo kỹ lưỡng với ông: tôi ngủ bao nhiêu tiếng, tôi ăn mấy bát cơm, nói gì trong các cuộc họp...Chắc chắn, mỗi tuần đều có bản phúc trình về hành vi của tôi, được đem ra phân tích rồi trình lên Mao. Như vậy, thì ông phải biết rằng hàng ngày tôi dùng 4 tiếng đồng hồ để tụng niệm, ngồi thiền và hơn nữa, suốt thời gian ở Trung hoa, tôi vẫn học Phật pháp với các thầy tôi. Ông ta cũng phải biết tôi đã học rất chăm chỉ để thi kỳ chót của tu viện, sẽ tổ chức trong vòng sáu bảy năm nữa thôi. Tôi thật sự bối rối.

Tôi chỉ có thể giải thích là ông ta đã hiểu lầm khi ông thấy tôi chú ý tới các vấn đề khao học và tiến bộ vật chất. Đúng là tôi mong xứ tôi tiến bộ như Cộng hòa nhân dân Trung quốc, và đúng là tánh tôi ưa suy nghĩ theo tinh thần khoa học. Chắc vì ông ta không biết rằng theo giáo lý đạo Phật, ai thực hành giáo pháp cũng phải thực tập coi giáo pháp có đúng hay chăng. Vì thế tôi luôn luôn cởi mở đón nhận những khám phá về sự thật của khoa học hiện đại. Có lẽ vì không hiểu biết về đạo Phật nên Mao tưởng người yêu chuộng khoa học như tôi chỉ theo tôn giáo thuần túy bề ngoài vị tập tục mà thôi. Dù ông suy luận thế nào chăng nữa, thì tôi cũng biết là ông hoàn toàn sai lầm.

Bữa sau tôi rời Bắc kinh trở về Lhasa. Hành trình mau chóng hơn chuyến đi nhiều vì xa lộ Thanh hải nay đã hoàn tất. Trên đường về, tôi nhân cơ hội dừng lại hai, ba ngày ở nhiều địa điểm, để gặp gỡ càng nhiều đồng bào càng hay. Tôi kể cho họ nghe những kinh nghiệm tôi thấy ở Trung quốc, và nói tới những điều tôi hy vọng ở tương lai. Dù tôi đã thay đổi quan niệm của về Mao, tôi vẫn có cảm tưởng ông ta là một lãnh tụ lớn và hơn hết, ông là một con người thành thật. Ông ta không gian xảo, vậy nên khi nào các viên chức Trung quốc ở Tây tạng còn nghe lệnh ông, thì còn lạc quan được. Tôi cho là mình nên lạc quan thì hơn, vì thái độ bi quan chỉ làm cho tình trạng tồi tệ hơn thôi. Nhưng sự lạc quan của tôi không được quần thần chia sẻ. Chỉ có một ít người có cảm tưởng tốt với Trung quốc, đa số sợ phương thức cứng rắn của người Hoa sẽ đưa tới chuyện áp bức dân Tây tạng. Họ còn lo ngại hơn khi nghe chuyện viên chức cao cấp bên Trung hoa, tên là Gan Kung, chỉ vì phê bình Lưu Thiếu Kỳ mà bị ám sát một cách thảm khốc.

Không bao lâu, tôi cũng bắt đầu nghi ngờ. Khi tôi tới thăm Tashiel, miền viễn đông của Tả tạng, thì có rất nhiều người ra nghênh đón. Có cả ngàn người đi từ xa tới chào đón tôi. Tôi thật cảm động về lòng thành của họ. Nhưng sau đó, tôi thật buồn khi nghe nói các viên chức Trung cộng nói dối dân chúng là tuần sau tôi mới về tới đó, để họ không được gặp mặt tôi! Thật là tội nghiệp, vì sau khi tôi rời đi thì còn hàng ngàn người tới nữa!

Một nguyên nhân khác làm cho tôi buồn bực là người Hoa quá lo âu hoảng hốt về an ninh của tôi. Khi tôi về thăm làng cũ, họ nhất định không cho tôi nhận thức ăn của ai khác ngài người đầu bếp riêng. Nghĩa là tôi không được nhận tặng phẩm nào của dân chúng, dù đó là người trong gia đình tôi, đang còn sinh sống ở Taktser. Làm như những con người đơn giản, khiêm cung và mộ đạo kia có thể nghĩ đến chuyện đầu độc Đạt Lai Lạt Ma vậy! Mẹ tôi rất tức giận vì không biết giải thích sao với bà con. Khi tôi hỏi về đời sống của những người dân ở đó thì họ trả lời:" Nhờ ơn Mao chủ tịch, nhờ ơn đảng và Cộng hòa nhân dân Trung Hoa, chúng tôi rất sung sướng". Họ vừa nói vừa ứa nước mắt!

Trên đường về Lhasa, tôi cố gặp gỡ càng nhiều người càng tốt. Không như ở Trung hoa, chuyện này không bị khó khăn. Hàng ngàn người tới, mang theo cả người già và bịnh, chỉ để được nhìn thấy tôi. Nhiều người Hoa cũng dự những buổi gặp gỡ này, tôi nhân cơ hội nói họ nên tìm hiểu người Tây tạng nhiều hơn. Để làm việc đó, tôi tìm biết người là đảng viên, người nào không. Sau, kinh nghiệm cho tôi hiểu là các đảng viên thường ăn nói mạnh dạn hơn.

Thái đội của nhà cầm quyền người Trung hoa tại Tây tạng thật đáng để tâm. Có lần một viên chức bảo tôi:"Dân chúng Trung hoa không yêu Mao chủ tịch như dân Tây tạng yêu Đạt Lai Lạt Ma". Một lần khác, có anh lính hùng hổ, phách lối, tới xe tôi hỏi coi Đạt Lai Lạt Ma đâu. Khi nghe nói "tôi đây" thì anh bỏ mũ xuống xá và xin tôi chú niệm cho anh. Khi tôi rời Thành đô, nhiều viên chức từng tháp tùng tôi suốt cuộc hành trình đã gạt lệ khi tôi chia tay với họ. Tôi cũng cảm thấy quyến luyến vì dù bất đồng ý kiến, chúng tôi cũng đã phát sinh nhiều tình cảm cá nhân sâu đậm.

Được gặp lại người dân quê Tây tạng sau nhiều tháng đi xa, tôi có cơ hội nhìn ra sự khác biệt giữa họ và dân Trung hoa. Trước hết chỉ cần so sánh nét mặt, tôi cũng thấy ngay là người Tây tạng an lạc hơn nhiều. Tôi nghĩ đó là do nhiều yếu tố văn hóa. Trước hết là sự liên hệ dễ chịu hơn giữa chủ đất và nông dân; nên người nghèo đỡ khổ hơn. Thứ đến, Tây tạng không có những tục lệ man rợ như tục bó chân phụ nữ, tới nay vẫn còn phổ thông ở Trung quốc. Tuy nhiên người Trung hoa không nhìn ra những điểm này, họ chỉ thấy chế độ phong kiến của chúng tôi giống hệt như họ thời xa xưa mà thôi. Trước khi về tới Lhasa, tôi gặp Chu Ân Lai khi ông ta bay sang thăm một vùng thuộc tỉnh Kham, mới bị động đất. Thật là cuộc hội kiến kỳ lạ, vì ông ta đã nói tốt về tôn giáo. Tôi vẫn tự hỏi vì sao ông lại nói như vậy, vì đấy là chuyện lạ lùng. Có lẽ ông ta nói theo chỉ thị của Mao, để sửa sai cho buổi tối tôi gặp Mao lần chót.

Chương VI

Ông Nehru Nói Rất Tiếc

Khi trở về Lhasa tháng 6 năm 1955, cũng như mọi khi, tôi được nhiều ngàn người chào đón. Dân chúng Tây tạng đã rất buồn rầu khi tôi vắng mặt lâu như vậy, nên nay họ cảm thấy yên tâm khi Đạt Lai Lạt Ma trở về với họ. Tôi cũng cảm thấy khuây khỏa. Rõ ràng là tại đây, người Hoa cư xử đỡ hơn ở miền Đông Tây tạng. Trên đường từ Trung hoa về, ngoài dân chúng, có rất nhiều viên chức địa phương xin tôi can thiệp với các ông chủ mới để họ thay đổi chánh sách tại vùng quê.

Họ cho là người Hoa đã trực tiếp đe dọa lối sống của dân Tây tạng, và họ rất sợ hãi. Tại thành phố, mọi chuyện tương đối bình thường, chỉ trừ nay có nhiều xe hơi và xe vận tải, làm cho thành phố bị ồn ào và ô nhiễm như chưa từng xảy ra. Nạn thiếu hụt thực phẩm đã giảm, và thái độ tức giận công khai nay được thay thế bằng sự phẫn uất và chống đối thụ động.

Tôi trở về, đem lại sự lạc quan. Vị thế của tôi đối

với các viên chức Trung hoa có khác hơn là vì trước công chúng, Mao đã tỏ ra tin tưởng ở tôi. Tôi lạc quan một cách dè dặt về tương lai. Tôi cũng biết là thế giới bên ngoài đã quay lưng lại Tây tạng. Tệ hơn, nước Ấn độ, hàng xóm gần cận nhất, xứ đàn anh tinh thần của chúng tôi, đã lặng thinh trước sự xâm lăng của Bắc kinh. Vào tháng 4 năm 1954, Nehru đã ký một thỏa ước Hoa-Ấn mới, trong có một phụ đính thư gọi là Panch Sheel, hai xứ đồng ý sẽ không can thiệp vào các việc nội bộ của nhau.

Theo thỏa ước đó, Tây tạng là một phần của Trung quốc. Mùa hạ năm 1955, chắc chắn phải là thời gian tốt đẹp nhất trong thập niên chung sống khó khăn giữa người Trung hoa và chánh phủ tôi. Nhưng mùa hè Tây tạng thì rất ngắn, nên chỉ mấy tuần lễ sau là những tin tức đáng ngại về hành động của chánh quyền Trung quốc tại Kham và Amdo lại về tới thủ đô rồi.

Không để cho dân yên, họ bắt đầu làm áp lực bằng những "đổi mới". Nhiều thuế mới đánh trên nhà cửa, đất dai, gia súc và hơn nữa, mọi thứ trong tu viện cũng bị trả thuế. Những trang trại lớn bị tịch thu để chia đất theo lệnh các viên chức Trung hoa tại địa phương, theo ý thức hệ của họ. Các chủ đất bị buộc tội và trừng phạt công khai vì "phạm tội đối với nhân dân". Tôi hoảng kinh khi nghe tin có người đã bị xử tử. Đồng thời, chánh quyền Trung quốc bắt đầu tập trung hàng ngàn dân du mục vốn sống lang thang trong vùng đó. Đối với các ông chủ mới này, thì dân du mục rất đáng ghét và có vẻ man dã. (Người Hoa thực ra vẫn gọi người Tây tạng là "man di", có nghĩa là mọi rợ).

Một tin dữ nữa là họ can thiệp quá nhiều vào công việc trong các tu viện, và dân chúng địa phương bị tuyên truyền chống lại tôn giáo. Các tăng ni bị đàn áp nặng nề và bị làm nhục trước công chúng. Tỉ dụ như họ bị buộc tham gia vào các chương trình giết sâu bọ, chuột, chim hay các loài côn trùng phá hại mùa màng, dù chánh quyền Trung quốc đã biết sát sanh là một giới cấm trong đạo Phật. Nếu các tăng sĩ từ chối, họ sẽ bị hành hung.

Trong khi đó, tại Lhasa, người Hoa làm như không có chuyện gì cả. Không can thiệp vào tôn giáo tại thủ đô, họ rõ ràng hy vọng tôi sẽ bị ru ngủ bởi tình trạng an ninh giả tạo, để họ muốn làm gì thì làm tại các nơi khác. Vào cuối năm 1955, theo đề nghị của Mao, để thay thế ủy ban quân sự, chúng tôi sửa soạn ra mắt ủy ban chuẩn bị của khu tự trị Tây Tạng.

Nhưng khi mùa Thu qua, mùa Đông tới, thì tin tức từ miền Đông ngày càng tệ hơn. Dân chúng vùng Kham, không quen bị người ngoài áp chế, và họ rất quý khí giới cá nhân của họ, nên khi người Hoa ra lệnh tịch thu những thứ này, thì họ phản ứng rất dữ. Tình trạng ngày càng tồi tệ rất nhanh. Vì thế, một số dân bắt đầu về Lhasa tỵ nạn, kể lại những câu chuyện kinh hoàng tàn bạo. Người Hoa đối xử tàn nhẫn với sự kháng cự của dân chúng: họ không những công khai đánh đập, hoặc giết người, mà còn hay bắt chính con cái nạn nhân làm việc đó. Nạn nhân phải tự kiểm thảo. Những người kháng cự thì bị trói trật cánh khuỷu. Khi họ không còn hơi sức nữa, thì dân chúng, kể cả đàn bà con trẻ, bị buộc phải ra mặt hành hạ họ thêm. Hình như người Hoa nghĩ rằng, những chuyện này làm cho dân chúng phải thay đổi ý kiến và việc cải tạo chính trị sẽ dễ dàng hơn.

Vào tết đầu năm 1956, tôi được Cốt Thánh Nechung báo cho biết rằng "Ánh sáng của viên ngọc quý (một thứ danh xưng dân Tây tạng vẫn gọi Đạt Lai Lạt Ma) sẽ chiếu rọi ở phương Tây". Tôi tưởng câu đó có nghĩa tôi sẽ du hành qua Ấn độ năm đó, nhưng ngày nay tôi mới hiểu lời tiên tri này có ý nghĩa sâu xa hơn.

Một chuyện khẩn cấp khác là chuyện nhiều người từ Kham và Amdo về Lasha tỵ nạn. Thành phố ngột ngạt. Lần đầu tiên lễ tết có màu sắc chính trị. Các bích chương và truyền đơn chống Trung Cộng đầy phố. Dân chúng tụ họp công khai, chọn lấy người lãnh đạo. Chưa bao giờ có chuyện như vậy tại Tây tạng. Dĩ nhiên người Hoa nổi cơn thịnh nộ. Họ bắt giữ ngay ba người, kết tội đã chủ xướng các hành động phản dân chủ. Nhưng họ không thể dập tắt sự kiện dân chúng chống đối ách thống trị của họ.

Trong dịp lễ Monlam, những nhà buôn tại Amdowa và Kampa bắt đầu thu góp tiền để dành cho dịp lễ Se-tri-Chenmo sắp tới. Đây là một nghi lễ dâng cúng các thần linh xứ Tây tạng để cầu họ gia hộ phước thọ cho Đạt Lai Lạt Ma. Sự quyên góp này thành công đến nỗi dân chúng tặng tôi nguyên một chiếc ngai thật lớn bằng vàng dát châu báu. Sau tôi mới hiểu, chuyện này mang một ý nghĩa khác. Nó tượng trưng cho sự hình thành một liên minh tên là Chushi Gandruk nghĩa là "4 sông, 6 núi", tên chung của hai vùng Kham và Amdo. Tổ chức này điều hợp một phong trào toàn dân kháng chiến.

Sau lễ Monlam, người ta lại tiếp tục sửa soạn cho

Ủy ban chuẩn bị ra mắt, trong đó tôi sẽ là chủ tịch, theo đề nghị của Mao. Chỉ trong hai tháng ngắn ngủi, người Hoa vận dụng nhân công Tây tạng, xây cất ba tòa nhà lớn: một khách sạn dành cho các viên chức Trung hoa, một nhà tắm công cộng và một làm tòa thị chánh. Ngôi nhà chót này là một tòa nhà hai từng hiện đại, có mái sắt gợn sóng, chứa được tới 1200 người nơi sân trước, và trong nhà có phòng hội cho 300 chỗ. Tòa nhà được xạy dựng ngay trước mặt lâu đài Potala.

Vào tháng 4 năm 1956, tướng Trần Nghị, phó thủ tướng kiêm ngoại trưởng CHND Trung quốc, đại diện Mao chủ tịch, tới Lhasa. Ông ta đi cùng với vợ và một phái đoàn khá đông người. Tôi nhớ gặp ông Trần Nghị khi ở Trung quốc. Ông ta là một người rất dễ chịu, nổi tiếng về tài hùng biện. Có lần ông diễn thuyết liền bảy tiếng đồng hồ. Ông tới Lhasa, hãnh diện về cái cà vạt của ông, dù ông không biết thắt nó cho đúng cách. Áo của ông không che nổi cái bụng bự. Tuy nhiên, ông không hề bận tâm về những chuyện này, ông ta rất vui vẻ, tự tin và thích đồ xa hoa. Sự hiện diện của ông tại thủ đô bắt đầu một cuộc trình diễn rình rang. Người Hoa tổ chức nhiều buổi giải trí, tiệc tùng và đọc nhiều diễn văn chào mừng ông. Trong buổi ra mắt Ủy ban chuẩn bị tại tòa thị chính mới xây, họ trang hoàng nhiều cờ và biểu ngữ ca ngợi Mao cùng các đồng chí của ông ta. Ban quân nhạc Trung quốc trình tấu và hát những bản nhạc Cộng sản. Không khí có nhiều nét lễ lạt.

Trần Nghị đọc một bài diễn văn (tương đối ngắn) nói phải bắt đầu cải tổ, để xóa bỏ tình trạng chậm tiến của Tây tạng, và giúp cho xứ này tiến bộ lên ngang với xã hội tiên tiến Trung hoa. Sau đó là một lô các diễn văn nịnh bợ, do các viên chức Trung hoa và cả Tây tạng đọc lên, để ca tụng chủ nghĩa Xã hội, đảng Cộng sản và hoan hô sự hiện diện của người Hoa. Tôi cũng phải đọc diễn văn, nhấn mạnh là tôi nghĩ người Hoa chắc chắn sẽ ủng hộ những phương cách cải tiến theo nhịp độ thích hợp với dân, và sẽ để cho dân được quyền tự do tín ngưỡng. Cơ cấu của ủy ban chuẩn bị tạo ra những bộ mới trong chánh phủ như bộ tài chánh, giáo dục, canh nông, giao thông, y tế, tôn giáo và an ninh. Đa số do người Tây tạng trách nhiệm.

Nền hành chánh Chamdo cũng được trả lại cho Lhasa. Họ gọi tất cả là Vùng tự trị Tây tạng. Tuy nhiên, miền Kham và phần còn lại của Amdo vẫn bị Bắc kinh trực tiếp kiểm soát. Hội đồng nội các và văn phòng của tôi vẫn còn tồn tại. Nhưng rõ ràng là người Hoa muốn cho họ ra rìa rồi sẽ đi tới chỗ gạt bỏ chánh phủ cũ của xứ tôi. Trên giấy tờ, Ủy ban chuẩn bị hứa tiến tới nền tự trị, nhưng trong thực tế thì khác hẳn. Hầu như tất cả 51 đại biểu do Trần Nghị chỉ định, đều nhờ người Hoa mà có địa vị, không ai được bầu lên cả. Họ được phép giữ địa vị và tài sản khi nào họ không chống đối. Nói khác đi, tất cả chỉ là một trò dối trá. Tuy vậy cũng có vài sự bất ngờ: một là anh tôi Lobsang Samten được chỉ định làm trong bộ An ninh mới lập. Một con người dễ thương và tử tế như vậy, thật không ai thích hợp bằng anh trong chức vụ đó. Tôi không bao giờ quên được vẻ mặt của Lobsang Samten sau khi anh họp xong với một người đồng sự

Trung hoa. Cả buổi mọi chuyện xuông xẻ, cho tới khi người đó quay sang (vì anh biết một ít Hoa ngữ) hỏi anh, câu "giết nó đi" phải dịch sang tiếng Tây tạng như thế nào. Cho tới lúc đó anh tôi vẫn nghĩ rằng viên chức này khá tốt và thắng thắn. Nhưng, câu hỏi này làm cho anh choáng người! Ý tưởng giết chóc, ngay cả loài sâu bọ, thật tâm anh không hề nghĩ tới nên anh không biết nói sao.

Đêm ấy, khi tới Norbunlingka, mặt anh thất thần:"Anh phải làm sao đây?", Câu chuyện này nói lên một dị biệt giữa người Hoa và người Tây tạng. Một bên, cho giết người là một chuyện bình thường trong đời sống, một bên, là chuyện không thể tưởng tượng được. Sau khi ra mắt Ủy ban chuẩn bị ít lâu, tôi được tin các viên chức Trung hoa tại Kham cố gắng chinh phục tất cả các viên chức địa phương. Họ triệu tập tất cả yêu cầu phải bỏ phiếu chấp thuận bắt đầu cuộc "cải cách dân chủ", nghĩa là thành lập cả mấy ngàn hợp tác xã nông nghiệp thay thế cho 100 ngàn nóc gia trong vùng, gồm cả miền Gar-chu và Karze.

Trong số 350 người tới họp, có khoảng 200 người đồng ý cải cách nếu tôi và nội các đồng ý; 40 người nói họ sẵn sàng đồng ý, phần còn lại nói họ không bao giờ chịu những cái gọi là cải cách đó cả. Tất cả đều được phép ra về. Một tháng sau, những người không đồng ý được mời tới họp tại đồn Jomdha Dzong, nằm ở phía đông bắc Chamdo. Ngay khi họ vào trong rồi thì 5000 giải phóng quân Trung hoa tới vây đồn lại. Những người bị vây trong đó được cho biết họ sẽ chỉ được thả ra nếu chịu chấp nhận hứa và thi hành việc cải cách ruộng đất. Sau hai tuần lẽ bị cầm tù, họ phải đầu hàng, hình như không còn cách nào khác.

Đêm đó, sự canh phòng lỏng lẻo hơn, tất cả bèn đào thoát lên núi. Phút chốc, người Hoa biến ngay họ vào thành một nhóm phạm pháp, trong những năm sau đó, chuyện này còn gây nhiều khó khăn. Câu chuyện tại Jomdha Dzong xảy ra cũng vào lúc tôi nhận được một tờ báo do chánh quyền người Hoa xuất bản tại Karze. Tôi không thể tin được khi nhìn thấy hình một dẫy đầu lâu trên báo với chú thích đó là những "tội phạm phản cách mạng". Đây cũng là chứng tích đầu tiên cho tôi thấy sự hung tàn của người Hoa. Từ đó, tôi tin những câu chuyện ghê gớm về cách cư xử của các ông chủ mới này là có thật.

Chánh quyền Trung quốc cũng nhận ra ảnh hưởng tệ hại của bài báo này, đã ra lệnh thu lại tờ báo, kể cả việc đi mua lại những bản đã phát hành. Với các tin tức mới nhận được, và cũng vì thấy Ủy ban chuẩn bị chỉ là một thứ Tzuma (bù nhìn), tôi bắt đầu lo lắng, không biết tương lai có chút sáng sủa nào chăng. Tiên tri của vị tiền nhiệm tôi bắt đầu ứng nghiệm. Tôi thật đau lòng. Bề ngoài, đời sống tôi vẫn tiếp diễn như bình thường. Tôi tụng kinh, thiền tập và học hành chăm chỉ hơn với các thầy tôi. Tôi cũng tiếp tục dự các lễ lạt tôn giáo và thỉnh thoảng nghe giảng pháp và đi giảng dạy. Đôi khi, tôi dùng quyền du hành, đi thăm các tu viện. Một lần, tôi tới thăm tu viện Reting của vị phụ chánh xưa, cách Lhasa mấy ngày đường. Ngay trước khi đi, tôi nhận được thư của một nhân vật quan trọng người Tây tạng đang lưu đầy ở ngoại quốc. Tình trạng tại Lhasa nghiêm trọng tới độ tôi bắt đầu nghi ngại, nên thay vì mở thư ra, tôi giữ nó trong người, đêm thì để dưới gối, cho tới khi tôi rời đi Reting. Thật là dễ thở khi ra khỏi thành phố, đi xa được tình trạng điên rồ vì cứ vừa làm việc với người Hoa, vừa cố giới hạn những tác hại của họ. Cũng như mọi lần, tôi cố du hành một cách lặng lẽ, kín đáo. Như vậy, tôi có dịp tiếp xúc với dân địa phương để nghe họ nói.

Trong một dịp đặc biệt, gần ngay tu viện Reting, tôi được nói chuyện với một người chăn trâu. Anh ta hỏi : "Ông là ai ?".Anh ta cao lớn, khỏe mạnh, và tóc dài, bù xù như lông bò. Tôi đáp "một người hầu cận Đạt Lai Lạt Ma". Chúng tôi nói chuyện về đời sống của anh ở miền quê, về các hy vọng và lo âu cho tương lai. Anh ta biết rất ít về người Tàu, chưa bao giờ đi Lhasa. Anh ta quá bận rộn trong việc kiếm gạo cho gia đình trên mảnh đất nghèo khổ này, nên không có thì giờ mà lo nghĩ tới những chuyện ở thủ đô hay nơi nào khác. Anh là người rất đơn giản, tôi vui mừng khi thấy lòng tín ngưỡng nơi anh rất mạnh,và Phật pháp hoằng dương cả những nơi hẻo lánh này. Anh sống đời người dân quê như bất cứ ở đâu, hòa hợp với thiên nhiên và vũ trụ, ít khi bận tâm tới chuyện ngoài đời sống trực tiếp của anh. Tôi hỏi thăm anh về cách đối xử của chánh quyền địa phương. Anh nói họ đều dễ chịu, trừ vài người có tính quan cách. Tôi rất vui được trao đổi với anh, và nhờ đó, biết thêm được nhiều điều có ích. Trên hết, tôi thấy được là tuy anh thất học, anh vẫn sống sung sướng; dù anh không có một chút tiện nghi vật chất nào, anh vẫn an tâm chấp nhận lối sống từ nhiều thế hệ truyền lại, và chắc con cháu anh cũng sẽ tiếp nối như thế. Đồng thời, tôi cũng nhận thức được là cách nhìn thế giới như vậy không còn thích hợp nữa, Tây tạng không thể sống cô lập trong hòa bình được, dù liên hệ với người Trung hoa sẽ ra sao. Khi chúng tôi từ biệt nhau, chúng tôi đã thành hai người bạn chí thân. Câu chuyện còn tiếp tục. Ngày hôm sau, tôi được mời tới làng bên cạnh, nằm trên lộ trình của tôi, để giảng pháp và ban phước cho dân chúng. Tôi ngồi trên một chiếc ngai làm tạm và có mấy trăm người tụ tập chung quanh. Mọi chuyện lúc đầu tốt đẹp nhưng rồi khi nhìn quanh, tôi thấy người bạn bữa qua đang đứng trong đám đông, mặt mũi ngơ ngác tội nghiệp. Anh ta không tin ở mắt mình nữa. Tôi cười với anh, nhưng anh chỉ trố mắt nhìn lại. Tôi hơi buồn vì đã đánh lừa anh. Khi tôi tới tu viện Reting, làm lễ trước ngôi thánh tượng chính, tôi nhớ, không hiểu vì sao mà tôi rất xúc động.

Tôi cảm thấy một cách mạnh mẽ, là tôi có liên hệ chặt chẽ với nơi này từ rất lâu rồi. Từ đó, tôi luôn luôn muốn xây một cái am ở Reting để sống nốt quãng đời còn lại tại đó. Mùa Hè năm 1956, có một chuyện xảy ra làm cho tôi đau khổ nhất đời. Liên minh kháng chiến Khampa/Amdowa bắt đầu đạt được những thắng lợi đáng kể. Vào tháng 5 và 6, nhiều khúc đường quân sự và cầu cống của người Hoa bị phá hủy. Kết quả là quân giải phóng CS tăng cường thêm 40 ngàn người. Đây chính là điều tôi lo ngại. Kháng chiến có thành công tới đâu, thì người Hoa cuối cùng cũng sẽ thắng vì đông người và hỏa lực mạnh hơn. Nhưng tôi không thể tưởng tượng được họ lại dội bom tu viện Lithang ở vùng Kham. Khi nghe tin dữ này, tôi đã khóc. Tôi không thể tin được rằng loài người lại độc ác với nhau như vậy. Sau trận bom là một cuộc tra tấn và tàn sát đàn bà con trẻ, những người có cha, chồng tham gia kháng chiến, và ghê tởm hơn nữa là sự bạo hành các tăng ni. Sau khi bị bắt, những tu sĩ bị buộc phải từ bỏ giới luật sống độc thân, lập gia đình với nhau và phải giết người nữa! Tôi không biết phải làm gì, nhưng chắc chắn phải hành động.

Tôi đòi họp ngay với tướng Chiang Kuo-Hua, báo tin cho ông ta là tôi sẽ viết thư riêng cho Mao chủ tịch. "Làm sao người Tây tạng có thể tin ở người Hoa khi các ông hành động như thế? " Tôi hỏi và tôi nói thẳng rằng, họ làm như vậy là sai lầm. Nhưng việc này chỉ bắt đầu một cuộc tranh luận. Lời phê bình của tôi được coi là nhục mạ mẫu quốc, trong khi họ chỉ muốn che chở và giúp đỡ dân tôi. Nếu có một số người xứ tôi không muốn cải cách, một công cuộc sẽ làm lợi cho đa số dân chúng khiến họ không còn bị bóc lột nữa, thì thiểu số này phải bị trừng phạt. Lý luận của viên tướng này thật là điên rồ. Tôi nói với ông rằng, chuyện đó không thể biện giải việc giết người vô tội, nhất là thả bom giết họ như vậy. Tất nhiên cãi cọ thật là vô bổ. Tướng Chiang giữ vững lập luận của ông ta. Tôi chỉ còn hy vọng chủ tịch Mao sẽ nhận ra là các thuộc hạ đã không nghe lệnh ông.

Tôi gởi ngay thư đi. Không có hồi âm. Tôi lại gởi một bức nữa, cũng qua đường công văn chánh thức. Đồng thời, tôi nhờ Phuntsog Wangyal đưa lá thư thứ ba tận tay Mao. Vẫn không có tăm hơi gì. Nhiều tuần trôi qua, vẫn không thấy Bắc kinh nói chi, lần đầu tiên, tôi bắt đầu nghi ngờ thiện chí của giới lãnh đạo

Trung hoa. Điều này làm tôi lung lay. Sau khi thăm viếng Trung quốc, tôi vẫn có thái độ lạc quan đối với Cộng sản, dù nhiều lần cũng đã có những ấn tượng bi quan. Bây giờ, tôi thấy rõ những lời nói của Mao chỉ như cái cầu vồng, đẹp đẽ nhưng không có thực chất. Trong dịp ra mắt Ủy ban chuẩn bị, Phuntsog Wangyal đã tới Lhasa. Tôi rất vui gặp lại ông ta. Ông ta vẫn rất trung thành với Cộng sản như xưa nay. Sau các dịp lễ tháng tư, ông tháp tùng mấy nhân vật Trung hoa quan trọng du hành vài tỉnh khác. Khi trở về, ông ta kể một câu chuyên vui. Một viên chức người Hoa hỏi một nông dân coi anh nghĩ sao về chế độ mới. Anh ta trả lời anh khá hài lòng, trừ chuyện thuế mới. "Thuế gì mới?", viên chức hỏi. "Thuế vỗ tay. Mỗi khi có người Hoa tới thăm viếng, chúng tôi lại phải sắp hàng ra vỗ tay." Tôi vẫn tưởng như khi nào Phuntsog Wangyal còn được Mao tin dùng, thì Tây tạng còn hy vọng. Sau khi ông lại rời đi Bắc kinh, tôi đề nghị với tướng Chiang bổ nhiệm ông ta làm Bí thư đảng bộ tại Tây tạng. Lúc đầu đề nghị được chấp thuận trên nguyên tắc, nhưng phải lâu lắm, tôi mới có thêm tin tức về việc này. Vào cuối năm 1957, một viên chức Trung hoa cho tôi biết là Phuntsog Wangyal không thể về Tây tạng được vì ông ta là một nhân vật nguy hiểm. Tôi thật ngạc nhiên khi nghe tin này, vì tôi biết chủ tịch Mao rất tin cẩn ông.

Viên chức giải thích là có mấy lý do, nhưng quan trọng nhất là vì trong thời gian ở Kham, trước khi về Lhasa, Phuntsog Wangyal đã lập ra một đảng Cộng sản Tây tạng, không nhận người Hoa làm đảng viên. Vì tội này, ông ta bị giáng chức và không được phép về Tây tạng nữa. Tôi thấy tội cho ông ta quá, và càng buồn hơn vào năm sau, khi nghe tin ông bị mất chức và bị bắt, về sau ông bị tù, và bị giam giữ cho tới cuối thập niên 1970, chính thức bị coi như là nhân vật bất hảo, dù ông ta đã là một đảng viên Cộng sản tận tụy, ai cũng phải thấy. Tôi nhận ra cấp lãnh đạo Trung hoa không thực sự là người Mác-xít, để làm cho cả thế giới được tốt đẹp hơn, mà họ có tinh thần quốc gia cực đoan. Thực thế, những người Trung hoa mệnh danh Cộng sản này chỉ là những người theo chủ nghĩa dân tộc cực đoan, giả danh làm Cộng sản, một lũ cuồng tín đầu óc nẹp hòi. Phuntsog Wangyal nay vẫn còn sống, dù đã rất già. Tôi rất mong được gặp lại ông một lần trước khi ông chết. Tôi vẫn luôn luôn kính nể ông, như một người Cộng sản Tây tạng già. Chánh quyền Trung hoa hiện nay biết điều này, và tôi vẫn hy vọng chúng tôi sẽ gặp lại nhau.

Một khách rất quý tới Lhasa vào mùa Xuân năm 1956 là Maharaj Kumar, thái tử của xứ Sikkim, một quốc gia nhỏ xíu nằm dọc biên giới Ấn-Tây tạng, và không xa Dromo là bao. Thái tử là một người rất dễ thương: cao ráo, trầm tĩnh, lịch sự và ít nói, tai rất lớn. ông mang nhiều tin vui trong một lá thư của hội Maha Bodhi Ấn độ, mà ông là chủ tịch. Hội này đại diện cho Phật giáo khắp lục địa Ấn, mời tôi đi dự lễ kỷ niệm năm thứ 2500 Đản sinh đức Phật. Tôi sung sướng ngất ngây. Đối với người Tây tạng chúng tôi, Ấn độ là Aryabdhuni, một xứ linh thiêng. Suốt đời, tôi ao ước được hành hương Ấn độ, đó là xứ tôi muốn thăm viếng nhất. Ngoài ra, tôi còn có cơ hội được gặp gỡ Pandit Nehru và các đệ tử khác của Thánh Gandhi.

Tôi cũng mong mỏi được tiếp xúc với chánh phủ Ấn, để coi thể chế dân chủ hoạt động thế nào. Dĩ nhiên, người Hoa có thể không cho tôi đi, nhưng tôi phải thử coi. Tôi cầm lá thư tới gặp tướng Fan Ming. Không may, tướng Fan Ming là một trong các viên chức người Hoa khó chịu nhất. Ông ta tiếp tôi lễ độ vừa phải. Nhưng khi tôi nói lý do của cuộc gặp gỡ, thì ông tìm cách thoái thác ngay. Ông cho là chuyến đi đó không có gì hay. Tại Ấn có rất nhiều dân phản cách mạng, là một nơi nguy hiểm. Vả lại Ủy ban chuẩn bị rất bận rộn, ông ta nghĩ tôi không có thì giờ rảnh đâu. Ông nói: "hơn nữa, đây chỉ là lời mời của một giáo hội, đâu phải là do chánh phủ Ấn mời. Vậy đừng lo, ngài không cần phải nhận lời họ". Tôi thật khổ tâm. Rõ ràng người Hoa cấm cả chuyện tôi làm những bổn phận tôn giáo. Mấy tháng qua, tôi không nghe nói gì thêm về lễ Phật đản. Rồi vào giữa tháng 10, Fan Ming hỏi tôi muốn phong ai làm trưởng phái đoàn, vì người Ấn muốn biết. Tôi trả lời muốn cử Trijang Rinpoché, và cho biết phái đoàn sẵn sàng lên đường khi được phép. Hai tuần sau, tôi bắt đầu không nghĩ gì tới chuyện đó nữa thì một bữa, tướng Chiang Chin-Wu mới từ Bắc kinh trở lại, bất ngờ nói với tôi là chánh quyền Trung hoa có thể để tôi đi dự lễ. Tôi thật không tin ở tai mình nữa. Ông ta căn dặn: "Ngài phải cẩn thận, vì có rất nhiều phần tử phản động và gián điệp bên Ấn. Nếu ngài tính liên hệ hành động gì với họ, thì nên biết là chuyện gì đã xảy ra bên Ba lan và Hung gia lợi, cũng sẽ xảy ra tại Tây tạng." (Ông ta muốn nói tới những phản ứng dã man của chánh quyền Nga sô đối với cuộc nổi dậy của dân các xứ đó). Khi ông ta nói xong, tôi nhận thấy phải tự kiềm chế nỗi vui mừng lớn của tôi, và cố tỏ ra là mình cũng đang lo lắng lắm. Tôi nói tôi rất ngạc nhiên về tin tức các quân đế quốc và phản động ông nói tới. Điều này làm tướng Chiang an tâm, ông ta nói với giọng hòa hoãn hơn: "Đừng lo quá, nếu ngài gặp khó khăn gì, tòa đại sứ của chúng tôi luôn luôn có đó để giúp ngài". Buổi họp chấm dứt, ông tướng đứng lên từ giã tôi trịnh trọng như thường lệ. Khi ông ta đi khỏi, tôi vội vã đi báo tin ngay cho các cận thần của tôi, tôi cười, miệng rộng tới mang tai. Trong mấy ngày trước khi ra đi, tôi được biết lý do tại sao người Hoa đổi thái độ. Tòa lãnh sự Ấn tại Lhasa đã hỏi các viên chức chính phủ liệu tôi có đi Ấn dự lễ Đản sinh không. Khi biết tôi không đi dự lễ được, thì họ báo cáo cho chánh phủ họ. Và ông Nehru đã đích thân can thiệp. Chánh phủ Trung hoa vẫn không muốn để tôi đi, cho tới khi tướng Chiang về lại Lhasa. Ông ta nghe nói tòa đại sứ Ấn đã đồn ra tin ông Nehru can thiệp, nên vì sợ có hại cho nền bang giao Trung-Ấn, họ buộc phải thay đổi ý kiến. Cuối cùng, tôi rời Lhasa vào cuối tháng 1/1956, rất vui vì sẽ được tự do đi lại mà không bị các viên chức Trung hoa kiểm soát. Đoàn tùy tùng không lớn, và nhờ các trục lộ giao thông quân sự chạy từ Đông sang Tây, Nam lên Bắc, nối liền Tây tạng với Trung hoa, mà chúng tôi đi bằng xe hơi gần suốt lộ trình sang Sikkim.

Chúng tôi nghỉ lại Shigatse để rủ Ban Thiền Lạt Ma, rồi tiếp tục tới Chum-bithang, trạm cuối trước khi qua đèo Nathu ở biên giới. Từ đó, chúng tôi chuyển sang đi xe lửa, và tôi chào từ giã tướng Tin Ming-Yi, tháp tùng tôi từ Lhasa. Ông ta tỏ vẻ thật buồn thấy tôi ra đi. Tôi nghĩ là ông ta tưởng như tôi sẽ bị nguy hiểm nhiều khi ra ngoại quốc, vì lũ đế quốc, gián điệp, kẻ thù và tất cả các loại quỷ sứ gì khác, như trong kinh điển Cộng sản. Ông khuyến cáo tôi như tướng Chiang đã nói, dặn dò tôi phải cẩn thận, và nói tôi nên giải thích cho những tên phản động nước ngoài đó về các tiến bộ vượt bực của Tây tạng từ khi được "giải phóng". Nếu họ không tin, thì mời họ qua tận nơi mà coi. Tôi cam kết sẽ cố gắng hết mình. Rồi quay leo lên con ngựa non, tôi bắt đầu leo dốc mù sương.

Trên đỉnh đèo Nathu, có một mô đá lớn là chỗ thờ tự, quanh cắm cờ ngũ sắc. Theo phong tục xứ tôi, mỗi người qua đó ném thêm vào một hòn đá nữa và la lớn:"Lha Gyal Lo "(Kính lễ thần linh), trước khi xuống đèo vào nước Sikkim. Nơi chân đèo bên kia, chúng tôi được các viên chức và một ban quân nhạc đón chào bằng hai bản quốc thiều Tây tạng và Ấn độ. Có cựu lãnh sự Ấn tại Lhasa, ông Apa B. Pant, nay là uy viên chánh trị tại Sikkim. Sonam Topgyal Kazi, người Sikkim, làm thông ngôn cho suốt cuộc hành trình này, và cả bạn tôi, Thondup Namgyal, cùng thái tử Maharaj Kumar. Từ biên giới, chúng tôi được hộ tống về một căn nhà nhỏ bên bờ hồ Tsongo để nghỉ đêm. Trời đã tối lạnh và tuyết phủ dầy trên mặt đất. Thật là một bất ngờ lý thú: cả hai anh tôi, Taktser Rinpoché và Gyalo Thondup đều ở đó chờ tôi. Đã mấy năm nay, anh em mới lại gặp mặt. Lobsang Samten và em út Tenzin ChoeAral cùng du hành với tôi vậy nên, lần đầu tiên trong đời, năm anh em chúng tôi được đoàn tụ. Ngày hôm sau, chúng tôi di chuyển về thủ đô Gangtok của Sikkim. Mới đầu dùng ngựa, sau đi xe jeep và gần tới nơi thì đi xe du lịch. Tại Gangtok, vua Sikkim là Tashi Namgyal mang xe ra đón tôi. Có một chuyện tức cười, nhưng đầy ý nghĩa: Khi đoàn xe chúng tôi vào tới thủ đô, mọi người bu lại. Tới hàng ngàn người, kể cả một đám học trò nhỏ vui nhộn. Mọi người đổ xô lại, ném khăn và tặng hoa, làm cho chúng tôi di chuyển không nổi. Bỗng nhiên, có một người Trung hoa vô danh không biết từ đâu lại Không nói không rằng, anh ta dật bỏ lá cờ Tây tạng cắm một bên xe, đối diện với cờ Sikkim, rồi thay bằng một chiếc cờ đuôi nheo Trung quốc. Chúng tôi nghỉ một đêm tại Gangtok, sớm hôm sau ra phi trường Bagdogra. Tôi nhớ hành trình khá cực, tôi rất mệt vì đã đi từ Lhasa tới, và đêm trước còn phải ăn tiệc khuya. Ngoài ra, buổi sớm đó dù không ưa, tôi cũng đã phải ăn mì. Và không khí trong xe khi xuống tới đồng bằng xứ Ấn thì nóng vô kể. Phi cơ chở chúng tôi tiện nghi hơn phi cơ tôi đã đi bên Trung quốc nhiều. Chúng tôi tới Allahabad, đỗ lại ăn trưa rồi bay tới phi trường Palam ở Tân đề li (New Dethi).

Khi bay trên cao hàng ngàn bộ, qua những thành phố đông dân hay miền quê xứ Ấn, tôi suy nghĩ về sự khác biệt giữa Ấn độ với Trung hoa. Tôi chưa qua Ấn lần nào, nhưng tôi tưởng như đã thấy có một sự khác biệt rất lớn giữa lối sống của hai xứ. Dân Ấn hình như cởi mở và thoải mái hơn nhiều. Cảm tưởng này càng trở nên rõ rệt khi chúng tôi đáp xuống thủ đô Ấn. Thủ tướng Nehru và phó tổng thống Radhaknshnan đang đợi chúng tôi, cùng một đoàn quân danh dự. Nhiều nghi thức, lễ lạc hơn tất cả các nơi tôi đã dự bên Trung hoa, nhưng đồng thời, mỗi lời nói ra, dù là lời chào mừng của thủ tướng hay lời nói năng của một viên chức nhỏ, đều đượm vẻ thành thực. Mọi người nói lên cảm nghĩ thật của mình, chứ không phải chỉ nói những điều phải nói. Không có sự giả tạo. Từ phi trường, chúng tôi về thẳng dinh gặp tổng thống Rajendra Prasad. Ông là một ông già chậm rãi và rất khiêm cung. Ông ta thật trái ngược với người sĩ quan tùy viên, một quân nhân cao lớn, đẹp trai và trang phục rất oai, cùng rất nhiều cận vệ lễ nghi quân cách.

Ngày hôm sau, tôi hành hương tới Rajghat, trên bờ sông Jamuna, nơi đã làm lễ trà tỳ (hỏa thiêu) thánh Gandhi. Đó là một nơi đẹp đẽ, thanh tịnh. Tôi rất cảm kích được tới đó, được là khách của một dân tộc, cũng như chúng tôi, đã từng đau khổ vì ngoại xâm. Tôi cũng rất mừng được tới một xứ theo chủ thuyết bất hại (Ahimsa) của Thánh Gandhi. Khi đứng tụng kinh, tôi vừa buồn vì không bao giờ được gặp Thánh Gandhi, vừa vui được thấy tấm gương vĩ đại của đời ngài. Đối với tôi thánh Gandhi là một nhà chánh trị toàn hảo, một con người đặt lý tưởng vị tha lên trên quyền lợi cá nhân. Tôi cũng tin rằng, sự dấn thân của ngài vào con đường bất bạo động là cách làm chánh trị đúng nhất.

Sau đó mấy ngày, tôi được dự lễ Phật đản. Trong dịp này, tôi đọc diễn văn, nói rằng Phật Pháp không phải chỉ đem lại bình an cho con người, mà còn đem tới hòa bình cho các quốc gia. Trong dịp này, tôi được nói chuyện với những người theo chủ thuyết Gandhi, để tìm hiểu làm sao nước Ấn đã dành được độc lập bằng phương pháp bất bạo động. Một khám phá chính của tôi là dù các bữa tiệc và các buổi tiếp tân tại Ấn không được chuẩn bị kỹ như bên Trung hoa, bầu không khí chân thành khiến tôi nhận thấy tình bạn chân thật có cơ hội nẩy nở. Đây là một điều trái ngược với kinh nghiệm của tôi tại Trung hoa, nơi đó cho tôi nhận thức là người ta có thể làm áp lực để người khác phải thay đổi ý kiến. Tôi nay có thể so sánh, để thấy quan niệm đó là sai lầm.

Chỉ qua sự tương kính và trong tinh thần tôn trọng sự thật, tình bạn mới có cơ hội nẩy nở. Qua các phương thức đó người ta có thể chuyển đổi lòng người, nhưng không thể dùng sức mạnh. Sau khi có những nhận xét này và khi nhớ tới một tục ngữ Tây tạng, nói là tù nhân khi đã vượt ngục thì không nên trở lại, tôi bắt đầu tính chuyện ở lại xứ Ấn. Tôi quyết định trong ít ngày nữa, khi gặp Pandit Nehru, tôi sẽ xin ty nạn chánh trị. Tôi đã gặp thủ tướng Ấn mấy lần. Ông cao lớn, đẹp trai, phong thái người miền Bắc nổi hẳn lên khi đội cái mũ nhỏ kiểu Gandhi. So với Mao, ông hình như kém tự tin, và không có vẻ gì độc tài cả. Ông có vẻ thành thật, cũng vì thế sau này bị Chu ân Lai đánh lừa. Trong lần gặp đầu tiên tôi nói rõ ngọn ngành câu chuyện Trung hoa xâm lấn xứ sở hòa bình của chúng tôi cách nào, chúng tôi không được chuẩn bị để đối phó với kẻ thù ra sao, và tôi đã phải cố gắng khó khăn thế nào trong việc chiều theo người Hoa, khi tôi biết thế giới bên ngoài không có ai sẵn sàng công nhận quyền độc lập chính đáng của xứ tôi. Lúc đầu, ông lắng nghe và gật gù một cách lễ độ. Tôi chắc vì tôi đã quá hăng say, nói nhiều quá, nên sau một thời gian, hình như ông không còn chú ý nữa mà có vẻ buồn ngủ. Cuối cùng, ông nhìn tôi, nói ông hiểu những điều tôi trình bày: "Nhưng ngài phải hiểu rằng, Ấn độ không thể ủng hộ quí vị được. Ông nói thêm một cách nôn nóng. Ông nói tiếng Anh rõ ràng, sáng sủa, trong khi nói, môi dưới của ông rung lên như hòa điệu với giọng nói. Điều này không thuận lợi, nhưng không phải là tôi hoàn toàn không biết trước. Dù Nehru đã minh định lập trường, tôi vẫn nói là tôi muốn ty nạn chánh trị tại Ấn. Ông ta lại phản đối. "Ngài phải trở về xứ, gắng làm việc với người Hoa theo Thỏa ước 17 điểm. "Tôi phản kháng, bảo rằng tôi đã làm hết sức mình, cho ông biết là mỗi khi tôi đả thông với chánh quyền Trung quốc xong, thì họ lại làm tôi không còn tin được họ nữa. Lúc này, tình trạng tại miền Đông Tây tạng đã tệ tới nỗi tôi sợ sẽ có một cuộc trả thù tàn bạo toàn diện, có thể phá hủy toàn thể xứ sở tôi. Làm sao tôi tin được là Thỏa ước 17 điểm còn hữu hiệu? Sau cùng, Nehru nói ông sẽ đích thân bàn chuyện này với Chu ân Lai vì ngày mai ông ta sẽ ghé Tân đề li trên đường qua âu Châu. Nehru sẽ thu xếp để tôi gặp thủ tướng Trung quốc. Ông Nehru đã giữ lời hứa. Buổi sáng hôm sau, tôi cùng ông ra phi trường Palam để rồi ông thu xếp cho tôi gặp Chu ân Lai vào buổi tối. Khi gặp lại, tôi vẫn thấy nguyên con người cũ như tôi nhớ: rất duyên dáng, tươi cười và giả dối. Nhưng tôi không đáp ứng thái độ khéo léo đó của ông. Tôi nói thẳng cho ông biết mối bận tâm của tôi về thái độ của người Hoa tại phía đông Tây tạng. Tôi cũng nêu lên nhận xét của tôi về sự khác biệt rõ rệt giữa nghị viện Ấn độ với chánh quyền Trung hoa:

dân Ấn có tự do nói lên cảm nghĩ thực của họ, và khi cần, có thể phê phán chánh phủ. Như thường lệ, Chu lắng nghe chăm chú trước khi trả lời bằng những lời nói làm êm tai: "Ngài có mặt tại Trung hoa vào kỳ Đại hội Đảng lần thứ nhất, nay đã qua kỳ đại hội thứ hai rồi, và mọi sự đều vô cùng tốt đẹp". Tôi không tin lời ông, nhưng tranh luận thì cũng vô ích thôi. Ông nói thêm ông nghe tin đồn là tôi muốn ở lại Ấn. Ông dọa tôi "làm như vậy là lầm lẫn", xứ sở cần tôi. Điều này có lẽ đúng, nhưng tôi có cảm tưởng là chúng tôi không giải quyết được chi cả.

Hai anh tôi Taktser Rinpoché và Gyallo thondup cũng hội kiến với Chu, người mà báo chí thời đó vẫn gọi là "Chew and lie" (có nghĩa là Nhai và nói láo). Họ còn nói thẳng hơn tôi, cho Chu biết là họ sẽ không trở về Lasha, dù Chu năn nỉ. Trong khi đó tôi hành hương tới những Phật tích trong xứ Ấn, cố gạt bỏ chuyện chính trị ra khỏi tâm trí. Khổ thay, hầu như tôi không thể rũ bỏ các ý tưởng âu lo về xứ sở tôi. Ban Thiền Lạt Ma cùng đi với tôi, luôn luôn nhắc nhở tôi về tình trạng khổ não này. Ông không còn là một thanh niên hiền lành, khiêm cung mà tôi quen khi trước. Áp lực thường xuyên mà người Hoa đè nặng trên tâm trí ông đã có kết quả hiển nhiên.

Tuy vậy, tôi vẫn có vài lần đắm mình vào những cảm thọ sung sướng, thiêng liêng khi tôi du hành quanh xứ Ấn, từ Sanchi tới Ajjanta, từ bồ Đề đạo tràng tới Sarnath. Tôi có cảm tưởng như được trở về quê hương tâm linh của mình, nơi nào cũng có vẻ quen thuộc.

Tại Bihar, tôi tới thăm Nalanda, đại học Phật giáo danh tiếng lớn nhất, bị hoang phế hàng mấy trăm năm. Nhiều học giả Tây tạng đã được đào tạo nơi đây. Khi nhìn những chồng gạch ngói đổ nát, nơi khai sinh ra bao nhiêu giáo pháp thâm sâu của đạo Phật, tôi lại càng thấy lẽ Vô Thường đúng biết bao. Sau cùng, tôi tới Bồ đề đạo tràng. Tôi xúc động sâu xa khi được tới nơi Bụt Thích Ca thành đạo. Tôi không được vui lâu, vì khi đang ở đó, tôi được người cận vệ Trung hoa báo tin Chu ân Lai đã trở lại Tân đề li và muốn gặp tôi. Rồi tại Sarnart, tôi nhận được điện văn của tướng Chiang Chin-Wu yêu cầu tôi trở về Lhasa gấp. Ông nói bọn tay sai đế quốc và phản động đang mưu toan một cuộc nổi loạn, nên sự hiện diện của tôi thật là khẩn thiết. Tôi trở về Tân đề li bằng xe lửa, đại sứ Trung hoa đón tôi ở nhà ga.

Chánh văn phòng và các cận vệ tôi sợ hãi khi ông ta nài nỉ tôi lên xe ông để về tòa đại sứ, Chu ân Lai đang chờ. Các nhân viên của tôi sợ tôi sẽ bị bắt cóc và khi tới tòa đại sứ, họ không biết tôi có đó hay không, nên đã nhờ một người mang áo choàng lên cho tôi để coi hư thực. Trong lúc đó, tôi bàn cãi thẳng thắn với Chu. Ông ta cho tôi biết tình trạng tại Tây tạng đang suy sụp, và chánh quyền Trung hoa đã sẵn sàng dùng võ lực để dẹp cuộc nổi dậy của dân chúng. Tôi nói thẳng đến những ưu tư của tôi về cách hành xử của người Hoa tại Tây tạng, bắt buộc chúng tôi theo những cải cách chúng tôi không muốn, dù họ đã cam kết sẽ không làm vậy.

Chu lại trả lời một cách hết sức tử tế, là Mao chủ tịch đã tuyên bố, sẽ không có cải cách trong ít nhất là 6 năm tới. Và nếu lúc đó chúng tôi chưa sẵn sàng, thì có thể hoãn tới 50 năm sau lận. Người Hoa chỉ sang đê giúp đỡ chúng tôi. Tôi vẫn không bị thuyết phục. Chu tiếp tục, ông nói biết tôi dự tính đi thăm Kalimpong, điều này đúng. Tôi được mời thuyết pháp cho một cộng đồng Tây tạng sống tại đó. Chu cố khuyên tôi đừng đi, tại chỗ chó đầy rẫy gián điệp và phản động. Ông ta thêm là tôi nên đề phòng các viên chức người Ấn gần cận. Có người tốt, có người nguy hiểm. Rồi ông đổi đề tài. Ông hỏi tôi có thể trở lại Nalanda, và đại diện cho Cộng hòa nhân dân Trung quốc tặng cho tổ chức tại đó một tấm ngân phiếu và xá lợi của Tăng Xán, một vị tổ người Hoa ? Biết Pandit Nerhu sẽ có mặt dịp này, tôi nhận lời.

Gặp Nerhu lần này, ông có trong tay bản thỏa ước 17 điểm. Ông lại dục tôi trở về Tây tạng cộng tác với người Hoa trên căn bản này. Ông cho biết thêm là không còn cách nào khác, và Ấn độ không thể giúp gì Tây tạng được. Ông cũng khuyên tôi nên nghe lời Chu Ân Lai, về thẳng Lasha mà không nên ghé lại Kalimpong. Nhưng khi tôi nhấn mạnh chuyện đi, ông bèn đổi ý. Ông nói :"Ấn độ dầu sao cũng là xứ tự do, ngài có đi thì cũng không vi phạm luật lệ gì của xứ tôi cả." Và ông thu xếp mọi điều cần cho cuộc viếng thăm này.

Vào tháng 2 năm 1957, tôi và một đoàn tùy tùng thu hẹp đáp xe lửa đi Calcutta. Dọc đường, tôi nhớ, mẹ tôi không để ý tới các điều cấm kỵ, đã mang theo một cái bếp nhỏ và thoải mái nấu món Thugpa (mì Tây tạng) ngon chưa từng thấy. Khi tới thủ đô của xứ Bengal, chúng tôi nghỉ lại vài ngày rồi mới bay đi Bagdogra ở phía bắc. Nơi đây, rặng Hy Mã lạp sơn bắt đầu dựng đứng trên đồng bằng bao la và nóng nực của xứ Ấn. Chặng cuối, chúng tôi chúng tôi dùng xe jeep. Khi tới Kalimgpong, tôi tới trú ngụ tại một gia đình một người Butan, trong cùng ngôi nhà mà vị tiền nhiệm của tôi đã ghé, khi ngài sang Ấn lưu cư. Họ để tôi ngụ tại phòng người xưa đã ở. Thật là một cảm tưởng lạ lùng, khi tôi có mặt tại đó, trong trường hợp giống như ngài. Đó la một gia đình rất thân thiện của vị Thủ Tướng Butan (sau này bị ám sát). Họ có ba người con trai nhỏ. Chú bé nhất có vẻ rất ưa khách lạ. Chú ta leo lên phòng ngó tôi hoài rồi cười và chạy biến đi, tuột cầu thang xuống nhà. Sau khi tới đây không bao lâu, tôi gặp lại cựu thủ tướng Lukhangwa, vừa từ Lhasa qua, làm như ông đang đi hành hương vậy.

Tôi rất vui được gặp ông, và ông nhất thiết cản tôi không nên trở về. Hai anh tôi, cùng du hành tới Kalimpong cũng đồng ý với ông, bắt đầu thuyết phục tôi ở lại. Ba người còn năn nỉ văn phòng nội các đừng cho tôi về. Trong khi ghé Bồ đề đạo tràng, các anh tôi đã liên lạc với các nhà chánh trị cảm tình viên người Ấn, trong đó có Jaya Prahask Narayan. Họ hứa trong tương lai sẽ đợi dịp lên tiếng úng hộ quyền tự do cho Tây tạng. Mọi người tin rằng, khi chuyện này xảy ra, thì Nehru sẽ phải ủng hộ nền độc lập của Tây tạng. Vả lại, sự có mặt của quân đội Trung hoa tại biên giới phía Bắc đâu có lợi gì cho Ấn độ. Nhưng tôi không bị họ thuyết phục.

Tôi hỏi ý kiến Ngabo Ngawang Jigme (người bị ép ký Thỏa ước 17 điểm), cũng có mặt trong đoàn. Ông khuyên tôi, nếu có chương trình rõ ràng thì cũng đáng ở lại. Nhưng nếu chưa có gì cụ thể, thì không có cách nào khác hơn là trở về. Tôi hỏi ý kiến Cốt

Thánh. Có ba Cốt Thánh chính để cho Đạt Lai Lạt Ma hỏi ý kiến. Hai ông có mặt lúc đó là Nechung và Gadong. Cả hai nói tôi nên trở về. Lukhangwa tới nhằm lúc tôi đang tham vấn, khiến cho Cốt Thánh nổi giận, đuổi ông ra ngoài. Làm như Cốt Thánh biết Lukhangwa đã có ý nhất định. Lukhangwa làm ngơ và cứ ngồi đó. Sau, ông gặp tôi, nói: "Khi con người tuyệt vọng, thì hỏi ý kiến thần linh, khi thần linh tuyệt vọng, thì họ nói láo ! Hai anh tôi cương quyết bảo tôi đừng trở về Lhasa. Cũng như Lukhangwa, họ là những người thuyết phục rất giỏi. Họ không hiểu tại sao tôi lại ngần ngại. Họ tin rằng, khi đời sống nhân dân bị đe dọa, thì phải đối đầu với Trung hoa bằng bất cứ cách nào. Theo họ, cách hay nhất, là tôi ở lại Ấn độ, để tìm ngoại viện, mà họ cho là không khó. Họ tin tưởng nước Mỹ sẽ giúp chúng tôi.

Dù chưa ai nói tới chuyện võ trang chiến đấu lúc đó các anh tôi đã tự ý tiếp xúc với CIA (cơ quan tình báo Hoa kỳ). Hầu như người Mỹ cũng cảm thấy đáng giúp cho các chiến sĩ tự do Tây tạng trong một giới hạn nào đó. Không phải vì họ thương gì dân tôi, nhưng vì họ vẫn cố gắng gây xáo trộn cho các chánh phủ Cộng sản ở khắp nơi trên thế giới. Để đạt mục đích này, họ thả dù một số khí giới đơn giản cho kháng chiến quân, và CIA còn có chương trình huấn luyện quân du kích rồi thả họ về Tây tạng. Dĩ nhiên, các anh tôi dấu nhẹm chuyện này. Họ đã biết trước tôi sẽ phản ứng ra sao. Khi tôi giải thích là dù biết họ có lý, tôi vẫn không thể làm theo họ, Gyalo Thondup trở nên bực tức. Anh ta vẫn là người yêu nước nhất trong gia đình. Anh có cá tính rất mạnh, nên có khuynh hướng cương quyết tới độ ương ngạnh. Nhưng anh rất tốt bụng, và khi mẹ tôi chết, thì trong số anh em, anh là người bị ảnh hưởng nhiều nhất. Anh khóc vùi. Taktser Rinpoché mềm mỏng hơn Gyalo Thondup. Nhưng dưới vẻ bình thản, vui tươi bề ngoài, anh cũng rất cứng rắn. Anh thường bình tĩnh trong các cơn khủng hoảng, nhưng dịp này, anh cũng tỏ ra khắc khoải vô cùng. Cuối cùng, không ai cản được, tôi quyết định trở về Tây tạng, thử một lần chót với người Hoa, theo lời khuyên của Nehru và lời hứa hẹn của Chu ân Lai.

Sau khi rời Kalimpong, tôi bị buộc phải ở lại Gangtok một tháng tròn trước khi qua đèo Nathu một lần nữa. Nhưng tôi không tiếc nuối chi, tôi dùng cơ hội đó giảng dạy cho dân địa phương. Với trái tim nặng trĩu, sau cùng tôi lên đường trở lại Lhasa vào cuối tháng 3/1957.

Tôi càng buồn hơn khi thấy anh Lobsang Samten phút chót phải ở lại Ấn độ vì anh quá yếu sức sau kỳ giải phẫu ruột dư. Khi tôi tới biên giới, đưa tay vẫy chào những người bạn ân lần chót, ai nấy đều khóc, tinh thần tôi lại càng suy sụp. Giữa những lá cờ lễ ngũ sắc viết lời cầu nguyện Tây tạng, là một lố những biểu ngữ màu đỏ như máu, ca ngợi CHND Trung hoa. Khi tướng Jin Raorong tới đón, tôi chắng thấy vui vẻ chút nào. Vì dù ông ta là một người tốt và thành thật, thấy ông ta, tôi chỉ nghĩ đến bộ áo nhà binh ông mang, chứ không thấy "giải phóng" đâu cả.

Chương VII

Chạy Thoát Tới Chốn Lưu Đày

Sau khi qua biên giới Tây tạng, tôi đi xe về Lhasa qua ngả Dromo, Gyantse và Shigatse. Mỗi nơi tôi đều nói chuyện với một đám đông dân chúng. Tôi mời cả các viên chức Tây tạng và Trung hoa tới nghe. Như thường lệ, tôi giảng một bài Pháp ngắn, kết hợp với những sự kiện thế tục. Tôi nhấn mạnh tới bổn phận của người dân Tây tạng, phải đối xử lương thiện và công bằng với chánh quyền Trung hoa. Tôi nhấn mạnh rằng ai cũng có bổn phận phải sửa những điều sai quấy, bất kỳ do người nào phạm. Tôi cũng khuyến khích dân chúng nên tôn trọng triệt để Thỏa ước 17 điểm. Tôi kể lại các buổi hội kiến với Nerhu và Chu ân Lai, và nói tại sao, vào tháng 2 năm đó, Mao chủ tịch đã công khai xác nhận Tây tạng chưa sẵn sàng cải cách.

Cuối cùng, tôi nhắc nhở dân chúng là người Hoa chỉ sang đây để giúp dân Tây tạng. Nếu ai không có tinh thần hợp tác, người đó đã chống lại chánh sách của đảng Cộng sản. Tôi thêm là theo sự chỉ đạo của Mao chủ tịch, người khác họ có thể khen ngợi nhau, nhưng chúng ta thì phải biết tự kiểm, tự phê. Nghe tới đây, các viên chức Trung hoa khó chịu ra mặt. Qua các buổi nói chuyện này, tôi hứa sẽ hết lòng làm tất cả mọi chuyện giúp dân, và khuyến cáo các ông chủ ngoại lai, là từ nay chúng tôi sẽ không ngần ngại vạch ra các lỗi lầm của họ.

Dọc đường về dù cố sức lạc quan, tôi cũng phải nghe những tin tức về các trận đánh lan rộng tại miền Đông. Rồi một hôm, tướng Tan Kuan-Sen, ủy viên chánh trị, tới gặp tôi để yêu cầu tôi cử người đại diện kêu gọi các kháng chiến quân buông súng. Đó cũng là điều tôi muốn làm, nên tôi đã cử một Lạt Ma đi nói chuyện với họ. Nhưng họ không nghe, và khi tôi về tới Lhasa ngày 1/4/1957, tôi hiểu rằng tình trạng Tây tạng không những đã nhanh chóng vượt ra ngoài sự kiểm soát của người Hoa, mà tôi cũng không còn kiểm soát được nữa. Vào giữa mùa Hè, chiến trận lan tràn khắp Amdo và Kham. Dưới quyền chỉ huy của một người tên Gompo Tashi, quân kháng chiến gia tăng nhân số hàng ngày, tấn công ngày càng liều lĩnh. Người Hoa cũng không còn dè dặt. Họ dùng phi cơ dội bom thành phố, làng xóm.

Cả một vùng bị tàn phá. Kết quả là hàng ngàn người từ Amdo và Kham chạy loạn về Lhasa, đóng lều trại trên cánh đồng ngoài thành phố. Nhiều câu chuyện họ kể lại, kinh khủng tới nỗi, trong nhiều năm sau, tôi vẫn không tin là có thật. Người Hoa dùng những phương cách khủng bố dân dễ sợ tới độ tôi không thể tưởng tượng nổi. Mãi cho tới khi đọc bản báo cáo của Ủy ban công lý quốc tế năm 1959, tôi mới tin những điều mình nghe thật sự đã xảy ra như: đóng đinh vào thập tự giá, chặt người còn sống, mổ bụng moi ruột, chặt chân tay các nạn nhân, đó là chuyện thường xảy ra. Họ còn chặt đầu, thiêu sống, đánh cho tới chết hay chôn sống, ngoài ra còn cho ngựa chạy, kéo nạn nhân phía sau, treo ngược người lên, hay trói chặt nạn nhân bỏ vào nước đá. Và để cấm họ không được hô "Đạt Lai Lạt Ma vạn tuế" trước khi bị hành hình, người Hoa còn dùng các móc thịt xé rách lưỡi họ. Khi nhận biết những đau khổ đã mênh mông như biển, tôi tuyên bố sẽ thi kỳ chót tại tu viện vào dịp lễ Monlam năm 1959, dù chỉ còn 18 tháng nữa. Tôi thấy mình phải học xong càng sớm càng tốt. Đồng thời, tôi mong sớm qua năm, tới kỳ Pandit Nehru viếng thăm Tây tạng theo lời mời của tôi (và chánh quyền Hoa rất hoan nghênh). Tôi hy vọng, với sự hiện diện của ông, người Hoa sẽ phải bắt đầu xử sự một cách văn minh hơn.

Trong khi đó, tại thủ đô, đời sống vẫn tiếp diễn như từ 6 năm trước, khi quân Trung hoa mới tới. Nhưng nay rõ ràng là họ hung hăng hơn trước nhiều. Các viên tướng tới gặp tôi bây giờ không bỏ khí giới ra nữa. Họ không đeo súng lộ liễu, nhưng dấu dưới áo họ. Khi họ ngồi xuống họ thật lúng túng, nhưng cán súng cũng vẫn thòi ra. Khi nói chuyện, họ vẫn tiếp tục làm cho tôi an tâm, nhưng nét mặt đỏ gay tố cáo những cảm nghĩ thật của họ.

Ủy ban chuẩn bị cũng vẫn tiếp tục họp thường xuyên để bàn những bản tu chính vô nghĩa. Người ta đã cố làm mọi chuyện để tạo một bề ngoài che dấu những chuyện gớm ghiếc họ đang thi hành ở các nơi khác trong nước tôi. Tôi cảm thấy bất lực. Tuy vậy, tôi chắc rằng nếu tôi từ nhiệm (tôi đã nghĩ tới chuyện này), hay trực tiếp phản đối người Hoa, thì kết quả còn thảm hại hơn. Tôi không thể để cho Lhasa và các vùng lân cận bị tắm máu và sụp đổ. Có tới 8 sư đoàn quân Trung quốc đang ở miền Đông: hơn 150 ngàn binh sĩ thiện chiến, với phương tiện kỹ thuật chiến tranh hiện đại, đang đối đầu với một số nhỏ người và ngựa của kháng chiến quân miền núi. Càng nghĩ tới tương lai, tôi càng ít hy vọng.

Hình như, dù tôi hay bất cứ người Tây tạng nào làm gì thì làm, sớm muộn gì Tây tạng cũng sẽ trở thành một chư hầu nhỏ bé của tân đế quốc Trung hoa, không còn chút tự do tín ngưỡng, hay tự do văn hóa chứ đừng nói tới tự do ngôn luận. Đời sống tại Norbuhngka, nơi tôi thường trú, cũng vẫn tiếp diễn. Hàng ngàn pho tượng Phật mạ vàng lóng lánh trong muôn ánh đèn thắp bằng bơ, là một hình ảnh nhắc nhở chúng tôi về sự vô thường và huyễn ảo. Tôi vẫn làm những chuyện thường lệ, dù tôi có thức sớm hơn. Thường tôi dậy trước 5 giờ sáng, tụng kinh và học một mình. Sau đó, một trong mấy ông Thầy tới bàn luận với tôi về những kinh sách tôi đã đọc. Rồi tôi gặp 4 vị Tsenshap để tập tranh luận gần suốt ngày, vì đó là môn tôi sẽ phải thi. Và, có ngày tôi sẽ làm chủ lễ cầu siêu (Puja) tại một trong những căn phòng chứa các linh vị trong lâu đài.

Dù sao, Lhasa cũng đã thay đổi nhiều kể từ khi bị người Hoa tràn ngập. Một khu phố mới được thành lập để phục vụ cho các sĩ quan Cộng sản và gia quyến họ. Đó là một khu phố Trung hoa tân thời, mà một ngày nào đó sẽ lấn thành phố cổ, làm nó chìm đi. Họ xây mấy trại lính, một bệnh viện và một trường học mới, nhưng tôi rất tiếc phải nói rằng, nó không ích lợi gì cho người Tây tạng bao nhiêu. Khi thấy tình trạng an ninh tệ hơn, các binh sĩ Trung quốc đã đào hầm chung quanh khu họ ở, và chất bao cát cho chắc. Khi trước, họ chỉ đi từng cặp hai người khi ra ngoài phố là đã thấy an toàn, nay họ phải đi từng đoàn. Tôi không tiếp xúc gì mấy với thế giới đó, đa số tin tức tôi nhận được chỉ là do các viên chức hay những người quét dọn báo cáo.

Vào mùa Xuân 1958, tôi dọn vào một căn nhà mới trong khuôn viên Norbuhngka. Đó là phong tục cổ truyền, mỗi Đạt Lai Lạt Ma phải có một nơi cư trú riêng trong khu vườn Ngọc (Jewel Park). Giống như các căn nhà khác, nơi tôi ở chỉ nhỏ vừa đủ cho cuộc sống cá nhân. Điều đặc biệt là các đồ dùng hiện đại trang bị trong đó. Tôi có một cái giường sắt tân tiến thay cho cái giường gỗ, và một phòng tắm đủ tiện nghi, có nước máy.

Có ống dẫn nước để sưởi, nhưng chẳng may, tôi không còn ở tại Norbulingka khi hệ thống sưởi trở nên hữu dụng. Cả hai tầng đều có điện. Trong phòng khách có bàn ghế, thay vì gối đệm cổ truyền (để tiện cho khách ngoại quốc), và một cái máy thu thanh lớn, hình như do chánh phủ Ấn tặng. Thật là một căn nhà hoàn hảo. Bên ngoài là một cái ao nhỏ, nhiều tảng đá đẹp và một khu vườn để tôi trông nom việc trồng trọt. Tại Lhasa cây cỏ mọc dễ dàng, chẳng bao lâu cảnh vật sẽ rực rỡ. Tôi thật sung sướng được ở đó, nhưng chẳng được bao lâu. Cuộc chiến ở Kham, Amdo và nay tại miền trung tâm Tây tạng tiếp tục lan tràn. Đầu mùa Hè, hàng mấy chục ngàn người tham gia kháng chiến, và họ càng ngày càng xung kích gần Lhasa hơn, dù họ chỉ có rất ít khí giới và đạn dược. Một mớ khí giới họ chiếm được của người Hoa, một mớ do họ tập kích vào kho quân nhu nhỏ của chánh phủ Tây tạng gần Tashilhunpo, và một số ít do CIA giúp cho đúng lúc đó.

Nhưng họ vẫn chỉ được trang bị một cách thật là thiếu thốn. Khi ra khỏi xứ, tôi nghe những chuyện tiếp tế võ khí và tiền bạc bằng phi cơ vào Tây tạng. Tuy vậy chuyện này có hại cho dân tôi hơn là hại người Hoa. Vì người Mỹ không muốn bị lộ diện trong vụ giúp đỡ này nên họ cẩn thận không tiếp tế quân nhu làm tại Mỹ. Họ chỉ thả dù xuống những "ba dô ka" và súng máy cổ lỗ sĩ mà người Anh đã dùng ở Ấn độ và Pakistan, để khi người Hoa bắt được thì sẽ không truy được xuất xứ. Vì không được thả xuống một cách cẩn thận, nên những khí giới này trở nên gần như vô dụng cả. Dĩ nhiên là tôi không được chứng kiến một trận đánh nào, nhưng trong thập niên 1970, một vị Lạt Ma già mới thoát khỏi Tây tạng đã tả cảnh một cuộc đụng độ ông thấy từ tu viện trên núi cao tại một miền hẻo lánh vùng Amdo.

Một toán 6 ky mã tấn công một đồn quân gồm mấy trăm người, đóng ngay gần bờ sông. Đồn binh náo động. Quân Trung quốc hết vía, bắn lung tung, giết một số không nhỏ chính binh lính của họ. Trong khi đó, các ky mã thoát qua bờ sông, trở lại bằng một hướng khác, tấn công nơi sườn đồi trước khi chạy lên đỉnh rồi biến mất. Tôi thật xúc động trước sự dũng cảm của họ

Vào sáu tháng cuối năm 1958, cuối cùng, cuộc khủng hoảng không thể tránh được đã xảy ra, khi các thành viên của Chushi Gangdruk (liên hiệp Kháng chiến quân), bao vây một doanh trại lớn của quân trú phòng Trung hoa tại Tsethang, chỉ cách Lhasa khoảng hai ngày đường. Ở thời điểm này, tôi phải gặp tướng Tan Kuan-Sen nhiều hơn. ông ta trông giống như một dân quê, răng cáu vàng, tóc xén ngắn. ông ta hầu như mỗi tuần đều tới cùng một viên thông ngôn rất dị hợm, để làm áp lực phỉnh nịnh hay lường gạt tôi. Trước kia, ông chỉ gặp tôi mỗi tháng một lần, ít khi nhiều hơn.

Tôi dần dà trở nên ghét cái phòng khách mới tại Norbulingka. Không khí tại đó đã bị ô nhiễm vì sự căng thẳng của những buổi chúng tôi gặp nhau, và tôi bắt đầu sợ phải bước vào đó. Trước hết, tướng Tan đòi tôi phải cho quân Tây tạng đi dẹp "phiến loạn". Ông nói, đó là bổn phận của tôi. ông ta nổi giận khi tôi nói rằng, nếu tôi làm vậy, binh sĩ sẽ có cơ hội chạy qua với kháng chiến quân. Ông ta chỉ còn biết la lối về sự vô ơn của người Tây tạng, và nói rằng, kết quả chuyện này sẽ rất tệ hại cho chúng tôi. Cuối cùng, ông ta kết tội Taktser Rinpoché, Gyalo Thondup và mấy cựu viên chức của tôi (đều ở ngoại quốc), đòi tôi phải truất quyền công dân của họ.

Tôi làm theo vì nghĩ rằng, thứ nhất, họ đang ở ngoài nước, đang được an ninh, thứ nữa lúc đó, tốt hơn là nên thuận theo người Hoa thay vì gây hấn để có sự dụng độ quân sự ngay tại Lhasa. Tôi muốn tránh chuyện này bằng bất cứ giá nào. Tôi nghĩ rằng nếu dân thủ đô tham gia cuộc chiến, thì sẽ không còn hy vọng văn hồi hòa bình nữa.

Trong khi đó, kháng chiến quân không tỏ vẻ gì muốn thỏa hiệp. Họ còn tìm cách sao cho tôi chấp thuận việc họ làm. Khốn thay, tôi không thể làm như vậy được, dù lúc đó là một thanh niên yêu nước, tôi rất muốn vậy. Tôi vẫn còn hy vọng vào chuyến viếng thăm sắp tới của Nerhu, nhưng vào phút cuối, người Hoa hủy bỏ chuyện này. Tướng Tan tuyên bố ông không thể bảo đảm an ninh cho thủ tướng Ấn, nên rút lại lời mời. Tôi thấy chuyện này thật là một tai họa.

Cuối mùa Hè 1958, tôi đi tu viện Drepung, sau đó tu viện Serra, để bắt đầu kỳ thi tốt nghiệp. Tôi sẽ phải tranh luận nhiều ngày với các học giả thông thái của hai trung tâm tu học này. Ngày thứ nhất tại Drepung, hàng mấy ngàn tăng sĩ tụng kinh trong đại sảnh. Họ đọc tụng một cách nhịp nhàng kỳ diệu, xưng tán chư Bụt, chư thánh tăng và các vị tổ (trong đó có nhiều thánh tăng và sư tổ Ấn độ), làm tôi rơi lệ vì cảm động. Trước khi rời Drepung, theo cổ tục, tôi leo lên đỉnh núi cao nhất phía sau tu viện. Từ đó tôi nhìn ra một cảnh trí bao la đẹp đẽ, rộng hàng trăm dặm. Núi cao tới độ người Tây tạng cũng có khi bị choáng váng, nhưng chim chóc vẫn làm tổ trên đó, và hoa dại Upel vẫn mọc đầy. Giống hoa này mọc trên cây cao mảnh mai, có gai, màu xanh dương nhạt, coi tựa như cây Delphinium. Tiếc thay, cuộc ngắm cảnh này không hoàn toàn vui vẻ, vì quân Tây Tạng phải dàn trên núi để bảo vệ tôi. Ngay phía trước Drepung, có một trại lính Trung quốc. Họ chăng giây kẽm gai, đắp lũy, người ta nghe thấy lính tập bắn hàng ngày bên trong trại.

Khi kỳ thi chấm dứt, tôi trở về Lhasa, tôi được biết kết quả kỳ thi rất tốt đẹp. Một trong các vị cao tăng tên là Pema Gyaltsen, một vị sư nổi tiếng thông thái nhất, đã bảo tôi rằng, nếu tôi được học hành trong điều kiện bình thường, thì chắc tôi còn khá hơn nữa. Tôi cảm thấy thật vui mừng vì người học trò lười trong tôi không đến nỗi hổ thẹn.

Trở về thủ đô sau thời gian ngắn bồi bổ tinh thần đó, tôi lại thấy tình trạng tệ hại hơn trước. Thêm hàng ngàn người ty nạn từ ngoài về Lhasa lánh quân Trung hoa tham tàn, phải cắm lều ngoại ô thành phố. Dân số Lhasa nay chắc phải đông gấp đôi. Vẫn là tình trạng hưu chiến căng thẳng và chưa có cuộc đụng độ nào xảy ra. Vào mùa Thu, khi tôi đi Ganden để tiếp tục cuộc tranh luận, mấy cố vấn khuyên tôi nên nhân cơ hội đi về phương Nam luôn, là vùng còn trong tay của "các chiến sĩ bảo vệ Phật Pháp". Kế hoạch là khi tới đó, tôi sẽ tuyên bố bãi bỏ Thỏa ước 17 điểm, xác nhận lại chánh phủ của tôi thành chánh quyền chính thống của Tây tạng.

Tôi nghĩ về đề nghị này một cách nghiêm chỉnh, nhưng tôi vẫn lại thấy nó không đem lại kết quả tích cực nào cả. Một tuyên ngôn như vậy chỉ khiêu khích người Hoa tấn công toàn diện mà thôi. Thế là tôi trở lại Lhasa, để học suốt những tháng mùa Đông giá lạnh. Tôi còn một kỳ thi chót vào lễ Monlam đầu năm sau. Tôi khó mà tập trung để học cho nổi. Hầu như mỗi ngày tôi đều nghe báo cáo tới những bạo hành người Hoa dùng để đối đãi với thường dân. Đôi khi có tin tốt về phía Tây tạng, nhưng tôi cũng không cảm thấy dễ chịu hơn.

Chỉ vì trách nhiệm đối với 6 triệu dân mà tôi tiếp tục sống được. Trách nhiệm và lòng tin. Mỗi buổi sớm, tôi ngồi cầu nguyện trong phòng, trước bàn thờ cổ kính, với những pho tượng đứng yên như đang ban phước. Tôi cố gắng tập trung để mở rộng lòng từ bi tới tất cả chúng sanh. Tôi tự nhắc nhở mình luôn về lời Bụt dạy rằng kẻ thù ta cũng là các thầy lớn của ta. Dù thái độ đó đôi khi khó thực hiện, nhưng không khi nào tôi nghi ngờ điều này.

Năm mới đã tới. Tôi rời Norbulingka tới ngụ tại Jokhang vào dịp lễ Monlam, để sau đó sẽ thi kỳ chót. Trước khi đi, tôi tiếp kiến tướng Chiang Chin-Wu tới chúc Tết. Ông ta cũng cho biết một đoàn vũ Trung hoa sẽ ghé Lhasa, hỏi tôi có muốn coi không? Tôi trả lời có, ông nói họ có thể trình diễn tại đâu cũng được, nhưng tại bản doanh quân sự Trung hoa thì có sân khấu với đèn rọi tốt, nên tôi sang đó coi thì hơn. Tại Norbulingka không có những phương tiện này, tôi thấy ông có lý nên nhận lời sẽ qua.

Khi tới Jokhang, đúng như dự đoán, tôi thấy dân về dự lễ đông chưa từng có. Ngoài các Phật tử từ những vùng rất xa tới, còn có tới 25, 30 ngàn nhà sư xen lẫn trong đám đông. Mỗi ngày đường xá quanh tu viện chật cứng. Nhiều người cầm pháp luân trong tay, niệm câu thần chú "Om Mani Padme Hum" một câu niệm hầu như là "quốc chú" của nước tôi. Mấy người khác chắp tay trước trán, cổ và ngực trước khi đảnh lễ rạp xuống đất. Khu chợ trước mặt tu viện cũng đầy ứ người: phụ nữ mặc áo dài quét đất, thắt khăn màu sặc sỡ; người vùng Kham vô tư lự vai đeo súng, đầu tóc dài kết nơ đỏ, dân du mục nét mặt khắc khổ từ miền núi xuống, và đâu đâu cũng đầy trẻ thơ vui tươi.

Chưa bao giờ tôi lại thấy một cảnh náo nhiệt như vậy, khi tôi nhìn qua tấm màn cửa phòng tôi. Dù tôi đang an cư, tôi cũng vẫn cảm thấy như ai cũng chờ đợi một cái gì. Hình như mọi người đều đoán sắp có biến cố lớn. Sau khi lễ chánh Monlam chấm dứt, hai viên chức nhỏ người Hoa tới nhắc lại lời tướng Chiang mời tôi đi coi vũ. Tôi trả lời, sau kỳ lễ tôi sẽ về tham dự. Thực ra, tôi còn đang bận tâm nhiều điều quan trọng hơn vì tôi sắp phải thi kỳ chót rồi.

Đêm trước khi thi, tôi cầu nguyện một cách thành khẩn, và khi làm vậy, tôi càng cảm nhận được tận thâm tâm, trách vụ vô cùng nặng nề của tôi, Sáng hôm sau, tôi phải tranh luận trước hàng ngàn công chúng. Buổi sáng, đầu đề là Luận Lý và Nhận Thức luận, các đối thủ cùng trình độ đại học như tôi. Buổi trưa là về Trung Đạo và Bát Nhã.

Chiều tối, tôi sẽ phải biện giải cả 5 đề tài chính yếu với các nhà thông thái, kinh nghiệm và lớn tuổi hơn tôi nhiều. Tới 7 giờ tối thì mọi chuyện mới chấm dứt. Tôi mệt lả, nhưng cũng nhẹ cả mình và sung sướng khi được toàn thể hội đồng giám khảo đồng ý là tôi xứng đáng được danh hiệu Geshe tức Tiến sĩ Phật học. Ngày 5 tháng 3, tôi rời Jokhang trở về Norbulingka, trong một đám rước lộng lẫy như thường lệ. Đó là lần cuối cử hành cuộc rước lịch sử - truyền thống từ ngàn năm trước truyền lại và chưa hề gián đoạn. Các cận vệ mặc lễ phục sặc sỡ, hộ tống quanh kiệu tôi ngồi. Trước đó là các nhân viên trong hội đồng nội các và các nhà quý tộc của Lhasa, trong lễ y bằng lụa lộng lẫy. Ngựa họ cưỡi cũng cất đầu cao lên, làm như chúng hãnh diện với chiếc hàm thiếc bằng vàng. Theo sau đó là các tu viện trưởng và Lạt Ma giỏi nhất. Có người gầy gò, khổ hạnh, có người mập mạp, trông giống các thương gia giàu có hơn là các vị lãnh đạo tinh thần. Hàng bao nhiêu ngàn người xếp hàng dọc đường phố, dầy đặc suốt 4 dặm, suốt từ tu viện về đến lâu đài.

Từ khi tới Tây tạng, đây là lần đầu tiên người Hoa vắng mặt, không cử binh lính ra đón chào. Điều này tuy vậy vẫn không làm cho cận vệ và quân đội Tây tạng an tâm. Họ đặt người canh phòng trên các ngọn đồi lân cận, làm như để bảo vệ tôi khỏi bị kháng chiến quân làm hại, nhưng thực ra, trong đầu họ, kẻ thù là những người khác. Các cận vệ tôi cũng sợ như vậy. Một số chọn địa điểm và ghìm súng vào bộ chỉ huy quân Trung quốc.

Mãi hai ngày sau tôi mới lại liên lạc với người Hoa. Họ muốn biết chắc ngày nào tôi sẽ rảnh để qua coi vũ nhạc. Tôi trả lời, ngày 10 tháng 3 là tiện nhất. Hai ngày sau tức là trước kỳ hẹn một ngày, một người Hoa tới nhà riêng mời người chỉ huy đám cận vệ của tôi qua tổng hành dinh của cố vấn quân sự, thiếu tướng Fu. Họ bàn với anh ta về cách sắp xếp cho cuộc thăm viếng của tôi chiều hôm sau. Thiếu tướng Fu cho biết người Hoa không muốn tôi qua với lễ nghi quân cách thường lệ. Họ đòi hỏi các binh sĩ Tây tạng không được tháp tùng theo tôi, nếu cần thiết lắm, chỉ hai - ba người cận vệ không mang khí giới là đủ, để cho việc di chuyển được bảo mật. Đây thật là những đòi hỏi lạ lùng, làm cho các cố vấn của tôi bàn tán rất nhiều. Tuy nhiên ai cũng thấy là tôi không thể từ chối mà không gây vấn đề ngoại giao trầm trọng, và sẽ có những hậu quả không hay. Nên tôi đồng ý sẽ đi với đoàn tùy tùng tối thiểu.

Em tôi, Tenzin Choegyal cũng được mời. Em đang học tại tu viện Drepung nên sẽ đi riêng từ đó. Có tin đồn ngày hôm sau, sẽ cấm đường quanh cầu đá bắc qua sông, sang tổng hành dinh người Hoa. Dĩ nhiên là việc di chuyển của tôi không thể giữ bí mật được. Đòi hỏi về bảo mật của người Hoa làm cho dân tôi hoảng hốt, vì họ vốn đã thường lo ngại cho sự an nguy của tôi. Tin tức này lan nhanh như lửa cháy trên đồng cỏ khô. Hậu quả chuyện này thật kinh khủng.

Sớm hôm sau, sau khi tụng kinh và ăn sáng, tôi đi tản bộ ra vườn trong ánh sáng tinh mơ. Bỗng nhiên, tôi giật mình vì những tiếng la hét từ xa. Tôi vội trở vào trong, bảo mấy người hầu cận ra coi xem chuyện gì. Họ về báo cáo là dân chúng Lhasa đang đổ về hướng lâu đài: Dân chúng muốn tới bảo vệ tôi chống lại người Hoa. Càng ngày họ tới càng đông. Họ tụ lại thành nhóm tại các cửa ra vào vườn Ngọc, có người còn muốn bít luôn cửa lại. Buổi trưa, có chừng 30 ngàn người tụ họp. Ba thành viên văn phòng nội các, sáng nay đã khó khăn lắm mới vượt qua được đám đông để vào trong thành. Dân chúng tỏ ra thù hằn với bất cứ ai họ nghi là cộng tác với người Hoa. Một viên chức cao cấp, có cận vệ đi cùng xe, đã bị ném đá bị thương nặng, vì dân chúng tưởng lầm ông là người phản bội. (Nhưng dân đã lầm, sau này, trong thập niên 1980, con ông, một người đã đứng ký Thỏa ước 17 điểm, đã qua Ấn độ nói rõ chi tiết các chuyện đã xảy ra). Sau đó, cũng có người bị giết. Tôi thất kinh khi nghe tin dữ.

Phải làm gì đó để giải tỏa tình trạng. Tôi tưởng như, khi cơn giận bộc phát, đám đông dám tấn công cả trại binh Trung quốc. Một số các lãnh tụ nhân dân được bầu ra ngay, họ kêu gọi quân Trung hoa hãy trả xứ Tây tạng lại cho dân Tây tạng. Tôi cầu nguyện cho tình hình êm dịu trở lại. Đồng thời tôi cũng hiểu ra rằng, dù cảm tưởng riêng của tôi ra sao, tôi cũng không thể đi qua trại quân Trung hoa đêm đó

Tôi nhờ viên chánh văn phòng điện thoại xin lỗi và nói rằng tôi hy vọng tình trạng sẽ sớm bình thường lại, đám đông sẽ được thuyết phục để giải tán thôi. Nhưng đám đông tại các cửa thành Norbulingka nhất định không động đậy. Dân chúng và các lãnh tụ của họ tin rằng mạng sống của tôi đang bị người Hoa đe dọa. Họ sẽ không rời thành nếu tôi không cam kết với họ là sẽ không qua trại Trung hoa đêm đó. Tôi đã hứa, cho một viên chức ra nói, nhưng không đủ. Họ lại yêu cầu tôi đừng nên bao giờ qua trại đó. Tôi lại hứa lần nữa, sau đó, đa số các lãnh tụ của họ mới đi vào phía trung tâm thành phố, nơi có những đám biểu tình khác.

Nhưng nhiều người vẫn ở lại Norbulingka. Tội thay, họ không hiểu được rằng, khi ở lại đó, họ làm cho tình trạng nguy hiểm hơn là nếu họ giải tán Cùng ngày hôm đó, tôi cử ba bộ trưởng quan trọng nhất qua gặp tướng Tan Kuan-Sen. Khi qua tới nơi, họ thấy thống đốc vùng Amdo cũng đã có mặt. Mới đầu người Hoa còn tỏ ra lễ độ. Nhưng khi ông tướng tới họp, ông ta nổi trận lôi đình. Họ trách cứ người Tây tạng suốt mấy tiếng đồng hồ về sự phản bội của quân đế quốc phản động, cho là chánh phủ Tây tạng đã bí mật tổ chức vụ lộn xộn để chống chánh quyền Trung hoa. Hơn nữa, chánh phủ Tây tạng còn chống lại mệnh lệnh của người Hoa, từ chối tước võ khí của bọn phản động tại Lhasa. Nay họ sẽ ra tay mạnh mẽ để bẻ gãy cuộc chống đối này.

Chiều hôm ấy, khi nghe báo cáo như vậy, tôi hiểu rằng người Hoa đã ra tối hậu thư. Vào lúc 6 giờ chiều, khoảng chừng 70 viên chức chánh quyền, cùng với các lãnh tụ dân chúng và một số cận vệ của tôi đã họp nhau ngoài Vườn Ngọc, ra tuyên cáo không chấp nhận Thỏa ước 17 điểm, nói thêm là người Tây tạng không công nhận chánh quyền Trung hoa nữa. Nghe vậy, tôi nhắn ra là các lãnh tụ quần chúng có bổn phận không làm cho tình trạng nặng nề hơn, mà nên giảm thiểu sự căng thẳng đang có. Nhưng lời khuyến cáo của tôi không lọt vào tai ai hết.

Cùng chiều hôm đó, tôi nhận được thư của tướng Tan Kuan-sen, với giọng ôn hòa một cách khả nghi, đề nghị là tôi nên tới bản doanh của ông cho an toàn. Tôi thật ngạc nhiên trước sự trơ tráo của ông ta. Làm sao mà tôi nghe ông ta được. Tuy nhiên, tôi cũng viết một lá thư hòa hoãn cho ông để kéo dài thêm thì giờ.

Ngày hôm sau, 11 tháng 3, các lãnh tụ quần chúng tuyên bố là họ sẽ gác ngoài văn phòng nội các, nằm ngay tường ngoài của Norbulingka. Dân làm vậy để cho các viên chức không thể rời thành được. Họ sợ rằng, nếu không hành động trực tiếp, chánh phủ sẽ bị buộc phải thỏa hiệp với chánh quyền Trung hoa. Hội đồng nội các họp với các lãnh tụ này, yêu cầu họ cho dân giải tán kẻo sẽ phải đương đầu với mối nguy đụng độ trực tiếp với người Hoa.

Một ngày sau, phụ nữ Lhasa biểu tình rầm rộ. Các lãnh tụ dân chúng có vẻ muốn lắng nghe ý kiến từ các bộ trưởng của tôi, nhưng rồi tướng Tan lại gởi qua hai bức thư. Một cho tôi, một cho hội đồng nội các. Đối với lá thư cho tôi, cũng tương tợ như lá thư thứ nhất, tôi lại lễ phép hồi âm, nói rằng tôi đồng ý có những phần tử nguy hiểm trong đám biểu tình, cố ý phá hoại giao hảo Tây tạng-Trung hoa. Tôi cũng nói là nếu vì lý do an ninh, việc tôi qua dinh ông ta cũng là ý kiến hay. Trong lá thư kia, viên tướng Tan ra lệnh cho các bộ trưởng phải bắt đám đông dẹp bỏ các chướng ngại vật trên con đường nối Lhasa với Trung hoa. Điều này gây ra một tác dụng tai hại. Đối với các người lãnh đạo quần chúng, việc đòi họ bỏ các chướng ngại đi, có nghĩa là người Hoa dự tính mang quân tiếp viện về Lhasa để tấn công Đạt Lai Lạt Ma. Vì vậy họ từ chối Khi nghe tin này, tôi quyết định phải đích thân ra nói chuyện với đại diện dân. Tôi giải thích cho họ hiểu rằng người Hoa sẽ dùng võ lực để giải tán đám đông nếu họ không tự giải tán ngay.

Lời yêu cầu của tôi cũng có hiệu quả một chút vì sau đó, họ tuyên bố là sẽ di chuyển sang làng Shol, ở dưới chân thành Potala, nơi sau này dân chúng bày tỏ sự phẫn nộ nhiều lần. Nhưng vẫn có khá đông người vẫn ở lại phía ngoài Norbulingka. Đó cũng chính là lúc tôi hỏi ý kiến cốt thánh Nechung, đã được vội vã triệu tới. Tôi nên ở lại hay nên đào thoát? Tôi phải làm gì? Cốt thánh cho tôi biết một cách rõ ràng là tôi nên ở lại, và nên nói chuyện thẳng với người Hoa. Lần đầu tiên, tôi thấy đây không chắc là giải pháp tốt nhất. Tôi nhớ lại lời Lukhangwa nói rằng: khi tình thế tuyệt vọng, thì thần linh sẽ nói láo. Tôi lại thử phương pháp bói Mo, một cách tiên tri khác, vào chiều hôm đó. Kết quả cũng y vậy.

Những ngày sau đó trôi qua trong cơn hãi hùng, rối loạn. Tôi nhận được những báo cáo về sự tập trung quân sự phía người Hoa, và tình trạng căng thẳng tột độ của đám đông. Tôi lại hỏi ý cốt thánh. Ngài vẫn nói như lần trước. Tới ngày 16, tôi nhận được lá thư thứ ba và cuối cùng của tướng Tan, cùng với thư của Ngabo (thống đốc Amdo). Thư viên tướng vẫn dùng luận điệu của hai thư trước, nhưng thư của Ngabo thì làm sáng tỏ điều mà tôi và mọi người đã lờ mờ cảm thấy, là quân Trung hoa dự tính tấn công đám đông, và dội bom Norbulingka. Ông muốn tôi chỉ rõ trên bản đồ, cho biết nơi tôi cư ngụ, để pháo binh chừa khu nhà đó ra. Những giây phút kinh hoàng, khi sự thật phơi bầy.

Không phải chỉ mình tôi bị nguy hiểm, và sinh mạng của hàng ngàn người sẽ có thể bị hủy diệt. Làm sao để khuyên họ giải tán trở về nhà họ đây? Chắc chắn họ đã cho người Hoa thấy sức mạnh tinh thần của họ rồi chứ. Nhưng thực là vô ích. Dân chúng đang ở cao điểm của cơn cuồng nộ đối với thế lực ngoại bang tàn bạo, không thể làm gì để lay chuyển được họ. Họ sẽ ở lại tới cùng, và chết để bảo vệ cho người lãnh đạo quý báu của họ.

Tôi miễn cưỡng trả lời Ngabo và tướng Tan, nói

đại khái rằng tôi bất mãn về những hành động đáng hổ thẹn của những phần tử phản động trong quần chúng Lhasa. Tôi đoan chắc với họ ý muốn dời tới doanh trại người Hoa cho an toàn vì đó là ý kiến rất tốt, nhưng lúc này thì khó quá. Và tôi hy vọng quý vị cũng kiên nhẫn chờ đợi cho cơn hỗn loạn qua đi. Tôi làm bất cứ cái gì để mua thì giờ. Đám đông chắc cũng không thể ở lì đó mãi. Tôi cẩn thận không nói tôi ở đâu trong Norbulingka, hy vọng, khi họ không biết chắc, thì sẽ hoãn lại kế hoạch dội bom. Sau khi gởi thư trả lời, tôi không biết sẽ phải làm gì tiếp theo. Ngày hôm sau, tôi lại hỏi ý cốt thánh. Tôi kinh ngạc khi nghe ngài hét: "Đi, Đi, đi ngay đêm nay!". Người nhập cốt thánh, trong lúc còn chưa thăng, loạng choạng đi ra phía trước, chụp lấy giấy bút, viết ra một cách rõ ràng, con đường tôi nên đi theo, từ Norbulingka xuống tỉnh tận cùng phía Nam Tây tạng, giáp ranh xứ Ấn độ. Bản chỉ dẫn này khác xa với các dự tính mà chúng tôi có thể nghĩ đến. Sau khi vẽ xong, vị sư trẻ Lobsang Jigme ngã ra bất tỉnh, nghĩa là thần Dorje Drakden đã rời xác chú ta rồi.

Ngay lúc đó, như để cho lời cốt thánh có hiệu quả hơn, hai trái đại bác nã ngay vào đầm lầy ngoài cổng phía Bắc vườn Ngọc. Nhìn lại sự kiện này hơn 31 năm sau, tôi chắc chắn rằng, Dorje Drakden đã biết trước tôi sẽ phải rời Lhasa ngày 17 tháng 3, nhưng ngài đã không nói trước vì sợ lộ bí mật. Không có kế hoạch thì không bị lộ. Tuy vậy, tôi không sửa soạn trốn ngay. Trước hết, tôi phải kiểm lại lời cốt thánh, bằng cách dùng phương pháp Mo một lần nữa.

Câu trả lời cũng giống lời cốt thánh. Nhưng sự

thành công của việc trốn chạy này thật là rất mong manh. Không phải chỉ có đám đông bên ngoài không cho ai ra vô mà không lục soát, tra hỏi, mà chính lá thư của Ngabo cũng cho thấy người Hoa đã dự phòng trường hợp tôi sẽ trốn đi. Thế nào họ cũng có biện pháp. Nhưng những lời khuyên của các thần linh hợp với lý luận của riêng tôi: tôi tin chắc đám đông sẽ chỉ giải tán khi tôi rời lâu đài. Nếu tôi không còn trong đó nữa thì họ không còn lý do để tụ họp. Vậy nên tôi chấp nhận lời khuyên.

Vì tình trạng thật là vô vọng, nên tôi hiểu tôi chỉ nên nói cho rất ít người biết về quyết định của tôi Tôi chỉ cho viên chánh văn phòng và chánh cận vệ biết để họ sửa soạn cho cuộc hành trình, nhưng không được tiết lộ là ai sẽ đi. Đồng thời lo sửa soạn làm sao để đi thoát, chúng tôi mới bàn coi sẽ mang theo những ai. Tôi chỉ mời các cố vấn thân cận nhất, kể cả hai ông Thầy học, và những người trong gia đình ruột thịt của tôi hiện có mặt tại Norbulingka. Vào buổi chiều, các Thầy tôi cùng 4 nhân viên văn phòng nội các trốn đi dưới lớp vải bố phủ phía sau của một xe hàng. Buổi tối, mẹ tôi cùng chị và em tôi cải trang, giả vờ ra ngoài thành để về ni viện bên bờ Nam sông Kyichu. Sau đó, tôi gặp các lãnh tụ quần chúng, nói cho họ hay chương trình của tôi, nhấn mạnh không những tới sự hỗ trợ hết mình (mà tôi chắc chắn họ sẽ làm), mà còn cả về sự bảo mật tối đa của họ. Tôi chắc rằng người Hoa thế nào cũng có gián điệp trong đám đông. Khi các lãnh tụ này ra về, tôi bèn viết cho họ một lá thư, giải thích lý do tôi ra đi, và khẩn cầu họ đừng bao giờ khai hỏa, trừ trường hợp tự vệ

Tôi yêu cầu họ chuyển thông điệp này tới dân chúng. Lá thư này ngày hôm sau mới được chuyển cho họ. Khi đêm xuống, tôi vào thăm đền của thánh Mahakala, vị thần hộ mạng của tôi. Khi tôi mở cánh cửa nặng nề cọt kẹt của căn phòng, tôi lặng người trước cảnh tượng tôi thấy. Một số các tăng sĩ đang ngồi tụng kinh ở chân tượng. Không có đèn điện trong phòng, chỉ lung linh hàng chục ánh đèn bơ bầy thành hàng, trong những cái đĩa bằng vàng và bằng bạc. Rất nhiều bích họa trên tường. Trên bàn thờ có một miếng bánh Tsampa nhỏ dâng cúng. Một người đang cúi xuống múc bơ từ một cái bình vào đĩa đèn, khuôn mặt nửa sáng nửa tối. Không ai ngẩng lên, dù tôi biết họ thấy tôi vào. Bên phải tôi, một vị sư cầm lên hai cái não bạt (cymbals), trong khi một vị khác nâng tù và lên thổi một hơi trầm thống. Não bạt chập vào nhau rồi giữ yên, rung lên những thanh âm làm cho tâm an bình. Tôi tiến lên phía trước, dâng lên thần linh một giải khăn lụa trắng (kata). Đây là một tập tục người Tây tạng làm trước khi ra đi, không những để cầu bình an, mà còn tỏ ý nguyện sẽ trở về. Tôi cầu nguyện một lúc lâu. Các tăng sĩ lúc này chắc đã biết là tôi ra đi. Nhưng tôi tin họ sẽ bảo mật. Trước khi rời phòng, tôi ngồi xuống mấy phút rồi đọc một đoạn Kinh Phật, ngừng lại ở chỗ nói về sự cần thiết phát triển lòng tin cậy và quả cảm. Khi rời phòng đó, tôi bảo một người văn nhỏ đèn tất cả các nơi khác trong lâu đài trước khi xuống tầng dưới. Tôi gặp một con chó của tôi. Tôi vỗ về nó, lấy làm mừng là nó chưa bao giờ thân thiện với tôi. Tôi ra đi sẽ đỡ bịn rịn. Rời xa các cận vệ và những người dọn dẹp làm cho tôi đau lòng hơn.

Tôi bước ra ngoài, tháng ba không khí lạnh lẽo. Cửa chánh của tòa nhà bước ra là một cái hiên có nhiều bậc thang đi xuống. Tôi đi một vòng, dừng lại phía mép ngoài sân để mường tượng cuộc ra đi bình an qua Ấn độ Khi trở vào tới cửa, tôi nghĩ tới viễn ảnh trở về Tây tạng. Vài phút trước 10 giờ đêm, tôi mặc một cái quần khác với quần tôi thường mặc, một cái áo ngoài dài và đen, vác một cái súng trên vai và một cái Thangka của Đạt Lai Lạt Ma thứ nhì trên vai kia. Rồi, tháo kính bỏ vô túi, tôi bước ra ngoài. Tôi rất sợ hãi. Hai người lính yên lặng hộ tống tôi ra tới cổng nội thành, các cận vệ chánh đang đứng chờ tại đó Tôi cùng họ lò mò đi qua công viên, trời tối không còn nhìn thấy chi hết.

Khi ra tới tường ngoại thành, viên chánh văn phòng nhập bọn với chúng tôi. Tôi thấy ông ta đeo một thanh kiếm, nói với tôi bằng giọng trầm, làm tôi vững tâm lại. Tôi sẽ phải luôn đi sát bên ông ta, dù bất cứ chuyện gì xảy ra. Ra tới cổng, ông mạnh dạn nói với dân chúng đang tụ tập tại đó là ông đang tuần hành kiểm tra như thường lệ Chúng tôi được phép qua cổng. Không ai nói thêm tiếng nào nữa. Tôi có thể cảm thấy sự hiện diện của một khối đông người, khi tôi bước qua, va chạm vào họ. Nhưng họ không để ý gì tới chúng tôi, và sau mấy phút, chỉ còn chúng tôi. Chúng tôi đã thoát ra khỏi đám biểu tình, nhưng nay sẽ phải đối phó với người Hoa. Ý tưởng bị bắt lại làm tôi hoảng kinh.

Lần đầu tiên trong đời, tôi thật sự sợ hãi, không sợ cho tôi mấy, mà là sợ cho số mạng cả triệu người tin tưởng nơi tôi. Nếu tôi bị bắt, thì mọi chuyện đều hỏng hết. Còn mối nguy nữa là một số các kháng chiến quân không rõ chuyện có thể nhận lầm chúng tôi là lính Trung hoa. Chướng ngại đầu tiên của chúng tôi là nhánh phụ lưu của sông Kyichu, nơi tôi thường ra chơi khi còn nhỏ, cho tới lúc bị Tathag Rinpoché cấm. Muốn qua sông, chúng tôi phải bước trên những hòn đá, thật là khó khi tôi không đeo kiếng. Tôi suýt ngã mấy lần. Rồi chúng tôi tới bờ sông chánh Kyichu. Trước khi tới bờ, chúng tôi gặp một đám đông.

Viên chánh văn phòng nói vài câu với người chỉ huy, rồi chúng tôi đi ra sông. Mấy chiếc phà và dăm người lái phà chờ chúng tôi tại đó. Cuộc qua sông êm thấm, dù tiếng mái chèo vỗ nước có thể làm cho họ nổ súng bắn xuống chúng tôi. Có mấy vạn quân giải phóng Trung hoa đóng trong và ngoài thành Lhasa lúc đó, và chắc chắn họ có đội tuần tiểu. Sang qua bờ bên kia, chúng tôi gặp một toán kháng chiến quân Tây tạng có cả ngựa đang chờ. Mẹ, chị và em tôi cùng hai ông Thầy cũng tới đó. Chúng tôi nghỉ ngơi, đợi các viên chức khác sắp tới. Trong khi chờ đợi, chúng tôi trao đổi thầm thì rất nhỏ những ý kiến về thái độ bất nhân của người Hoa đã khiến chúng tôi lâm vào cảnh này. Tôi cũng đeo kính vào, vì không thể chịu lâu hơn nữa cái nhìn lờ mờ của đôi mắt kém. Nhưng tôi lại mong giá đừng đeo kính khi nhìn thấy ánh đuốc của vọng gác Trung hoa cách đó mấy trăm thước. May thay, mặt trăng bị mây thấp che phủ, nên không ai nhìn xa được. Khi mấy người khác tới cả rồi, chúng tôi leo lên phía đồi cao, tiến về phía khe núi Che-La, ngăn hai thung lũng Lhasa và Tsangpo.

Vào khoảng 3 giờ sáng, chúng tôi dừng lại một nhà

một nông dân, một trong nhiều gia đình cho chúng tôi cư trú trong vài tuần lễ tới. Chúng tôi không dừng lâu, chỉ một chút sau lại lên đường, leo lên phía đèo, mãi 8 giờ sáng mới tới. Trước khi tới đó, những tia sáng đầu tiên của bình minh đã khiến chúng tôi thấy kết quả tức cười của sự ra đi vội vã. Ngựa, yên cương và người cưỡi ngựa lộn xộn, lung tung. Vì đêm tối, và vì tu viện cung cấp ngựa không được báo trước, những con ngựa tốt nhất lại mang yên cương tồi nhất. Mấy con ngựa già ốm nhất lại mang yên cương đẹp nhất và giao cho các viên chức cao cấp cưỡi.

Trên đèo cao 16 ngàn bộ, người dẫn ngựa cho tôi bỗng dừng lại và dắt nó quay đầu lại, nói đây là lần chót có thể nhìn thấy được Lhasa. Thành phố cổ kính vẫn uy nghi từ muôn đời, nằm xa phía dưới. Tôi cầu nguyện một lúc trước khi xuống ngựa, chạy xuống sườn cát của đèo Che-La (nghĩa là Khe Cát). Chúng tôi lại nghỉ một lát trước khi vượt phía đèo bên kia, để tới bờ sông Tsangpo vào trước giờ Ngọ. Chỉ có một chỗ có thể đi phà qua sông, và chúng tôi đều hy vọng quân giải phóng Trung hoa không tới đó trước. Quả nhiên họ chưa tới.

Qua bờ đi thật xa, chúng tôi dừng lại một làng nhỏ, có dân chúng ra đón tôi, nhiều người khóc. Chúng tôi đã tới một trong những vùng quê xa hiểm trở nhất Tây tạng. Chỉ có vài xóm làng hẻo lánh. Đây cũng chính là chiến khu của kháng chiến quân. Từ đây trở đi, tôi biết chúng tôi được hàng trăm chiến sĩ bảo vệ một cách bí mật chung quanh vì họ đã được báo về cuộc hành trình và có nhiệm vụ bảo vệ chuyến đi này.

Người Hoa khó mà theo dõi chúng tôi. Nhưng

nếu họ biết chúng tôi đang ở đâu thì họ có thể tính toán ra con đường chúng tôi đi, họ sẽ huy động quân phía trước chặn chúng tôi lại. Vậy nên, để bảo vệ chúng tôi, có, tới khoảng 350 binh sĩ Tây tạng, cùng với chừng 50 người hộ vệ khác tháp tùng. Phái đoàn đào thoát cũng gần tới một trăm. Hầu như trừ tôi ra, ai cũng mang theo võ khí nặng. Kể cả viên đầu bếp của tôi, anh ta cũng vác một khẩu Ba-zo-ka và đeo một bụng đạn. Anh ta là một trong đám thanh niên được CIA huấn luyện. Anh ta nóng lòng muốn dùng cái khí giới dữ dằn, oai vệ đó, nên có lúc anh nằm xuống, nhắm bắn mấy viên đạn vào một chỗ anh quả quyết là vị trí quân địch. Nhưng khi nạp đạn thì lại mất rất nhiều thì giờ, tôi tưởng như nếu có kẻ thù thật thì anh đã bị thua rồi.

Cuộc biểu diễn không có gì đáng nể. Có một người nữa làm việc cho CIA trong phái đoàn. Một người giữ máy truyền tin, hầu như suốt cuộc hành trình, anh tiếp xúc với bộ chỉ huy nào đó mà cho tới nay, tôi cũng vẫn không hiểu. Tôi chỉ biết là anh được trang bị bằng cái máy đánh morse. Đêm hôm đó, chúng tôi dừng tại tu viện Ra-Me. Tôi viết thư cho Ban Thiền Lạt Ma, nói cho ông biết tôi đi trốn và khuyên ông nếu có thể, nên qua Ấn theo tôi. Từ giữa mùa đông năm ngoái, tôi không có tin tức gì của ông sau lá thư chúc mừng năm mới ông gởi. Trong một tờ giấy rời, ông bí mật viết lời nhắn rằng, với tình trạng tệ hại hơn xảy ra trên toàn quốc, chúng tôi cần bàn thảo một kế hoạch cho tương lai. Đó là dấu hiệu đầu tiên chứng tỏ ông không còn ở trong tình trạng lệ thuộc các ông chủ Trung hoa nữa. Tiếc thay, thư tôi không tới tay ông, và ông ở lại Tây tạng. Hai, ba ngày sau, chúng tôi đi tới đèo Sabo-La. Lên tới đỉnh, trời bão tuyết và lạnh căm. Tôi bắt đầu lo ngại cho mấy bạn đồng hành. Tôi trẻ và khỏe, nhưng các người lớn tuổi bên tôi đều cảm thấy cuộc di tản khó khăn quá. Nhưng chúng tôi không dám đi chậm lại, vì chúng tôi vẫn có thể bị nguy hiểm, bị quân Trung hoa chận bắt. Nhất là họ có thể đổ quân ra làm hai gọng kìm, từ Gyantse và Kongpo. Lúc đầu, tôi định dừng tại Lhuntse Dzong, gần biên giới Ấn để tuyên bố bác bỏ Thỏa ước 17 điểm, tái lập chánh phủ tôi là quyền hành chính thống trên toàn lãnh thổ Tây tạng, và ráng bắt đầu thương thảo với Trung hoa.

Nhưng tới ngày thứ năm chúng tôi nhận được hung tin, do một toán kỵ mã mang lại. Chỉ 48 tiếng đồng hồ sau khi tôi đi, quân Trung hoa đã pháo vô Norbulingka, bắn súng liên thanh vào dân chúng không võ trang, vẫn còn tụ tập ở ngoài thành. Mối lo sợ nhất của tôi đã trở thành sự thực. Tôi nhận ra là mình không thể thảo luận chi được với những con người ác độc và tội lỗi như vậy. Chúng tôi không làm gì hơn được là bỏ đi càng xa càng tốt, dù nước Ấn còn cách nhiều ngày đường, với dăm cái đèo rất cao phải vượt qua.

Khi tới Lhuntse Dzong, sau hơn một tuần lễ, chúng tôi nghỉ lại đó hai đêm. Vừa đủ thì giờ cho tôi công bố từ bỏ Thỏa ước 17 điểm và sự thành lập chánh phủ của tôi, chánh quyền hợp pháp duy nhất trên toàn lãnh thổ Tây tạng. Hơn một ngàn người có mặt trong buổi lễ phong nhậm này. Tôi muốn ở lại đó lâu hơn, nhưng có tin báo quân Trung hoa đang di chuyển gần bên nên chúng tôi phải miễn cưỡng di chuyển tới biên giới Ấn, cách đó 60 dặm đường chim bay, nhưng trên đường bộ thì xa gấp đôi. Còn một rặng núi nữa phải vượt qua, và sẽ phải đi mất mấy ngày đường vì ngựa của chúng tôi đều đã kiệt sức, mà cỏ khô thì không có bao nhiêu cho chúng ăn, phải cho chúng dừng luôn luôn để dưỡng sức.

Trước khi rời Lhuntse Dzong, tôi cử một số người khỏe mạnh nhất, đi thật nhanh qua Ấn, để tìm những viên chức biên giới, báo cho họ biết là tôi có ý định xin ty nạn, Từ Lhuntse Dzong, chúng tôi qua một làng nhỏ tên Jhora, rồi qua đèo Karpo, đèo chót trước khi tới biên giới. Khi chúng tôi leo tới gần đỉnh đèo, một chuyện làm cho chúng tôi hoảng kinh: Một chiếc phi cơ, không biết từ đâu, bay ngang qua đầu chúng tôi. Nó bay nhanh, khiến cho chúng tôi không ai nhận ra dấu hiệu nước nào trên đó, nhưng cũng đủ chậm để họ có thể nhìn thấy nhóm chúng tôi.

Thật là một dấu hiệu không tốt. Nếu đó là phi cơ Trung hoa, họ có thể đã biết vị trí đoàn chúng tôi, và họ có thể trở lại, tấn công từ trên không, chúng tôi sẽ không có cách nào chống đỡ. Dù phi cơ thuộc nước nào, thì đó cũng là điều nhắc nhở rằng tôi không còn an ninh khi còn ở trong đất Tây tạng. Tôi không còn chút hồ nghi nào về việc ra ngoại quốc ty nạn. Ấn độ là hy vọng duy nhất của chúng tôi. Sau đó ít lâu, toán người tôi gởi qua Ấn trước đã trở lại, cho biết chánh phủ Ấn độ sẵn lòng đón nhận tôi. Tôi thật nhẹ người khi nghe nói như vậy. Tôi không muốn đặt chân lên xứ Ấn mà không được phép trước. Tôi ngụ tại làng Mangmang (ngôi làng nhỏ xíu) đêm chót, trước khi rời Tây tạng.

Ngay khi tới điểm địa đầu biên cương của "Xứ Tuyết" tôi, trời bắt đầu mưa, cộng thêm vào thời tiết vốn đã kinh khủng cả tuần lễ vì bão tuyết, trong khi chúng tôi lê bước dọc đường. Chúng tôi thảy đều kiệt lực, mà mưa vẫn như thác đổ suốt đêm. Tệ hơn nữa là lều tôi bị dột, tôi xoay cái giường chỗ nào cũng bị ướt. Kết quả là cơn nóng lạnh của tôi từ vài ngày qua nay biến chứng thành ra bệnh kiết ly. Hôm sau, tôi quá yếu nên chúng tôi không di chuyển được. Tôi được đổi tới một căn nhà nhỏ gần đó, dù vậy, cũng chỉ hơn cái lều chút đỉnh. Và, tôi lại khổ vì mùi bò hôi hám bốc từ tầng dưới lên chỗ tôi nằm.

Ngày đó, tôi nghe đài phát thanh Ấn nói rằng tôi đang trên đường qua Ấn độ, và đã bị ngã ngựa, bị thương nặng. Tôi thấy vui hơn, vì đó là một điều không may mà tôi đã tránh được dù tôi biết là các bạn tôi khi nghe tin sẽ lo lắng hơn. Ngày hôm sau, tôi quyết định lên đường. Tôi khổ tâm phải nói lời từ biệt các binh sĩ và kháng chiến quân đã hộ tống tôi suốt lộ trình. Họ sẽ trở về, đối đầu với quân Trung cộng.

Có một viên chức trong chính phủ tôi cũng quyết định ở lại Tây tạng. Ông nói là sang Ấn, ông sẽ không làm được việc gì hữu ích, ông nên ở lại chiến đấu thì hơn. Tôi thật ngưỡng mộ sự quyết tâm và lòng quả cảm của ông. Sau khi gạt lệ biệt ly mọi người, tôi được chuyên chở trên lưng một con bò dzomo lớn, vì tôi quá yếu không thể cưỡi ngựa nổi. Tôi rời quê hương bằng phương tiện chuyên chở khiêm nhường đó.

Chương VIII

Một Năm Tuyệt Vọng

Mấy người lính biên phòng Ấn độ chắc phải thấy chúng tôi tội nghiệp lắm. Tám chục người lữ hành vượt qua bao thử thách, kiệt sức và suy sụp. Tôi thật mừng gặp lại một viên chức tôi đã quen trong kỳ thăm viếng hai năm trước. Anh ta cho biết đã được lệnh hộ tống tôi tới nghỉ tại Bomdila, một quận lỵ lớn cách đó hơn một tuần lễ đi đường. Cuối cùng chúng tôi cũng tới nơi, sau ba tuần lễ kể từ khi rời Lhasa. Thời gian này tưởng như dài vô tận. Khi tới nơi, tôi gặp lại viên sĩ quan liên lạc Menon và viên thông ngôn Sonam Topgyal Kazi. Một người trao cho tôi bức điện của Thủ tướng Ấn độ:"Tôi và các cộng sự xin đón chào và mừng ngài đã tới Ấn độ bình an. Chúng tôi lấy làm sung sướng được cung cấp các tiện nghi cần thiết cho ngài, gia đình cùng quần thần của ngài để cư ngụ tại Ấn. Dân tộc Ấn độ, vốn rất tôn kính ngài, chắc chắn sẽ đón tiếp ngài trong niềm kính cẩn truyền thống của chúng tôi. Kính thư, Nehru."

CHƯƠNG VIII   MỘT NĂM TUYỆT VỌNG

Tôi ở tại Bomdila chừng 10 ngày, được gia đình của ông quận trưởng chăm sóc tận tình. Tôi khỏi hẳn bệnh kiết lỵ sau đó. Sớm ngày 18 tháng 4, 1959, tôi được chở bằng xe Jeep tới một trại lính bên đường có tên là trại "Chân đồi". Một toán quân danh dự nhỏ đứng dàn chào, hai bên đường "trải thảm" bằng vải bố, dẫn lên ngôi nhà chính của trại quân, nơi tôi nghỉ ngơi buổi sáng hôm đó. Điểm tâm có chuối tươi, tôi ăn quá nhiều nên bị đầy bụng. Ông Menon thuyết trình sơ lược cho tôi về những sắp xếp mà chính phủ Ấn đã làm để giúp đỡ chúng tôi.

Chiều hôm đó, tôi được chở tới Tzwpur rồi từ đó đi xe lửa về Missoorie, một khu đồi gần Delhi, nơi họ đã sửa soạn cho tôi một căn nhà. Chuyến xe lửa đặc biệt chở chúng tôi suốt 1500 dặm đường đã chờ sẵn ở nhà ga. Khi tôi rời trại, leo lên xe lớn màu đỏ để ra nhà ga, cách đó 30 dặm Anh, tôi gặp nhiều nhiếp ảnh viên. Tôi được giải thích đó là báo chí quốc tế. Họ tới làm phóng sự về "câu chuyện của thế kỷ". Tôi sẽ còn gặp nhiều nhà báo hơn khi tới thành phố.

Khi tới Tespur, tôi được đưa thẳng vô nhà khách, tại đó đã có hàng trăm điện tín và thư từ chờ tôi. Khắp nơi trên thế giới người ta gửi lời chào mừng và chúc lành cho tôi. Tôi lặng người vì cảm kích. Nhưng nhu cầu hiện tại thì đầy rẫy. Tôi thấy điều cần phải làm ngay là soạn một bản tuyên ngôn ngắn để đưa các phóng viên gửi về cho báo họ. Trong đó tôi tóm lược một cách thành thật và ôn hòa, những sự kiện tôi đã kể trong các chương trên. Sau đó tôi ăn trưa nhẹ rồi ra ga. Tàu khởi hành lúc 1 giờ trưa.

Trên đường đi, hàng trăm, nếu không phải hàng

ngàn người đổ xô tới toa tôi ngồi, vẫy tay chào mừng. Cứ như vậy, trong suốt cuộc hành trình về Mussoorie. Có khi, dân chúng làm nghẽn cả đường tàu chạy. Tin tức loan truyền rất nhanh từ làng này qua làng khác và hình như ai cũng biết tôi có mặt trên chuyến xe lửa này. Hàng ngàn, hàng ngàn dân chúng chen tới và hô "Đạt Lai Lạt Ma Ki-Jai! Đạt Lai Lạt Ma Zindabad!" (nghĩa là Kính chào Đạt Lai Lạt Ma, Đạt Lai Lạt Ma muôn năm). Thật là cảm động. Tại ba thành phố lớn, Siliguri, Benares và Lucknow, tôi bắt buộc phải rời toa xe lửa ra thăm hỏi một đám mít tinh bất ngờ gồm rất nhiều người tới ném hoa chúc tụng. Cuộc hành trình giống như một giấc mộng đẹp. Nhớ lại thuở ấy, tôi vô cùng biết ơn nhân dân Ấn độ biểu lộ nồng nhiệt thiện ý của họ.

Sau mấy ngày di chuyển, con tàu về tới sân ga Dehra Dun. Lại một cuộc tiếp đón đông đảo. Từ đó chúng tôi đi xe về Mussoorie, cách chừng một giờ lái. Tôi được đưa về biệt thự Birla, dinh cơ của một nhà kỹ nghệ lớn hàng đầu của Ấn độ, mà chính phủ Ấn đã yêu cầu để cho tôi ở tạm. Tôi sẽ cư ngụ ở đó cho đến khi kế hoạch lâu dài được xếp đặt. Hóa ra là tôi phải ở đó một năm.

Hình như một ngày sau khi tôi tới nơi, Tân hoa xã loan tin rằng bản tuyên bố tại Tezpur không phải do tôi viết, mà là giả mạo. Họ còn quả quyết tôi đã bị bọn phản động bắt cóc, bạo hành, và tuyên cáo của tôi là một tài liệu thô bỉ, lý luận non nớt, đầy những sai lầm và dối trá. Lập luận của người Hoa về chuyện này là cuộc nổi dậy của dân chúng chỉ do "một nhóm giai cấp thượng lưu phản động... Tuy nhiên, với sự giúp sức của các tăng ni và cư sĩ yêu nước, quân đội nhân dân giải phóng (Trung quốc) đã dẹp tan bọn phiến loạn. Lý do chính là dân chúng Tây tạng đều ái quốc, rất yêu mến quân đội nhân dân , đã ủng hộ chínhh quyền trung ương (Trung quốc), và, nên cùng nhau chống lại bọn đế quốc phản động". Tôi lại phải ra một bản tuyên bố ngắn, nói rằng bản trước là do chính tôi cho phép công bố.

Ngày 24 tháng 4, Nehru đích thân tới Mussoorie. Chúng tôi nói chuyện liền 4 giờ đồng hồ, chỉ có mặt một viên thông ngôn. Bắt đầu, tôi thuật cho ông nghe những gì đã xảy ra kể từ khi tôi trở về Lhasa, cuộc trở về mà phần lớn là vì nghe ông yêu cầu. Tôi cho ông hay là tôi đã làm theo đúng như ông đề nghị, giao hảo thẳng thắn với người Hoa, khi cần cũng phê bình họ, cố hết sức để theo đúng Thỏa ước 17 điểm.

Tôi cũng giải thích, lúc đầu tôi không có ý sang Ấn nhờ vả, mà muốn lập lại chính phủ ở Lhuntse Dzong. Nhưng tin tức từ Lhasa đã làm tôi đổi ý. Nghe tới đây, ông có vẻ bực bội: "Nếu ngài làm vậy, chính phủ Ấn cũng vẫn không thể công nhận chính phủ của ngài được." Tôi bắt đầu thấy ông Nehru nghĩ tôi là một người còn trẻ tuổi, đôi khi cần phải sửa lưng. Khi thảo luận, có những khi ông ta đập bàn, tức giận hỏi mấy lần:" Làm sao có thể như vậy được?" Tôi cứ tiếp tục nói dù thấy ông càng lúc càng có vẻ muốn át giọng. Cuối cùng, tôi nghiêm nghị nói với ông hai điểm chính yếu mà tôi quan tâm: "Tôi nhất định dành lại độc lập cho Tây tạng, nhưng điều cần nhất lúc này là phải làm sao cho ngưng đổ máu ".

Nghe vậy, ông không thể chịu được nữa:" Không thể

nào!", giọng ông đầy xúc cảm: "Ngài nói muốn độc lập, đồng thời lại không muốn đổ máu? Vô phương!" Môi dưới ông rung lên vì giận. Tôi thấy ngay là ông Thủ tướng đang bị đặt vào một tình trạng rất tế nhị và bẽ bàng. Tiếp theo tin tôi đào thoát, nghị viện Ấn độ cũng đã tranh luận rất gay go về vấn đề Tây tạng.

Từ mấy năm nay, Nehru đã bị nhiều dân biểu chỉ trích về cách xử sự của ông trong chuyện nầy. Vả lại, giờ đây, tôi thấy như lương tâm ông đang bị cắn rứt về chuyện ông đã nài ép tôi trở về Lhasa năm 1957. Đồng thời, rõ ràng là ông cũng muốn bảo vệ quan hệ hữu nghị giữa Ấn độ với Trung Quốc, muốn theo những nguyên tắc trong phụ đính Panch Sheel, dù cho Acharya Kripalam (chính trị gia Ấn) đã mô tả: "Phụ đính đó đã ra đời trong tội lỗi, vì chúng ta đã muốn đóng triện thừa nhận sự hủy hoại một quốc gia cổ kính".

Thủ tướng nói rõ chính phủ Ấn vẫn chưa thể đối đầu với Trung quốc về vấn đề chủ quyền của Tây tạng. "Vậy nên lúc này ngài cứ nghỉ ngơi đi đã, đừng tính chuyện gì về tương lai vội. Chúng ta sẽ gặp nhau sau." Nghe vậy, tôi bắt đầu hiểu rằng tương lai tôi và dân tộc tôi còn bấp bênh hơn tôi nghĩ. Cuộc hội kiến kết thúc một cách thân hữu vừa phải, nhưng khi ông Nehru ra về, tôi cảm thấy một nỗi thất vọng sâu xa. Tuy nhiên chúng tôi cũng thấy rõ có những vấn đề trước mắt cấp bách hơn là nền độc lập của Tây tạng.

Ngay sau khi tới Mussoorie, chúng tôi được tin rất đông đồng bào đã theo qua Ấn và Bhutan tỵ nạn. Tôi vội gửi ngay mấy viên chức tới đón họ tại trại tạm cư mà chính phủ Ấn vội vã dựng lên. Những người mới tới cho tôi biết, sau trận pháo đầu dội vô Norbulingka, người Hoa đã quay pháo vào Potala và tu viện Jokhang, hàng ngàn người bị thương và bị tàn sát. Cả hai lâu đài đều bị tàn phá. Trường Y Khoa Chakpori bị phá hủy hoàn toàn. Không ai biết chắc số người tử nạn trong vụ tấn công này. Nhưng một tài liệu của giải phóng quân Trung hoa, do kháng chiến Tây tạng bắt được vào những năm 1960 đã viết, từ tháng 3/1959 tới tháng 9/1960, họ đã ghi nhận 87 ngàn người chết vì các cuộc hành quân (Con số này, không kể tới những người tự tử, chết đói hay bị tra tấn tới chết).

Kết quả là nhiều ngàn dân tôi cố chạy thoát ra khỏi Tây tạng. Nhiều người bị chết trong tay quân Trung hoa, hay bị chết vì thương tích, đói, lạnh hoặc bệnh tật. Những người thoát được qua biên giới thì cũng bị kinh hoàng rất tội nghiệp. Dù khi tới nơi, có đồ ăn và chỗ ở, mặt trời gay gắt xứ Ấn cũng khiến họ phải chịu cực khổ vô cùng. Có hai trại tiếp cư chính, một tại Missamari gần Tezpur, một tại Buxa Duar, trại tù binh thời chiến tranh của người Anh, gần biên giới xứ Bhutan, ở phía đông bắc. Cả hai nơi đều thấp hơn Mussoone (là vùng cao 6000 bộ), nên không khí nóng không thoát đi đâu được. Dù mùa hè tại Tây tạng cũng khá nóng, nhưng dân chúng tôi quen với khí hậu rất khô miền núi, mà tại đồng bằng Ấn độ thì vừa nóng lại vừa ẩm. Dân tỵ nạn không phải chỉ khó chịu, mà nhiều khi chết vì nóng. Những chứng bệnh chưa hề có tại Tây tạng, nay lan tràn trong môi trường mới này. Cộng thêm với mối nguy bị chết vì các vết thương dọc đường ty nạn, họ còn bị chết vì cảm nắng hay các chứng bịnh như ho lao đang bắt đầu phát ra. Nhiều người ngã quỵ.

Nhóm chúng tôi cư ngụ tại Mussoorie may mắn hơn đồng bào chúng tôi rất nhiều. Tại biệt thự Birla, có gắn quạt máy, nên tôi ít khổ vì nóng, tuy rằng tôi vẫn thấy những cái bất tiện do quạt gây ra. Thường chúng tôi có khuynh hướng để quạt thâu đêm, nên lại hay bị vấn đề về tiêu hóa. Tôi nhớ tới một câu tục ngữ của những người quét dọn ở Potala: "Vào mùa đông lạnh, chúng ta nhớ đắp mền ban đêm, nhưng mùa hè ấm áp nên ta quên mất là đêm vẫn lạnh".

Tôi cũng nhớ một nhận xét nhỏ hồi đó là khí hậu nóng khiến người ta hay ăn trái cây, trong khi trời lạnh thì không thèm ăn. Tôi chỉ có chút kinh nghiệm về nỗi khổ vì nóng của đồng bào tôi, khi tôi có dịp xuống vùng đồng bằng vào những tháng mùa hạ. Lần đầu là vào tháng 6, khi tôi đi Delhi để gặp Thủ tướng Nehru thảo luận về vấn đề tỵ nạn. Đã có tới 20,000 người, và con số này tăng lên hàng ngày. Tôi xin cho những người mới tới được chuyển vô nơi nào khí hậu đỡ khắt khe hơn Tezpur và Buxa Duar. Dân tỵ nạn mang bốt ấm và áo choàng, hoàn toàn không biết trước về thời tiết nóng nực. Đa số đều là nam giới trong mấy ngàn người đầu tiên thoát khỏi bàn tay sát nhân của "quân giải phóng", phần lớn họ tới từ miền Lhasa và phụ cận. Các đợt sau đó là dân đi trốn mang theo cả gia đình. Những người mới qua, nay phần lớn là từ vùng gần biên giới, nơi người Hoa chưa kiểm soát được một cách tuyệt đối.

Tôi nhấn mạnh với ông Nehru rằng tôi biết chắc đa số dân tỵ nạn sẽ chết nếu phải ở lại đó. Lúc đầu ông tỏ ra bứt rứt. Ông nói tôi đòi hỏi quá nhiều. Tôi nên nhớ là Ấn độ cũng là một xứ nghèo, đang mở mang thôi. Nhưng rồi lòng nhân đạo của ông đã thắng. Văn phòng nội các của tôi đã bàn thảo với các viên chức Ấn về việc thuê dân ty nạn vào làm trong các trại sửa đường vùng bắc Ấn. Nay Thủ tướng Nehru nói ông sẽ thúc đẩy cho việc này tiến nhanh hơn. Như vậy, dân ty nạn sẽ có kế sinh nhai, và được ngụ cư tại một vùng khí hậu thích hợp hơn.

Rồi ông nói tới chuyện giáo dục tương lai cho các trẻ em ty nạn. Ông tha thiết nói về vấn đề này, cuối cùng hầu như ông coi đó là trách nhiệm cá nhân của ông vậy. Ông nói, vì chúng tôi sẽ còn là khách của Ấn độ trong một thời gian khá lâu, thiếu nhi phải là nguồn tài nguyên quý nhất của chúng tôi. Chúng phải được giáo dục đàng hoàng. Và để bảo tồn văn hóa Tây tạng, cần phải cho chúng đi học tại các trường riêng biệt. Vậy, sẽ phải có một Ủy ban giáo dục Tây tạng trong bộ giáo dục Ấn. Ông thêm là chính phủ Ấn sẽ đài thọ tất cả phí tổn về trường ốc. Cho tới nay, chính phủ Ấn vẫn tiếp tục tài trợ phần lớn những chương trình giáo dục của chúng tôi.

Cuối cùng, ông lưu ý tôi rằng dù vấn đề hiểu biết lịch sử và văn hóa Tây tạng rất quan trọng cho trẻ em, sống chết chúng cũng phải học sống trong thế giới hiện đại. Tôi hoàn toàn đồng ý. Vì lẽ đó ông nói chúng tôi nên dùng tiếng Anh trong việc giảng dạy, vì đó là thứ ngôn ngữ của thế giới mai sau. Sau buổi họp, chúng tôi ăn trưa. Ông Nehru nói sẽ gọi cho Doctor Shrimali, bộ trưởng giáo dục. Chúng tôi lại có thì giờ bàn thảo tiếp. Rồi, ngay buổi chiều hôm đó, thủ tướng nói cho tôi biết là chính phủ Ấn sẽ công bố thành lập Ủy ban giáo dục ngay bữa nay. Tôi thật khâm phục sự đáp ứng nhanh nhẹn này.

Từ nhiều năm nay, dân tộc và chính phủ Ấn đã cho dân tỵ nạn Tây tạng chúng tôi nhiều vô kể, cả về giúp đỡ tài chánh lẫn nhiều phương diện khác, dù họ cũng có những khó khăn kinh tế lớn lao. Tôi nghĩ là không có dân tỵ nạn nào được sự tiếp đãi hoặc đối xử tốt như vậy. Mỗi khi chúng tôi cực chẳng đã phải xin thêm tiền, tôi luôn luôn nghĩ tới hàng trăm ngàn trẻ em Ấn độ trong lúc đó còn đang bị thất học.

Nhìn một cách khác, thì Ấn độ giúp đỡ Tây tạng cũng là đúng vì đạo Bụt ở Tây tạng là do từ Ấn qua, cùng với nhiều ảnh hưởng đa văn hóa quan trọng khác. Tôi tin chắc rằng Ấn độ có ảnh hưởng tới Tây tạng nhiều hơn và ảnh hưởng của Trung hoa chỉ mờ nhạt. Tôi luôn luôn so sánh mối liên hệ giữa hai xứ Ấn độ và Tây tạng, giống như liên hệ thầy-trò. Khi học trò bị khó khăn, thì bổn phận thầy là phải tới giúp.

Sau sự rộng lượng của dân tộc Ấn độ phải kể tới sự kiện không kém quan trọng là họ giúp thiết lập nên các trung tâm thủ công và huấn nghiệp, tạo ra công ăn việc làm cho nhiều người. Trước tiên là xưởng dệt thảm tại Darjeeling, thành phố sản xuất trà, trên miền núi cao gần biên giới Nepal và tại Dalhousie, gần Dharamsala. Cả hai trung tâm đều do chính phủ Ấn thiết lập vào khoảng cuối năm 1959. Hai nơi này được dùng làm mẫu cho mấy trung tâm khác, do các cơ quan ngoại quốc bảo trợ. Có những tổ chức vẫn tiếp tục giúp chúng tôi cho tới lúc này. Bây giờ, sau nhiều năm, những cơ quan đã giúp đỡ chúng tôi từ thời gian đầu tiên đều tỏ vẻ hài lòng về những tiến bộ mà dân tỵ nạn đã đạt được dưới sự hướng dẫn của họ. Người Tây tạng đáp ứng một cách tích cực đối với các trợ giúp, đó là cách hay nhất để chúng tôi bày tỏ lòng biết ơn sâu xa. Điều này thật quan trọng, vì tôi luôn luôn ý thức được rằng đa số tiền quyên góp, được gửi qua các cơ quan này, đều do những người mà lợi tức của chính họ cũng giới hạn.

Sau khi từ Delhi trở về Mussoorie, tôi thấy đã tới lúc tôi nên chấm dứt sự yên lặng đã chọn, nên ngày 20 tháng 6, tôi tổ chức một cuộc họp báo. Tại Mussoorie, vẫn có nhiều nhà báo chờ tôi lên tiếng. Dù "câu chuyện" đã xảy ra hơn hai tháng rồi, vẫn có tới 130 phóng viên hiện diện, từ khắp các nước trên thế giới. Tôi bắt đầu bằng cách phủ nhận Thỏa ước 17 điểm, giải thích là vì chính Trung quốc đã vi phạm các điều khoản trong Thỏa ước của họ, nên không còn căn bản pháp lý nào để tôi nhìn nhận nó nữa. Tôi khai triển bản tuyên cáo đầu tiên, nêu ra các chi tiết về những sự tàn bạo đối với dân Tây tạng. Tôi chắc rằng, ai cũng sẽ thấy tôi nói gần với sự thật hơn là những giả tưởng khó tin do người Hoa kể. Nhưng dù bản tuyên cáo đó được truyền bá khắp nơi, tôi cũng đã không lường được sức mạnh của sự tuyên truyền hữu hiệu của chánh phủ Trung quốc. Hoặc tôi đã đánh giá quá cao cái ý muốn đối diện với sự thật của loài người. Tôi nghĩ là thế giới đã phải thấy qua màn hình ti-vi, trước hết là các hình ảnh về cuộc cách mạng văn hóa và sau đó, cuộc tàn sát năm 1989 tại Thiên An Môn, họ mới nhận ra sự dối trá, dã man của Cộng sản Trung hoa.

Cùng chiều hôm đó, chính phủ Ấn ra một tuyên cáo nói họ không công nhận chính phủ lưu vong của Đạt Lai Lạt Ma. Lúc đầu tôi hơi ngạc nhiên và khó chịu. Tôi rất hiểu họ không ủng hộ chúng tôi về chính trị, nhưng đâu cần xa lánh chúng tôi như vậy? Tuy nhiên, chẳng bao lâu, cảm giác bị thương tổn đã được thay bằng lòng tri ân sâu xa, khi tôi hiểu ra ý nghĩa chân thực của chữ "Dân Chủ". Chính phủ Ấn phản đối kịch liệt quan điểm của tôi, nhưng họ không làm gì để cấm tôi phát biểu, lại cũng không cấm tôi theo đuổi quan điểm đó. Cũng vậy, chính phủ Delhi không hề can thiệp vào sinh hoạt của tôi và đồng bào tôi, sang tới Ấn mỗi lúc một đông hơn.

Theo nhu cầu quần chúng, tôi bắt đầu tiếp kiến dân hàng tuần tại biệt thự Birla. Đó là cơ hội để tôi gặp rất nhiều người và cho họ biết về thực trạng của Tây tạng. Cũng là dịp cho tôi bắt đầu bỏ bớt những nghi lễ quá ngăn cách Đạt Lai Lạt Ma với dân chúng. Tôi cảm thấy rõ ràng là không nên bám víu vào những cung cách cổ lỗ sĩ, nay không còn hợp thời nữa. Tôi luôn luôn nhắc nhở mọi người rằng chúng ta đang là dân ty nạn. Để đạt được điều này, tôi đã giảm thiểu hết các hình thức, tôi nói rõ không muốn thấy dân theo lễ nghi cổ truyền.

Tôi cảm thấy điều này đặc biệt quan trọng khi thương thảo với người ngoại quốc. Khi họ thấy mình thành thật, họ sẽ đáp ứng tốt hơn. Nếu mình xa cách, thì họ sẽ dễ dàng khép kín lại Vậy nên tôi quyết định sẽ rất cởi mở, không ẩn dấu sau các lễ nghi. Tôi hy vọng như vậy, họ sẽ cư xử với tôi như giữa người với người. Tôi cũng quy định khi tiếp kiến ai, thì người đó sẽ ngồi trên ghế ngang hàng với tôi, chứ không ngồi ở ghế thấp hơn tôi như tục lệ xưa. Lúc đầu, tôi cũng cảm thấy khó khăn vì tôi còn thiếu tự tin, nhưng rồi mỗi ngày thêm tự tin ở mình. Dù một số các vị cố vấn trọng tuổi của tôi tỏ ra nghi ngại, tôi nghĩ rằng chỉ những người mới từ Tây tạng qua mới thắc mắc thôi. Họ không biết rằng Đạt Lai Lạt Ma đã không còn sinh hoạt như họ thường thấy trước kia nữa.

Đời sống tại biệt thự Birla dù sao cũng khó mà áp dụng được các nghi thức. Nhà không rộng lớn mà người thì có nhiều lúc quá đông. Tôi cư ngụ tại đó với mẹ tôi và tùy tùng, các viên chức khác cũng ở ngay kế bên. Đây là lần đầu tiên tôi được gặp mẹ tôi nhiều như vậy. Tôi thật sung sướng được sống bên bà. Cùng với sự giảm thiểu bớt nghi lễ, tấn thảm kịch của chúng tôi cũng cho tôi cơ hội giản dị hóa đời sống cá nhân. Tại Lhasa, tôi có rất nhiều đồ không dùng đến, mà cũng không bỏ đi được. Nay tôi hầu như không có gì, và tôi tặng lại dân tỵ nạn một cách dễ dàng, những tặng phẩm người ta cho tôi mà tôi không cần và dân có thể dùng. Về chuyện hành chánh cũng vậy. Tôi có thể thay đổi triệt để. Tỷ dụ lúc đó, tôi thấy nên lập thêm các phủ bộ mới trong chính phủ. Như các nha sở Giáo dục, Thông tin, Phục hồi, An ninh, Tôn giáo và Kinh tế. Tôi cũng đặc biệt khuyến khích phụ nữ tham gia chính quyền. Tôi nhắc nhở mọi người nên chọn những người có tài đức vô các chức vụ quan trọng, không nên để ý coi họ là nam hay nữ. Như tôi đã nói, phụ nữ luôn luôn có vai trò thiết yếu trong xã hội Tây tạng, ngày nay nhiều người giữ những chức vụ then chốt trong chính phủ lưu vong.

Tôi trở về Delhi vào tháng 9 năm 1959. Tôi đỡ lo lắng hơn một chút về vấn đề tỵ nạn. Con số dân tỵ nạn lên tới gần 30 ngàn người. Nhưng Nehru đã giữ lời hứa, di chuyển khá nhiều người lên các sở lục lộ phía đồi núi miền bắc. Mục tiêu chính của tôi lúc này là làm sao để vấn đề độc lập của Tây tạng được nêu lên tại Liên hiệp quốc. Tôi lại tới thăm Thủ tướng một lần nữa. Chúng tôi bàn thảo về việc di chuyển một số dân mới tới về phía Nam Ấn độ. Ông đã viết thư cho mấy tỉnh bang xem họ có sẵn sàng nhường cho người Tây tạng chúng tôi vùng đất nào chăng. Khi nghe tin đã có vài tỉnh tặng đất, tôi bày tỏ sự hài lòng lớn lao, rồi tôi nói tới dự án xin đi điều trần tại Liên hiệp quốc.

Nghe vậy, Nehru tỏ ra rất chán nản. Ông nói, vì cả Tây tạng lẫn Trung quốc đều không phải là hội viên Liên hiệp quốc, khó mà tôi thành công cho được. Vả lại, dù tôi có điều trần, thì cũng sẽ chẳng có hiệu quả bao nhiêu. Tôi trả lời, tôi biết những khó khăn này, nhưng tôi chỉ cần thế giới đừng quên xứ Tây tạng. Điều quan trọng nhất là dân tôi không bị quên lãng trong cảnh lầm than. Ông nói :" Phương cách giữ cho Tây tạng sống còn không phải qua ngả Liên hiệp quốc, mà qua việc giáo dục trẻ em của quí vị. Nhưng, cái đó tùy ngài. Ngài sống trong một nước tự do".Tôi đã viết thư cho chính phủ nhiều quốc gia, và nay tôi đi gặp một số các đại sứ. Đây quả là một thử thách. Tôi mới 24 tuổi, kinh nghiệm giao thiệp với các viên chức cao cấp chỉ giới hạn trong lần tôi thăm viếng Trung quốc, và vài lần nói chuyện với Nehru cùng các người cộng sự. Tuy vậy, cũng đáng công làm việc này, vì có mấy người rất thiện cảm, khuyên tôi nên tiến hành như thế nào, và ai cũng hứa sẽ chuyển lời yêu cầu hỗ trợ của tôi lên chính phủ họ.

Sau cùng, hai xứ liên bang Malaya và nước Cộng hòa Ireland đỡ đầu cho dự thảo nghị quyết để thảo luận tại Liên hiệp quốc vào phiên họp tháng 10. Nghị quyết thông qua với 45 phiếu thuận, 9 phiếu chống và 26 phiếu vắng mặt. Ấn độ là một trong các xứ không bỏ phiếu đó. Cũng trong lần này thăm thủ đô, tôi gặp một số các lãnh tụ chính trị người Ấn, gồm cả Jaya Prakash Naryan. Ông đã giữ đúng lời hứa từ năm 1957, thành lập một ủy ban hỗ trợ Tây tạng. Ông cho nay là cơ hội thuận lợi để thuyết phục chính phủ Ấn thay đổi lập trường về Tây tạng.

Lòng nhiệt thành của ông thật cảm động và ảnh hưởng sang người khác, nhưng linh tính cho tôi biết Nehru sẽ không bao giờ thay đổi ý kiến. Một điều phấn khởi khác là có tin Ủy ban Luật gia quốc tế, một tổ chức độc lập để bảo vệ công lý trên thế giới, vừa mới cho in một bản báo cáo về tình trạng pháp lý của Tây tạng, hoàn toàn bênh vực chúng tôi. Ủy ban này đã xét trường hợp chúng tôi từ đầu năm, nay định sẽ làm một cuộc điều tra toàn diện. Vào tháng 10, sau khi trở về Mussoorie, tôi phấn khởi hơn khi biết một ủy ban Á-Phi đã tới họp ở Dehli. Hầu như tất cả nghị trình là để bàn về vấn đề Tây tạng. Đa số các thành viên đến từ những xứ đã từng đau khổ vì bị thực dân áp bức, nên họ tự nhiên có cảm tình với Tây tạng. Họ thấy chúng tôi cũng giống như họ trước khi dành được độc lập.

Tôi nhận được bản báo cáo họ đồng thanh ủng hộ chúng tôi, khiến cho tôi thật sung sướng, lạc quan và tin tưởng sau này, tình thế cũng sẽ khả quan hơn. Nhưng than ôi, trong thâm tâm, tôi vẫn cho là Thủ tướng Nehru có lý. Người Tây tạng chúng tôi đừng nên nghĩ tới chuyện sớm trở về quê hương mà nên chú tâm xây dựng lấy một cộng đồng hải ngoại vững mạnh, để khi thời cơ tới, chúng tôi có thể phục hồi và cải thiện cuộc sống nơi quê nhà, bằng các kinh nghiệm của mình. Chuyện Nehru tặng đất hầu như là viễn ảnh tốt nhất cho phép chúng tôi thực hiện được điều này. Nếu chúng tôi muốn, sẽ có ngay 3000 mẫu đất gần Mysore, miền Nam Ấn độ.

Nhưng, dù đề nghị rất hào hiệp, tôi vẫn thấy ngần ngại chấp nhận. Tôi đã đi thăm vùng đó trong kỳ hành hương Ấn lần đầu, tôi biết nơi đó yên tĩnh và dân cư thưa thớt, nhưng nóng bức hơn miền Bắc nhiều. Tôi nghĩ những điều kiện đó hơi khó khăn quá. Vả lại, các cơ quan hành chính của chúng tôi thì nằm tại Dharamsala, quá xa xôi. Mặt khác, với tình trạng hiện tại, tôi nghĩ chúng tôi cần phải định cư tạm tại Ấn độ. Chỉ như vậy, chúng tôi mới có thể bắt đầu chương trình giáo dục và bảo tồn sự tiếp nối truyền thống văn hóa của người Tây tạng.

Cuối cùng tôi kết luận rằng những chương trình này quan trọng hơn các vấn đề địa dư, tâm lý nên tôi nhận thửa đất với lòng biết ơn. Nhóm đầu tiên gồm 666 người sẽ rời đi vào dịp Tết 1960 để bắt đầu biến khu đất thành nơi sống được. Trên căn bản mỗi người tỵ nạn được một mẫu, cộng đồng định cư tại đó sẽ gồm 3000 người. (Một mẫu Anh bằng

2500 mét vuông). Vào khoảng cuối năm 1959, có tin hai tổ chức "Ủy ban Cứu trợ trung ương" do Achrya Kripalani cầm đầu và "Tổ chức Hoa kỳ cấp cứu tỵ nạn Tây tạng" được thành lập đặc biệt để giúp đỡ chúng tôi. Sau đó, có nhiều cơ quan ngoại quốc khác làm cùng công chuyện, họ cống hiến những trợ giúp vô giá. Trong khi đó, tôi được một số người đáng kính nể tới thăm.

Một người trong đó là tăng sĩ người Ấn tôi đã gặp tại Dromo khi ông sang tặng xá lợi của Bụt. Tôi thật vui gặp lại ông. Ông là người rất thông thái, và chú ý nhiều tới các vấn đề kinh tế xã hội. Từ lần gặp trước tới nay, ông đã để nhiều thì giờ và năng lực vào việc tìm cách tổng hợp ý thức hệ Cộng sản với những nguyên lý Phật giáo. Tôi rất chú ý tới việc này. Tôi tin rằng việc này là chuyện sống còn của các dân tộc châu Á.

Từ biên giới Thái lan tới Siberia, dân chúng vốn có niềm tin nơi Phật giáo, nay họ đang điêu linh chính là vì chủ thuyết Mác Xít đối nghịch với Tôn giáo. Cũng với thời gian này, tôi tiếp kiến một vị sư khuynh thuộc sắc dân Sinhalese. Vào phút chót của cuộc thăm viếng, ông bạn mới ngỏ ý mời tôi qua Tích lan. Đó là xứ tôi hằng mong được tới thăm, đặc biệt tôi sẽ có dịp nhìn thấy rõ ràng của Bụt, một xá lợi quan trọng nhất. Tuy vậy, vào tháng sau, khi tôi sắp sửa đi, thì tôi nhận ra thật rõ tình trạng bấp bênh của người tỵ nạn. Chính phủ Tích lan gửi một thông điệp, tỏ ý tiếc là cuộc thăm viếng của tôi phải đình hoãn, vì những "diễn biến bất ngờ". Hóa ra Bắc kinh đã can thiệp. Tôi lại được nhắc nhở về sức mạnh của các ông anh bà chị Trung quốc. Các vị huynh đệ cao cấp này có thể cản trở tôi nếu họ muốn, kể cả các sinh hoạt tôn giáo.

Vấn đề mở cuộc đối thoại với người Hoa trở nên cấp bách khi tôi tiếp kiến một đồn đại biểu các nạn nhân của sự bành trướng chế độ Cộng sản. Họ từ miền Đông Turkestan tới, khu vực bị người Hoa xâm lăng từ năm 1949. Chúng tôi có bao nhiêu chuyện để trao đổi kinh nghiệm với nhau. Hóa ra dân ty nạn Turkestan còn đông hơn chúng tôi nhiều, một trong các lãnh tụ của họ là luật sư. Đó là thời kỳ cả xứ chúng tôi không có lấy một bác sĩ, nói gì tới luật sư. Chúng tôi bàn thảo suốt buổi về những phương cách khác biệt trong việc tranh dành tự do cho xứ sở chúng tôi. Sau cùng chúng tôi đồng ý liên lạc chặt chẽ, điều mà chúng tôi vẫn làm cho tới ngày nay. Tuy nhiên, Tây tạng vẫn luôn luôn được thế giới chú ý hơn là xứ họ.

Vào tháng 12, tôi đi sáu tiếng đồng hồ để tới lại Dehli. Đây là đoạn đầu một chuyến đi hành hương. Tôi muốn đi thăm lại những nơi tôi đã viếng hồi đầu năm 1957. Trên đường du hành, tôi tới thăm Thủ tướng một lần nữa. Tôi hơi lo và đoán là ông sẽ khó chịu khi nói về chuyện quyết nghị của Liên hiệp quốc. Vậy mà ông lại chúc mừng tôi nồng nhiệt. Tôi nhận thấy, dù đôi khi ông có cứng rắn, ông vẫn là một con người độ lượng. Lại một lần nữa, tôi được nhắc nhở về ý nghĩa chữ "dân chủ". Dù tôi bác bỏ ý kiến ông, ông vẫn không thay đổi thái độ đối với người Tây tạng.

Tôi cảm thấy thoải mái hơn bao giờ hết, khi ngồi lắng nghe ông. Thật là một kinh nghiệm trái hẳn với lần ở Trung hoa. Ông Nehru không cười mấy khi.

Ông ngồi yên nghe với cái môi dưới hơi trề ra, run run trước khi đối đáp với những lời thẳng thắn và thành thật. Trên hết, ông để tôi tự do hoàn toàn làm theo lương tâm mình. Trong khi đó, người Trung hoa thì lúc nào cũng tươi cười và giả dối. Tôi cũng gặp Tổng thống Ấn Rajendra Prasad một lần nữa. Tôi đã thăm ông lần trước, cùng với một người theo đạo Jain là Acharya Tulsi mà tôi vô cùng cảm phục. Cũng như lần đầu gặp ông vào năm 1956, sự khiêm cung của Tổng thống gây một ấn tượng mạnh mẽ trong tôi. Thái độ của ông thật là phi thường, làm tôi cảm động chảy nước mắt. Đối với tôi ông chính là một vị Bồ tát. Lần trước tôi gặp ông trong khuôn viên dinh ông cư ngụ. Tôi đi dạo rất sớm, gặp ông cũng đã ra ngồi trước rồi. Một ông già còng lưng nhưng đẹp lão, ngồi trong cái xe lăn lớn màu đen.

Từ Dehli, tôi đi về Bồ đề Đạo tràng. Tại đó, tôi tiếp kiến 60 người tỵ nạn Tây tạng cũng đang hành hương. Thật là cảm động khi đại diện họ tới gặp tôi và nguyện hy sinh cả đời để chiến đấu cho tự do của Tây tạng. Sau đó, lần đầu tiên trong đời, tôi truyền giới Tỳ Kheo cho 162 tăng sĩ trẻ. Tôi cảm thấy thật may mắn được làm lễ này tại một tu viện Tây tạng xây ngay kế bên chùa Mahabodhi, gần cây Bồ đề mà Bụt Thích Ca đã ngồi thiền và thành đạo.

Rồi tôi đi Sarnath, tới thăm Lộc Uyển (Vườn nai), nơi Bụt giảng bài Pháp đầu tiên. Cùng đi với tôi chỉ có một nhóm nhỏ, gồm Ling Rinpoch, Trijang Rinpoch, và tất nhiên, cùng giám sự nghi lễ, y phục và ẩm thực. Khi tới nơi, tôi thấy khoảng hai ngàn người tỵ nạn mới từ Tây tạng chạy qua ngả Nepal. Họ tụ tập, biết là tôi sẽ giảng pháp. Trông họ thật tội nghiệp, nhưng tôi cũng thấy sự kiên cường của họ trước khó khăn. Người Tây tạng là những thương gia kiên trì, họ đã dựng lên hàng quán ngay đó. Có người bán những đồ quý giá mang theo, có người bán quần áo cũ. Nhiều người chỉ bán trà. Tôi cảm thấy phấn khởi hơn khi thấy sự kiên cường của họ trong hoàn cảnh khổ đau như vậy. Mỗi người đều có thể kể một câu chuyện về những thử thách cam go, tàn nhẫn, nhưng họ vẫn cố gắng hết mình với những nhỏ nhoi mà cuộc đời còn cống hiến cho họ.

Kỳ giảng pháp lần đầu dài cả tuần lễ tại Vườn nai này, quả là một biến cố kỳ diệu đối với tôi. Nó có ý nghĩa đặc biệt vì tôi được giảng dạy ở cùng nơi Bụt đã dạy hơn 2500 năm trước. Trong khóa giảng đó, tôi tập trung vào những khía cạnh lạc quan của cuộc lưu đày. Tôi nhắc nhở mọi người về lời Bụt dạy: đau khổ chính là bước đầu tới giải thóat. Có một câu ngạn ngữ Tây tạng cũng nói:" Khổ đau là cái thước đo hạnh phúc."

Sau khi trở về Mussoone ít lâu, tôi được biết chính phủ Ấn định di chuyển tôi về một nơi thường trú tên là Dharamsala. Điều này tôi không biết trước nên hơi lo ngại. Tôi tìm trong bản đồ, thấy Dharamsala là một khu núi đồi, cũng giống như Mussoorie nhưng ở một vùng hẻo lnh hơn nhiều. Sau khi tìm hiểu nhiều hơn, tôi được biết Dharamsala cách thủ đô Dehli cả ngày đường, trong khi Mussoorie chỉ cách vài giờ thôi. Tôi bắt đầu nghi ngờ chính phủ Ấn có ý muốn dẫn chúng tôi đi xa để, vì thiếu giao thông liên lạc, dân Tây tạng sẽ biến đi đối với thế giới bên ngoài. Tôi bèn yêu cầu được phép gửi một viên chức đi Dharamsala để coi nơi đó có thích hợp với chúng tôi không. Được chấp thuận, tôi cử một nhân viên trong văn phòng nội các, J.T. Kundeling đi quan sát địa điểm. Sau một tuần lễ, ông trở về, tuyên bố: "nước uống tại Dhamrasala còn ngon hơn sữa ở Mussoorie ". Vậy là chúng tôi sửa soạn dời chỗ, không trì hōan.

Trong khi đó, tôi đi thăm các tỉnh miền Bắc lần đầu tiên, nơi cả ngàn dân tôi đang được mướn để làm đường xá. Tôi thật khổ tâm khi nhìn thấy họ. Đàn bà trẻ con cùng đàn ông làm việc thành từng nhóm bên nhau, dù xưa kia họ là các tăng ni, nông dân hay công chức. Suốt ngày họ làm việc cực nhọc dưới ánh nắng gay gắt, ban đêm chen chúc nhau trong những túp lều chật chội. Chưa ai làm quen được với cảnh sống mới, vì dù trời có mát hơn tại các trại tạm cư, khí hậu nóng và ẩm vẫn làm họ khốn đốn. Không khí bốc mùi hôi và đầy muỗi mòng. Kết quả bệnh tật lan tràn, nhiều người chết vì họ vốn đã bị đuối sức. Tệ hơn nữa là công việc khá nguy hiểm. Đa số phải làm việc trên sườn núi dốc, và chất nổ phá đường cũng gây tổn thương. Cho tới nay cũng vẫn có một số người già bị mang thẹo hay tàn tật vì công việc này. Ngày nay kết quả lao động của họ đã thấy rõ, nhưng lúc đó thì cuộc mạo hiểm ấy hầu như vô vọng. Chỉ cần một cơn mưa dữ dội là công trình của họ biến thành một lớp bùn đỏ quạch.

Dù sống trong cảnh vô vọng như vậy, người tỵ nạn vẫn tỏ ra rất kính trọng tôi, và lắng nghe chăm chú khi tôi nói điều quan trọng nhất của chúng ta là chúng ta phải lạc quan. Tôi cảm động vô cng. Lần đầu thăm các sở lục lộ này khiến cho tôi ý thức được một vấn đề mới. Con em của những người làm đường đều thiếu ăn trầm trọng, tử suất rất cao. Tôi tiếp xúc với chính phủ Ấn, họ bèn dựng ngay một trại tạm trú mới đáp ứng nhu cầu của trẻ em. Cùng lúc đó, nhóm trẻ đầu tin, chừng 50 em được chuyển về Mussoorie, nơi ngôi trường học thứ nhất đã được dựng lên. Ngày 1 tháng 2 năm 1960, nhóm người định cư đầu tiên đi tới Bylakuppe, thuộc tiểu bang Mysore. Về sau tôi nghe nói, khi họ nhìn thấy miếng đất, nhiều người khóc và ngất xỉu. Công việc trước mắt hầu như mênh mang. Họ chỉ được cung cấp lều và một số dụng cụ căn bản, ngoài ra, nguồn tài nguyên duy nhất của họ chỉ là quyết tâm mà họ có thể có.

Sau đó một tháng, vào ngày 10 tháng 3, ngay trước khi dọn về Dharamsala cùng khoảng 80 nhân viên gồm cả văn phòng nội các, tôi bắt đầu một chuyện mà nay thành truyền thống, là ra tuyên cáo nhân ngày kỷ niệm cuộc Nổi Dậy của nhân dân Tây tạng. Trong lần đầu này, tôi nhấn mạnh với dân tôi nên có tầm nhìn xa về tình trạng Tây tạng. Đối với những ai đang lưu vong, thì ưu tiên là phải ổn định đời sống và tiếp nối các truyền thống văn hóa. Đối với tương lai thì tôi tin rằng, với khí giới là Sự Thật, Công Lý và Dũng Lực, người Tây tạng chúng tôi chắc chắn sẽ thắng trong việc dành lại Tự Do cho xứ sở.

Chương IX

Một Trăm Ngàn Người Tỵ Nạn

Cuộc hành trình tới Dharamsala phối hợp cả xe lửa đêm và xe hơi. Tôi cùng đoàn tùy tùng rời Mussoorie ngày 29 tháng 4 năm 1960 và tới ga Pathankot tỉnh bang Himachal Predesh ngày hôm sau. Tôi nhớ rất rõ về chuyến đi sau khi rời ga xe lửa. Chừng một giờ sau khi lên đường, tôi nhìn thấy những ngọn núi tuyết trắng cao vút phía xa. Chúng tôi tiến thẳng về hướng đó. Chúng tôi đi qua mấy vùng quê phong cảnh đẹp nhất Ấn độ: đồng cỏ xanh mướt trải đầy hoa dại nhiều màu sắc, cây mọc đó đây. Sau ba giờ đồng hồ, chúng tôi tới trung tâm Dharamsala, tôi đổi từ xe du lịch qua xe jeep để đi nốt mấy dặm chót về ngôi nhà tôi trú ngụ, nằm ngay phía trên làng Mcleod Ganj, trông xuống một thung lũng rộng.

Đó là một quãng đường rất dốc, làm tôi liên tưởng tới vài con đường ở Lhasa, nhiều khi từ mé đường có thể nhìn xuống sâu cả ngàn bộ. Khi về tới Mcleod Ganj, tôi thấy một chiếc cổng tre mới dựng để đón chúng tôi, trên đề chữ " Chào mừng" màu vàng. Từ đó chỉ còn hơn một dặm nữa là tới nhà tôi, Swarg Ashram, trước nguyên là nhà của vị Cao ủy vùng đó, thời kỳ người Anh còn cai trị. Căn nhà nhỏ xây trong rừng, chung quanh có các nhà phụ thuộc, trong đó một căn làm nhà bếp. Ba căn ở xa hơn dành cho các viên chức của tôi. Dù nó có chỗ để xây cất thêm, căn nhà này ít phòng ốc hơn là nơi tôi đã ở trước. Nhưng tôi rất lấy làm biết ơn vì đã có chỗ định cư. Khi tới nơi trời đã tối nên tôi không nhìn thấy gì nhiều.

Buổi sớm hôm sau, tôi tỉnh giấc, thì nghe thấy một tiếng chim lạ mà sau tôi biết đó là thứ chim đặc biệt vùng này. Hình như chim hót "Kara-chok, Kara-chok". Tôi nhìn ra cửa sổ xem nó đâu nhưng không thấy. Thay vào đó, tôi được thưởng thức một cảnh núi non hùng vĩ. Nói chung, chúng tôi khá sung sướng khi ở Dharamsala, dù tôi thấy Kundeling thì thích vị sữa ở Mussoorie hơn nên đã trở về đó mấy năm gần đây.

Điều bất tiện duy nhất tại Dharamsala là mưa nhiều quá. Đó là nơi mưa nhiều thứ nhì khắp đại lục Ấn. Lúc đầu chỉ có dưới 100 người Tây tạng, hiện nay dân số ty nạn tại đây lên tới hơn 5000 người. Chỉ có một hay hai lần dân chúng nghĩ tới chuyện di chuyển đi nơi khác, lần chót cách đây vài năm là vì động đất, mấy căn nhà bị hư hại. Mọi người cho là ở lại nguy hiểm quá. Tuy nhiên chúng tôi không dọn đi, vì tuy có nhiều địa chấn nhưng đều nhẹ cả. Trận lớn nhất xảy ra từ năm 1905, khi người Anh còn dùng nơi này làm chỗ nghỉ mùa hè. Lần đó, nóc nhà thờ bị đổ. Vậy chắc là lâu nữa mới lại có động đất lớn. Vả lại, trong thực tế, thật rất khó mà di chuyển đi được.

Tại biệt thự Birla, tôi sống cùng với mẹ tôi và hai con chó giống Lhasa Apso mà người ta mới tặng tôi. Chúng luôn luôn là nguồn vui cho mọi người. Chúng có cá tính rất khác nhau. Con lớn hơn tên là Sangye. Tôi luôn nghĩ chắc kiếp trước nó phải là một ông sư, có thể là một vị đã bị chết đói ở Tây tạng, như nhiều người đã chết. Tôi nghĩ vậy, vì một mặt, nó không chú ý gì tới đồng loại khác giống, nhưng ăn uống thì rất hăng. Dù khi nó đã no đầy bụng, nó cũng vẫn có thể ăn thêm. Nó rất trung thành với tôi. Tashi, con chó kia thì khác hẳn. Dù nhỏ con hơn, nó lại can đảm hơn nhiều. Tenzin Norgay, một tay trèo núi Everest cho tôi con này, nên chắc nó phải có đặc tính gì đó. Tôi nhớ mãi có lần nó bị đau, bị chích thuốc. Sau lần chích đầu, nó sợ hãi vô cùng. Những lần sau, khi viên thú y tới, phải có hai người giữ nó mới chích thuốc được. Trong khi đó, nó kêu ăng ẳng và gầm gừ người chích. Ông ta phải vội đi ngay sau khi chích xong. Lúc an toàn rồi mới được thả ra, nó vội chạy đi đánh hơi khắp nhà để tìm con người tội nghiệp đó. Nhưng nó chỉ có vẻ hung dữ vậy thôi, nó sủa nhiều hơn là cắn, vì cái hàm nó chồng lệch lên nhau khiến cho nó khó mà cắn răng vào cái gì được.

Khi dọn tới Dharamsala, tôi đi cùng Nair, viên sĩ quan liên lạc của chánh phủ, cùng một số binh sĩ hộ vệ người Ấn. Tôi có liên hệ rất tốt với Nair, anh ta tự nguyện dạy tôi tiếng Anh. Biết chuyện học Anh ngữ là quan trọng, tôi đã gửi em Tenzin Choegyal vào North Point, một trường Anh ở Darjeeling, và tôi đã bắt đầu học tiếng Anh từ khi còn sống tại Mussoorrie. Chánh phủ Ấn rất tử tế, gửi một thầy giáo tới dạy tôi đều đặn, tuần vài ba lần. Nhưng thời đó, tôi không thích học mấy, chỉ tìm lý do để tránh việc học, nên chẳng tiến bộ bao nhiêu.

Tuy thế, tôi lại thích làm việc với vị sĩ quan liên lạc và tiến bộ nhiều dưới sự chỉ dạy của anh ta, dù tôi cũng không hăng hái về những bài anh bắt tôi viết. Hai năm sau anh bị chuyển đi nơi khác, tôi thật tiếc. Từ đó, tôi không học tiếng Anh một cách chính thức nữa. Nhiều người giúp tôi học, kể cả người Tây tạng. Nhưng tôi nghi là tiếng Anh của tôi lúc này không hơn trước đây 25 năm bao nhiêu. Tôi luôn luôn phải đau lòng nhớ lại chuyện này mỗi lần đi ra ngoại quốc. Tôi thường bị ngượng ngùng vì nói sai quá, và tôi ân hận đã không học kỹ hơn khi có cơ hội.

Cùng với chuyện học tiếng Anh tại Dharamsala, tôi lại lao mình vào việc học đạo. Tôi đọc lại những cuốn sách tôi đã đọc qua hồi còn vị thành niên. Đồng thời, tôi học với các vị thầy thuộc nhiều truyền thống khác nhau, cũng đang ty nạn. Và dù sự thực hành Bồ tát đạo còn xa vời, tôi nhận thấy, vì không bị bó buộc làm việc, không bị khó chịu nữa, nên tôi đã học được nhiều. Chẳng may chuyện thiếu thì giờ là trở ngại lớn nhất cho sự tiến bộ trong phạm vi này. Nhưng tôi có thể nói rằng, nếu tôi có đạt được thành quả tinh thần nào thì nó cũng đều quá lớn so với sức cố gắng mà tôi đã để vào đó.

Trong vòng nửa tháng sau khi tới Dharamsala, tôi mở được một nhà giữ trẻ dành cho các em bé ty nạn. Đó là một căn nhà nhỏ trước kia bỏ hoang, sau chánh phủ Ấn thuê cho chúng tôi làm chỗ ở cho các trẻ em mồ côi mới chạy sang ngày càng nhiều. Tôi chỉ định chị tôi, Tsering Dolma trông coi. Không có nhiều phòng cho trẻ, chuyến đầu đã có tới 50 em tới. Nhưng so với lớp tới sau, thì chúng đã được sống sang trọng quá rồi. Vì đến cuối năm số trẻ em tăng gấp mười lần và cứ tăng mãi không ngừng. Có lúc 120 em ngủ chung một phòng. Chúng phải nằm 5, 6 đứa một giường, nằm ngang nằm dọc sao cho vừa lọt. Dù điều kiện khó khăn, tôi vẫn cảm thấy rất vui mỗi khi tới thăm chị tôi và đại gia đình của chị. Dù mồ côi không bố mẹ, trẻ vẫn vui cười, như thách đố với số phận không may.

Chị tôi quả là một người biết điều khiển, không bao giờ mất hy vọng. Chị rất mạnh và nghiêm khắc, thừa hưởng tất cả tính khí cương cường của gia đình. Thực ra, chị rất tử tế và có tinh thần hài hước. Sự đóng góp của chị trong lúc khó khăn ấy thật là vô giá. Là một thôn nữ không được đi học, hồi còn nhỏ, chị chỉ giúp mẹ tôi lo việc gia đình. Chị đảm đương các việc cực nhọc rất giỏi. Khả năng này cùng với bản chất mạnh mẽ khiến chị trở nên một người lãnh đạo xuất sắc.

Chẳng bao lâu, chúng tôi thấy rõ là cả chúng tôi lẫn chánh phủ Ấn đều không có đủ phương tiện nuôi hết các trẻ mồ côi. Tôi đi tới kết luận là nếu có thể, phải cho một số làm con nuôi xứ ngoài. Tôi liên lạc với Doctor Aeshmann, người bạn Thụy sĩ, để nhờ ông coi có cách nào chăng. Nước Thụy sĩ là một xứ lý tưởng, xứ nhỏ mà phương tiện truyền thông lại dồi dào, và thêm núi non giống như xứ tôi. Chánh phủ Thụy sĩ hợp tác ngay, họ cho biết có thể nhận ngay 200 em. Hơn nữa, họ còn hứa sẽ từ từ giúp cho trẻ dù sống với các gia đình Thụy sĩ bình thường, vẫn có cơ hội giữ được văn hóa và bản sắc Tây tạng. Sau nhóm trẻ đầu, tới các nhóm khác, sau nữa còn chương trình cho các sinh viên sang Thụy sĩ du học, và thêm cả việc định cư cho 1000 người lớn ty nạn. Khi tình trạng khả quan hơn, tôi không còn phải kêu gọi từ tâm của dân tộc Thụy sĩ nữa. Nhưng tôi tiếp tục mang ơn họ vô cùng, về những gì họ đã làm cho dân tôi.

Sau khi tới Dharamsala ít lâu, tôi đích thân tiếp xúc với ủy ban Công pháp Quốc tế, tổ chức đã làm được những việc khiến chúng tôi rất phấn khởi. Họ nói tôi đưa các bằng chứng cho Hội đồng điều tra pháp lý, tôi vui mừng làm ngay. Kết quả cuộc điều tra này được công bố vào tháng 8 năm 1960 tại Geneva. Một lần nữa, các luật gia lại ủng hộ quan điểm của Tây tạng:"Trung Quốc đã vi phạm 16 khoản trong Bản tuyên ngôn quốc tế Nhân Quyền, và có tội trong việc diệt chủng Tây tạng". Họ cũng đưa ra những chi tiết về vài chuyện tàn bạo mà tôi đã nói tới.

Về phương diện thực tế, tôi đã học được một điều rất ích lợi khi tôi tiếp xúc với ủy ban này. Một thành viên trong đó, tôi nghĩ là người nước Anh, đã hỏi tôi xem có ai theo dõi đài phát thanh Bắc kinh không. Tôi trả lời không. Ông ta hơi ngạc nhiên, và giải thích tại sao lại cần nghe họ một cách kỹ lưỡng. Chúng tôi thật là thiếu tinh tế nên không chịu làm việc này. Đối với chúng tôi, đài Bắc kinh không làm gì hơn là tuyên truyền và nói láo. Chúng tôi không thấy được là phải nghe thì mới hiểu được người Hoa nghĩ gì. Tôi nhận ra việc này nên làm ngay, bèn chỉ thị cho văn phòng nội các tổ chức một ban nghe đài, tới ngày nay họ vẫn tiếp tục nghe.

Suốt năm 1960, tôi cùng nội các và một số người khác làm công việc cải tổ nền hành chánh Tây tạng, theo tiến trình dân chủ hóa toàn diện bộ máy chính quyền. Ngày 2 tháng 9, tôi khai mạc Hội đồng dân cử Tây tạng (Commission of Tibetan People's Deputies). Thành viên của tổ chức lập pháp cao nhất nước, là đại diện do dân tự bầu ra từ ba miền U-Tsang, Amdo và Kham. Mỗi tông phái chính của Phật giáo Tây tạng đều có đại diện. Về sau, có cả đại diện các tín đồ đạo Bon cổ truyền. Hội đồng Dân cử cũng có nhiệm vụ như Nghị viện. Họ họp với nội các và các tổng thư ký của các bộ mỗi tháng một lần. Trong những dịp đặc biệt, họ họp với ủy ban Hành động quốc gia, gồm các bộ trưởng và tất cả nội các, ngày nay do dân bầu. Các biểu quyết của Hội đồng dân cử phải được thi hành. Lúc đầu, những sắp xếp mới này không được tốt lắm.

Vì có những thay đổi mạnh bạo, nên một số người Tây tạng cứ tưởng là chánh phủ Dharamsala đang thực thi chánh sách Cộng sản! Ba thập niên sau, chúng tôi vẫn còn nhiều vấn đề, nhưng mọi chuyện đều thay đổi và ngày một khá hơn. Chắc chắn là chúng tôi hơn xa các huynh đệ chúng tôi ở Trung quốc, họ có thể học hỏi được khá nhiều ở chúng tôi. Vào lúc tôi viết đây, chánh phú lưu vong Tây tạng đang áp dụng những biện pháp mới để tiến xa hơn trên con đường dân chủ. Lúc đầu, có mấy viên chức lưu vong lớn tuổi thấy những thay đổi này khó mà chấp nhận nổi. Nhưng sau, họ nhìn ra nhu cầu phải đổi mới thể chế nên họ lại làm việc rất gay, rất hăng để hoàn thành việc đó. Tôi luôn luôn quí mến họ.

Trong những năm đầu, tôi có thể đã sống với một mức độ tiện nghi nào đó, nhưng đa số các viên chức thì không. Nhiều người, kể cả một số đã già, cũng phải sống trong những điều kiện rất nghèo khó. Tỷ dụ có người phải sống trong chuồng bò. Nhưng họ vui vẻ chịu đựng, không than phiền chi, dù họ đã từng sống rất phong lưu tại Tây tạng khi trước. Dù một số người trong lòng không đồng ý với sự chỉ đạo của tôi, vì họ bảo thủ hơn, họ vẫn đóng góp mỗi người một cách, trong những ngày đen tối ấy. Họ đối đầu với những khó khăn trong sự an lạc và quyết tâm, họ cố gắng làm tất cả để có thể giúp dân tôi xây dựng lại những mảnh đời tan nát, mà không nghĩ gì đến tư lợi. Lương họ lúc đó không trên 75 rupees hay 3 bảng Anh mỗi tháng, trong khi nếu làm việc ở nơi khác, với học vấn sẵn có, họ có thể kiếm nhiều tiền hơn gấp bội.

Tôi không nêu những chi tiết trên với ý nói là việc hành chánh thời đó dễ dàng. Dĩ nhiên có những khác biệt ý kiến giữa mọi người và vài chuyện tranh cãi nhỏ. Chuyện đó cũng nhân bản thôi. Nhưng tựu chung, ai cũng dồn năng lực mình một cách hăng say và không vị kỷ vào những việc công ích. Một điều quan tâm khác ngay từ đầu của tôi, là bảo tồn và tiếp nối truyền thống tôn giáo của chúng tôi. Không có đạo, thì mạch giếng của văn hóa chúng tôi sẽ bị cạn đi.

Khởi đầu, chánh phủ Ấn đồng ý giúp thiết lập một cộng đồng tu tập gồm 300 tăng sĩ, tại một trại tù binh chiến tranh cũ, vùng Buxa Duar, gần biên giới Bhutan. Nhưng chúng tôi giải thích với họ là Phật giáo tùy thuộc vào tầm mức học vấn, chúng tôi thuyết phục họ tăng ngân sách hỗ trợ cho 1500 tăng sĩ thuộc mọi truyền thống. Con số này gồm những vị tăng trẻ, có tài trong số 6000 vị đã thoát ra chốn lưu đày, và các đại sư dày kinh nghiệm còn sống sót.

Tội thay, điều kiện sinh sống tại Buxa Duar vẫn rất tệ. Khí hậu nóng đặc biệt và ẩm, bệnh bại lan tràn. Vấn đề càng trầm trọng hơn, vì đồ ăn phải gửi từ xa tới. Khi được chở tới nơi, đa số thực phẩm đều đã hư hoại nhiều. Trong mấy tháng, có tới mấy trăm tăng sĩ bị lao. Tuy nhiên họ vẫn học hành và làm việc chăm chỉ cho tới lúc không còn nhúc nhích được. Tôi rất buồn không thể tới tận nơi thăm họ, tôi cố nâng đỡ họ bằng thư từ và bài giảng qua băng nhựa. Chuyện này hiển nhiên cũng giúp được họ một chút.

Dù khu trại Buxa Duar không bao giờ giải quyết nổi những trở ngại ghê gớm, những người sống sót trở thành những hạt nhân chính của một cộng đồng tu tập vững mạnh. Dĩ nhiên một trong những khó khăn lớn của chúng tôi trong những năm đầu đó là vấn đề thiếu tiền. Đó không phải là vấn đề của các chương trình giáo dục hay định cư, vì nhờ lòng quảng đại bao la của chánh phủ Ấn và các cơ quan thiện nguyện ngoại quốc, những dự án này đã được tài trợ. Nhưng tôi cảm thấy không ổn nếu xin trợ cấp về những chuyện như hành chánh. Số thu ít ỏi 2 rupees mỗi tháng coi như thuế "tự nguyện góp cho tự do" cùng với một thứ thuế tự nguyện tương tự do nhân công đóng góp 2% số lương của họ, quả là không đi tới đâu.

Tuy nhiên chúng tôi có một số bảo vật mà Kenrap Tenzin đã cất phòng xa ở xứ Sikkim từ năm 1950, nay vẫn còn đó. Lúc đầu, tôi có ý định bán số châu báu này cho chánh phủ Ấn, theo lời đề nghị của Nehru. Nhưng các cố vấn của tôi thì đòi bán ra thị trường ngoài, họ tin rằng như vậy sẽ được giá hơn. Vậy nên cuối cùng, chúng tôi mang về Calcutta bán được một số tiền, đối với tôi là rất lớn, khoảng 8 triệu mỹ kim.

Một số nhà máy được thiết lập nhờ số tiền này. Có một xưởng sản xuất ống sắt, một cơ sở liên quan tới nhà máy giấy, trong số nhiều cơ sở khác đúng ra phải là những dự án có lời. Nhưng khổ thay, không bao lâu, các dự án kiếm tiền này đều bị hỏng cả. Chuyện đáng buồn là chúng tôi bị một số người giả đò giúp đỡ chúng tôi, nhưng thực ra, họ chỉ giúp họ thôi, nên chúng tôi bị mất phần lớn vốn liếng. Sự lo xa của viên chánh văn phòng Kenrap Tenzin đã bị dùng phí phạm mất phần lớn. Gần một phần tám số vốn được giữ lại để lập ra một cái tên là Quỹ Từ Thiện của Đạt Lai Lạt Ma, năm 1964.

Dù có những buồn phiền trong thời kỳ này, chính tôi, tôi không tiếc lắm về các chuyện đã xảy ra. Nhìn lại thì rõ ràng số của cải đó thuộc quyền toàn dân Tây tạng, không phải của một số ít người đào thoát ra ngoài. Vậy thời chúng tôi không có độc quyền, cái quyền do nghiệp dĩ đối với số vốn ấy. Tôi vẫn nhớ tấm gương của Ling Rinpoché, đêm rời bỏ Lhasa ông đã để lại cái đồng hồ quý báu của ông. Ông cho là khi bỏ xứ ra đi, ông không còn quyền sử dụng cái đồng hồ đó nữa. Nay tôi vẫn thấy quan điểm đó là đúng.

Về chuyện tài chánh cá nhân tôi, xưa rày vẫn có hai văn phòng đảm trách, từ năm 1959, chỉ còn một. Văn phòng này quản trị các nguồn lợi tức và chi tiêu của tôi, kể cả trợ cấp dưới hình thức lương bổng do chánh phủ Ấn trả cho 20 rupees mỗi ngày (không thay đổi), (nhiều hơn 1 đô la hay ít hơn 1 bảng Anh chút đỉnh). Trên lý thuyết, số này để mua thực phẩm và quần áo cho tôi. Cũng như thời xưa, tôi không bao giờ trực tiếp với tiền bạc, có lẽ đó là điều tốt vì tôi nghi tôi có tính tiêu tiền không tính toán, tuy rằng khi còn nhỏ, tôi đã biết mình có lúc rất chi ly. Tôi dĩ nhiên biết cách tiêu dùng những số tiền do cá nhân tôi nhận được (thí dụ như giải Nobel hòa bình).

Trong mùa Hè đầu tiên tại Dharamsala, tôi cũng có chút thì giờ thảnh thơi và chơi vũ cầu mỗi tối (tôi thường không mặc áo nhà sư). Và trong mùa Đông rất khốc liệt, chúng tôi ai cũng ưa chơi tuyết. Mẹ và chị lớn tôi đặc biệt thích chơi ném tuyết dù họ đã lớn tuổi.

Một cách giải trí nguy hiểm hơn là leo lên rặng núi Dhauladar ở kế bên, ngọn cao nhất của nó tới 17 ngàn bộ. Tôi bao giờ cũng thích núi. Một lần tôi leo lên rất cao cùng với các hộ vệ viên người Tây tạng. Lên tới đỉnh, chúng tôi đều rất mệt, tôi đề nghị dừng lại nghỉ một lát. Khi chúng tôi ngồi ngây người ra thương thức phong cảnh đẹp đẽ, thì tôi nhận ra mình đang bị một thổ dân miền núi theo dõi từ xa. Một người nhỏ thó, da đen, có vẻ lén lút. Hắn đứng nhìn chúng tôi một lát rồi bỗng nhiên ngồi xuống một miếng giống như gỗ, trượt thật lẹ xuống núi. Tôi say mê nhìn anh ta mất hút phía dưới, thấp hơn cả ngàn bộ.

Tôi đề nghị sẽ dùng cách này để xuống núi. Một người mang theo dây thừng, và chúng tôi buộc nối vào nhau. Rồi chúng tôi cùng bắt chước người bạn thầm lặng kia.

Chúng tôi ngồi trên một miếng gỗ hay một tảng đá dẹp rồi trượt xuống dốc. Thật là vui và hơi bị nguy hiểm. Có nhiều người bị bầm tím, khi chúng tôi ngã chồng lên nhau trong dòng suối tuyết. May mắn không có ai bị thương. Sau đó, tôi nhận thấy phần lớn các thuộc hạ của tôi đều có vẻ miễn cưỡng khi phiêu lưu bên ngoài như vậy. Các cận vệ của tôi đặc biệt lại càng ngần ngại khi tôi tỏ ý muốn đi nữa. Trong giờ rảnh, tôi có một hoạt động khác là cùng văn sĩ David Howarth (người Anh) viết cuốn sách đầu tiên "My land and my people " (Nước tôi và dân tôi).

Năm 1961, chánh phủ cho in bản tóm tắt về sơ thảo Hiến pháp Tây tạng. Mọi công dân Tây tạng đều được mời phát biểu ý kiến và phê bình. Có rất nhiều bình luận. Đa số họ nói tới điều khoản quan trọng liên hệ tới văn phòng của Đạt Lai Lạt Ma. Trong chiều hướng chính thức hóa sự thay đổi từ thần quyền sang dân chủ, tôi đề nghị một dự phòng cho quốc hội có quyền truất phế tôi nếu hai phần ba quốc hội đồng ý. Ý nghĩ Đạt Lai Lạt Ma có thể bị truất phế khiến cho đa số dân Tây tạng sửng sốt. Tôi phải giải thích rằng dân chủ rất gần với lý thuyết Phật giáo, và tôi đã nhất định đòi giữ điều khoản này một cách hơi độc đoán.

Trong khoảng đầu năm đó, ngoài việc đi thăm lại các người phu làm đường, tôi lần đầu tới viếng nơi định cư mới tại Bylakuppe. Khi tới nơi, tôi thấy mọi người đều đen và gầy. Tôi hiểu ngay tại sao họ lại bi quan. Trại định cư không có gì khác ngoài mấy cái lều dựng bên bìa rừng, dù cảnh vật miền đó trông vẫn như khi tôi đi hành hương, nhưng đất đai tại đó thật sự không được tốt. Hơn nữa, sức nóng của mặt trời, hợp cùng cái nóng khi đốt rác, thật là không chịu nổi. Dân định cư làm cho tôi một cái lều đặc biệt bằng tre và lợp mái vải bố. Nhưng dù họ làm rất kỹ, nó cũng không ngăn được lớp bụi kinh khủng vì công tác khai quang. Mỗi ngày, một đám mây gồm khói và mồ hóng lơ lửng khắp vùng. Ban đêm chúng lắng xuống, chui vào những kẽ hở nhỏ li ti, nên sáng hôm sau thức giấc, ai cũng bị phủ bởi một lớp bụi mỏng. Vì tình trạng này, tinh thần mọi người rất thấp. Tôi không có gì nhiều cho họ ngoài mấy lời khích lệ.

Tôi nói với họ chúng ta đừng mất hy vọng, và quả quyết với họ (dù tôi cũng khó mà tin nổi) là với thời gian, chúng tôi sẽ lại khá giả như xưa. Tôi đoan chắc với họ là chúng ta sẽ thắng. May thay, họ tin từng lời tôi nói, và từ từ, từng chút một, tình trạng được chuyển đổi.

Nhờ từ tâm của mấy tỉnh bang Ấn, trong những năm đầu thập niên 1960, chúng tôi đã dựng được hơn 20 trung tâm định cư, mang người từ các nơi làm đường xá về dần dần, nên ngày nay chỉ còn chừng vài trăm người trong số hơn 100 ngàn tỵ nạn, là còn phải tiếp tục làm phu lục lộ kiếm ăn, do ý muốn của chính họ.

Vì gần phân nửa đất đai tặng cho chúng tôi đều ở miền Nam xứ Ấn, khí hậu nóng hơn miền Bắc rất nhiều, tôi quy định chỉ những người khỏe mạnh nhất mới đi tới những nơi đó sớm. Tuy nhiên, số người chết vì nóng cao tới nỗi tôi tự hỏi không biết mình nhận đất miền xích đạo có đúng chăng. Có điều tôi tin rằng, dân tôi sẽ tập thích ứng được. Họ có lòng tin nơi tôi, thì tôi cũng tin tưởng nơi họ.

Tôi luôn luôn phải an ủi dân ty nạn khi tới thăm để họ đỡ buồn. Đối với họ, thật là khó mà chịu được cảnh không còn cơ hội được thấy lại tuyết băng, đừng nói gì tới núi non thân thiết. Tôi cố giúp họ quên dĩ vãng. Tôi cũng nói với họ là tương lai Tây tạng tùy thuộc vào người ty nạn chúng ta. Nếu chúng ta muốn giữ văn hóa và cách sống Tây tạng, chúng ta phải xây dựng những cộng đồng vững mạnh. Tôi cũng nói về sự quan yếu của giáo dục và cả về ý nghĩa chuyện hôn nhân nữa. Thật là không thích hợp cho một thầy tu, nhưng tôi đã khuyên phụ nữ nếu có thể thì nên kết hôn với một nam nhân Tây tạng, để sanh ra con cùng dòng giông.

Đa số các khu định cư lập ra từ năm 1960 tới 1965. Tôi cố gắng thăm viếng hết thảy, càng nhiều càng tốt trong thời kỳ đó. Dù tôi không bao giờ chủ bại, có những lúc các vấn đề tưởng như không thể giải quyết được. Tỷ dụ như tại Bandhara thuộc tỉnh bang Maharashtra, toán định cư đầu tới nơi vào mùa Xuân, đúng lúc sắp nóng. Chỉ trong vài tuần lễ, một trăm người (tức một phần năm) chết vì nóng quá. Khi tôi tới thăm họ lần đầu, họ khóc và xin tôi cho chuyển họ tới vùng mát hơn. Tôi không thể làm gì khác hơn là giải thích cho họ rằng họ đã tới vào lúc tệ nhất, và chắc chắn sẽ đỡ hơn. Họ nên học cách thích ứng của người bản xứ, và cố hết sức trong hoàn cảnh này. Tôi yêu cầu họ thử một năm nữa. Nếu họ không thành công, thì vào mùa đông tới, khi tôi trở lại, tôi hứa sẽ di chuyển họ đi. Sau đó, mọi sự khá lên.

Mười hai tháng sau tôi trở lại, thấy mọi người đã bắt đầu khá giả. Tôi nói với người trưởng trại: "Vậy là quí vị không bị chết hết?", họ cười và nói rằng mọi chuyện xảy ra đúng như tôi dự liệu. Tuy nhiên, tôi cũng phải thêm là, dù cộng đồng đó đã khá thành công, từ thuở ấy tới nay vẫn không hấp dẫn nổi hơn 700 dân tới định cư vì cái nóng quá độ. Tại Bylakuppe, chúng tôi được 3000 mẫu đất, dành cho mỗi người một mẫu, nhưng chỉ có một số ít người tới đó, nên chúng tôi trả lại 2300 mẫu để tặng các dân ty nạn khác. Họ cũng không ở lâu được.

Một trong những khó khăn lớn của công cuộc định cư là dù chúng tôi đã tiên đoán được nhiều trở ngại, có những chuyện xảy ra thật bất ngờ. Tỷ dụ tại một nơi, heo rừng và voi đi lạc vô khu đất đã gây bao nhiêu là khó khăn. Chúng không những phá hủy mùa màng mà đôi khi còn nổi hung, phá nhà cửa và húc chết người nữa. Tôi nhớ một Lạt Ma già sống tại đó đã xin tôi cầu nguyện để những con vật này bảo hộ chúng tôi. Ông dùng tiếng Phạn "Hathi" để chỉ Voi. Nguyên văn, chữ đó có nghĩa là một loài vật đáng quý, con voi trong thần thoại tượng trưng cho lòng bác ái. Tôi hiểu ông ta muốn gì, nhưng tôi vẫn rất ngạc nhiên khi ông dùng chữ đó. Tôi chắc vị sư ấy mong ước loài voi thật cũng là voi từ ái. Sau đó nhiều năm, một lần viếng Thụy sĩ, tôi đi thăm một nông trại, người ta chỉ cho coi cái hàng rào mắc điện.

Tôi hỏi liệu hàng rào điện có làm cho voi sợ không, làm người hướng dẫn ngạc nhiên. Ông bảo nếu điện thế cao thì làm gì voi chẳng sợ. Lần đó tôi thu xếp gởi một mớ hàng rào đó về cho trại định cư kể trên.

Không phải tất cả các vấn đề của chúng tôi đều có tính cách thực tế. Văn hóa Tây tạng cũng khiến cho chúng tôi khó hội nhập được vào các điều kiện mới. Cũng trong dịp thăm Bylakuppe, tôi nhớ dân tại đó rất quan tâm tới chuyện đốt rừng khai quang đất sẽ giết hại biết bao sâu bọ và các sinh vật bé nhỏ. Đối với Phật tử, đây là chuyện kinh khủng, vì chúng tôi tin rằng không phải chỉ riêng đời sống con người mà sinh vật nào cũng đều thiêng liêng.

Có một số người ty nạn tới yêu cầu tôi bắt ngừng công việc đó lại. Một vài dự án do các cơ quan ngoại quốc trợ giúp cũng bị thất bại vì lý do tương tự. Tỷ dụ, các dự tính làm trại gà hay heo đều không thành công. Dù bị khó khăn, người Tây tạng cũng vẫn không muốn dính vào việc nuôi súc vật làm thức ăn. Chuyện này khiến cho người ngoại quốc chế nhạo chúng tôi, họ nghĩ chúng tôi thật là quái lạ, vẫn ăn thịt mà lại không muốn chăn nuôi để tự túc. Tuy nhiên, đa số các dự án do những cơ quan này giúp đỡ đã thành công tốt đẹp, và các bạn chúng tôi rất vui với những kết quả tích cực.

Qua kinh nghiệm về sự hỗ trợ của dân chúng từ các quốc gia kỹ nghệ tân tiến, niềm tin căn bản của tôi vào trách nhiệm toàn cầu đã gia tăng. Đối với tôi đó là chìa khóa của tiến bộ nhân loại. Nếu không có một trách nhiệm chung, thì thế giới chỉ có thể phát triển một cách không đồng đều. Người ta càng hiểu rằng chúng ta không sống riêng lẻ trên thế giới, mà tất cả đều là anh em, thì sự tiến bộ là của tất cả loài người, chứ không chỉ của một phần nhân loại.

Nổi bật lên là những người từ ngoại quốc tới hiến tặng cả cuộc đời của họ cho dân ty nạn. Một trong những người đó là Maurice Friedmann, một người Do thái Ba lan. Lần đầu tôi gặp ông năm 1956, là cùng với Uma Devi, một họa sĩ bạn ông, cũng người Ba lan. Hai người tới Ấn độ (một cách riêng rẽ), sống theo kiểu Ấn. Khi chúng tôi chạy qua, họ có mặt trong đám người đầu tiên tới giúp chúng tôi. Friedmann, lúc đó đã già và ốm yếu. Ông lúc nào cũng phải mang kiếng và cúi gập người xuống vì nhìn không rõ, nhưng ông lại có một cặp mắt xanh rất soi mói và trí óc cực minh mẫn. Nhiều khi ông tức giận và rất bướng bỉnh trong việc bênh vực những dự án không thể thực hiện được. Nhưng tựu chung, những lời khuyên của ông, nhất là về cách thiết lập nhà trẻ, thì thật là vô giá. Bà Uma Devi, chú ý tới khía cạnh tinh thần nhiều hơn Friedmann, lúc đó cũng đã già; bà làm việc giúp dân tôi suốt quãng đời còn lại.

Một người quan trọng khác là ông Luthi, làm việc cho hội Hồng thập tự Thụy sĩ. Ông được gọi là Pala (Papa trong tiếng Tây tạng). Ông đầy năng lực và rất nhiệt thành, một nhà lãnh đạo đích thực, rất khó đối người làm việc dưới quyền. Tính dễ dãi của người Tây tạng khiến họ thấy ông khó cộng tác, và tôi biết có một số than phiền về cách ông làm việc. Nhưng thực sự, ai cũng quý ông cả. Tôi trân quý kỷ niệm về ông, cũng như những người khác giống như ông, đã làm việc thật khó nhọc và quên mình giúp dân tôi.

Đối với người ty nạn chúng tôi, một biến cố quan trọng trong hồi đầu những năm 60 là chiến tranh Trung Ấn năm 1962. Tự nhiên là tôi rất buồn khi chiến sự bắt đầu, một nỗi buồn nhuốm niềm sợ hãi. Lúc đó công cuộc định cư chỉ mới tiến hành. Mấy công trường sửa đường xá nằm gần ngay nơi chiến địa, tại Ladakh và Nefa, cho nên phải đóng lại. Một số dân tôi lại ty nạn lần thứ hai. Điều làm cho chúng tôi buồn hơn nữa là những ân nhân Ấn độ của chúng tôi đã bị quân Trung hoa đồn trú tại Tây tạng làm mất thể diện. May sao, đó là một cuộc chiến ngắn ngủi. Dù vậy cũng có nhiều người chết cả hai phía, và không bên nào có lợi gì.

Nehru, khi nghĩ lại chánh sách đối với Trung hoa đã buộc lòng phải thú nhận rằng, Ấn độ đã sống trong thiên đàng mộng tưởng. Suốt đời ông mơ ước một châu Á tự do, mọi quốc gia đều tồn tại trong hòa hợp. Ngày nay, sau non một thập niên ký kết, phụ đính Panch Sheel chỉ còn là một cái thùng rỗng, dù người ta đã cố gắng giữ gìn nó. Tôi vẫn giữ liên lạc với Nehru cho tới khi ông mất, năm 1964. Ông vẫn tiếp tục chú ý tới những nỗi khó khăn của người ty nạn Tây tạng, nhất là sự giáo dục trẻ em mà ông luôn luôn thấy là quan trọng nhất. Nhiều người cho là chiến tranh Trung Ấn làm ông suy sụp tinh thần. Tôi nghĩ có lẽ họ đúng.

Lần chót tôi gặp ông vào tháng 5 năm ấy. Khi tôi vào phòng ông, tôi cảm thấy ông đang ở trong một tình trạng xao động tinh thần rất nặng. Ông vừa trải qua một cơn đau tim, còn đang rất yếu và vẻ mặt tiều tụy, ngồi trong ghế bành, gối kê dưới tay. Cùng với vẻ mệt nhọc hiện rõ, tôi còn thấy những dấu hiệu chứng tỏ ông tinh thần ông rất căng thẳng. Cuộc hội kiến ngắn ngủi, và tôi ra về, lòng nặng trĩu. Cùng ngày đó, ông rời đi Dehra Dun, tôi ra phi trường tiễn biệt ông. Khi tới đó, tôi gặp lại Indira Gandhi, con gái ông, mà tôi quen thân sau nhiều năm, kể từ lần gặp cô đầu tiên, khi cô tháp tùng ông sang Trung quốc năm 1954 (Lần đó tôi còn tưởng cô là vợ ông). Tôi nói với Indira là tôi rất buồn thấy thân phụ cô yếu như vậy. Tôi sợ đây sẽ là lần chót tôi gặp ông. Kết cục tôi đã nói đúng, vì chỉ trong gần một tuần lễ sau đó, ông chết.

Chẳng may, tôi không thể dự lễ hỏa thiêu ông. Thay vào đó, tôi tới dự lễ rải tro ông trên ngã ba sông tại Allahabad. Đó là một vinh dự lớn cho tôi, làm tôi cảm thấy thân thiết với gia đình ông hơn. Một trong những người thuộc gia đình ông mà tôi gặp là Indira. Một lúc sau buổi lễ, cô tới gần, nhìn thẳng vào mắt tôi và nói: "Ngài đã biết trước".

Chương X

Con Chó Sói Trong Bộ Áo Thầy Tu

Chị Tsering Dolman của tôi mất năm 1964. Tetsun Pema, cô em của chúng tôi đảm trách công việc của chị. Cô cũng can trường và cương quyết giống như chị vậy. Ngày nay, nhà giữ trẻ cũng phát triển như một phần trong làng trẻ em Tây tạng tại Dharamsala. Làng trẻ em này, có chi nhánh khắp các trung tâm định cư, hiện là nơi cư trú và giáo dục cho tổng cộng hơn 6000 trẻ nhỏ.

Riêng tại Dharamsala có 1500 em. Dù lúc đầu, ngân khoản là do chánh phủ Ấn đài thọ, ngày nay đa số do cơ quan từ thiện quốc tế SOS. Sau ba mươi năm, thật đáng mừng khi nhìn thấy thành quả những cố gắng của chúng tôi trong lãnh vực giáo dục. Hiện nay, có hơn hai ngàn trẻ ty nạn đã tốt nghiệp đại học, đa số tại Ấn độ, một số ngày càng đông tại Tây phương. Suốt thời kỳ này, tôi luôn chú tâm theo sát chương trình giáo dục, lúc nào cũng nhớ tới nhận xét của Nehru: "trẻ em là tài nguyên quý giá nhất" của chúng tôi. Trong những ngày đầu, trường học chỉ là những căn nhà đổ nát, trong đó các thầy giáo người Ấn dạy các nhóm học sinh đủ trình độ khác nhau. Bây giờ chúng tôi có khá nhiều giáo sư đủ khả năng người Tây tạng. Nhưng cũng vẫn còn nhiều giáo sư người Ấn giúp đỡ. Đối với các vị này, cũng như các vị tiền nhiệm của họ, tôi mong được nói lên những lời cảm tạ sâu xa nhất.

Tôi không thể diễn tả nổi lòng biết ơn của tôi đối với nhiều vị đã đem cả cuộc đời hy sinh cho việc phục vụ dân tôi, thường là trong những hoàn cảnh rất nghèo khổ tại những nơi xa xôi hẻo lánh. Về khía cạnh tiêu cực, thật là không may khi có nhiều trẻ em không học tới nơi tới chốn được, nhất là các em gái. Đôi khi, vì chúng không thích học, đôi khi vì cha mẹ chúng thiển cận. Khi nào có cơ hội, và tình cảnh thích hợp, tôi cũng nói cho các phụ huynh biết là họ phải có trách nhiệm, đừng dùng những bàn tay nhỏ bé của các em cho món lợi tức thời của họ. Nếu không, sẽ có mối nguy giáo dục trẻ em nửa vời, để chúng thấy những cơ hội hấp dẫn của cuộc đời, nhưng vì thiếu học, chúng sẽ không bắt lấy được. Điều này sẽ làm cho chúng trở nên bất mãn, và trở nên tham lam.

Người kế vị Pandit Nehru làm Thủ tướng Ấn là Lal Bhadur Shastri. Dù ông chỉ nắm quyền chưa được ba năm, tôi gặp ông khá nhiều lần và rất kính trọng ông. Cũng như Nehru khi trước, ông là một người bạn thiết của dân ty nạn Tây tạng. Hơn cả Nehru, ông còn là đồng minh chánh trị của chúng tôi nữa. Vào mùa Thu 1965, Liên hiệp quốc bàn về Tây tạng một lần nữa, nhờ bản dự án Quyết nghị do Thái lan, Phi luật tân, Malta, Ái nhĩ lan, Mã lai và Nicaragua cùng El Salvador đệ trình.

Vào dịp này, do sự thúc đẩy cương quyết của Shastri, Ấn độ cũng bỏ phiếu bênh vực Tây tạng. Trong khi ông tại chức, chính phủ Ấn hầu như có thể thừa nhận chánh phủ lưu vong Tây tạng. Nhưng buồn thay, thủ tướng không sống lâu. Trong khi đó, nước Ấn lại lâm chiến, lần này với Pakistan.

Cuộc chiến bắt đầu ngày 1 tháng 9 năm 1965. Vì Dharamsala nằm cách biên giới Ấn-Pakistan chưa đầy 100 dặm, tôi được chứng kiến ngay những hậu quả bi thảm của chiến tranh. Sau khi chiến trận bùng nổ ít lâu, tôi xuống miền Nam thăm các khu định cư như lệ thường. Trời ban đêm, và có lệnh cấm dùng đèn đóm. Chúng tôi bắt buộc phải lái xe ba giờ đồng hồ tới ga Pathankot, không được mở đèn.

Những xe cộ khác giao thông trên đường toàn là xe nhà binh. Tôi nghĩ thật là buồn, khi thường dân thì phải trốn chạy, trong khi lực lượng phòng vệ tiến ra phía chiến trường. Trong khi sự thực, họ cùng là thân phận con người, giống như tôi vậy. Sau cuộc hành trình vất vả, chúng tôi tới nhà ga. Tôi nghe tiếng bom vang rền tại phi trường Pathankot gần đó. Có lúc tôi nghe tiếng máy bay phản lực rít trên đầu rồi một chút sau, những lằn cao xạ phòng không sáng vút trên nền trời. Tiếng nổ kinh khiếp, và tôi sợ điếng người, nhưng tôi cũng phải nói rằng tôi không phải là người duy nhất sợ hãi. Tôi chưa bao giờ đi một chuyến tàu rời khỏi ga mà chạy nhanh như đêm đó.

Khi tới miền Nam, tôi thăm Bylakuppe ngày 10 tháng 9, đó là nơi dân tôi tới định cư đầu tiên. Lúc

CHƯƠNG X CON CHÓ SÓI TRONG BỘ ÁO THẦY TU

này họ đã lên tới hơn 3200 người. Đã có nhà cửa chắc chắn, xây bằng gạch và lợp ngói, công việc đào giếng và đốn cây cũng đã hoàn tất. Theo chương trình từ lúc khởi đầu, việc canh nông cũng đang được bắt đầu một cách nghiêm chỉnh. Mỗi người được làm chủ một mẫu đất, dù thực tế đất được canh tác chung, mỗi người chỉ giữ một phần nhỏ để làm vườn, trồng rau trái mà thôi. Hoa màu chính là gạo, bắp và hạt kê. Tôi rất vui khi thấy những tiến bộ đó. Điều này chứng minh lòng tin tưởng của tôi về sức mạnh phi thường của tinh thần lạc quan phối hợp với sự quyết tâm của con n gười. Nói chung, tôi thấy tình trạng khả quan hơn rất nhiều. Tôi không còn phải trông thấy cảnh những con người bên bờ tuyệt vọng nữa. Tôi cũng không còn phải hứa hẹn một tương lai thịnh vượng mà chính tôi cũng không tin tưởng hoàn toàn. Nhưng dù có những dấu hiệu chứng tỏ sự kiên trì của họ đã có hiệu quả, đời sống của dân định cư vẫn vô cùng khó khăn. Trong buổi đầu, khi bàn. tính những chương trình định cư với chánh phủ Ấn, chúng tôi hy vọng dân Tây tạng trong năm năm sẽ có thể tự túc được Sau đó, dân ty nạn sẽ bắt đầu đóng góp vào nền kinh tế Ấn độ bằng cách sản xuất dư nông phẩm để đem bán.

Nhưng niềm lạc quan của chúng tôi hoàn toàn bị đổ vỡ, vì nhân lực không được huấn luyện. Chỉ có một ít nông dân có chút hiểu biết về nông nghiệp. Những cựu thương gia, tăng sĩ, binh sĩ, dân du mục, và dân quê không biết gì, họ bị ném vào việc trồng trọt một cách bất đắc dĩ. Dĩ nhiên, nông nghiệp tại xứ Ấn độ nhiệt đới lại khác xa với nông nghiệp tại xứ Tây tạng thuộc miền núi cao. Vậy nên những người biết về nghề nông cũng phải học lại hoàn toàn những phương pháp mới. Từ việc cày bừa với trâu bò đến việc dùng máy cày. Vì thế, sau gần 5 năm, tình trạng tại các trại vẫn còn rất sơ sài. Nhìn lại, tôi thấy những năm giữa thập niên 1960 là cao điểm của chương trình định cư dân ty nạn: đa số đất đai cần thiết được khai phá, hầu hết dân ty nạn đều được trông nom về y tế, do hội Hông Thập tự và các hội thiện khác. Các máy móc nông nghiệp còn khá mới. Nay thì máy móc đã cũ cả đang cần phải được thay thế.

Vào năm 1965 đó, tôi ở lại Bylakuppe một tuần lễ hay mươi ngày, sau đó tôi đi thăm Mysore Ootamacund và Madras trước khi qua Trivandrum, thủ đô của Kerala, tỉnh bang có dân trí cao nhất Ấn độ. Tôi được mời ở tại dinh thống đốc. Cuối cùng hóa ra tôi nán lại đó mấy tuần lễ vì chiến tranh tại miền Bắc trở nên quá ngúy hiểm: hai trái bom đã rớt xuống Dharamsala. Tuy vậy đó cũng không phải là thời gian lãng phí.

Tại dinh thống đốc, tôi sống trong một căn phòng trông thẳng vào nhà bếp. Một hôm, tôi trông thấy cảnh giết gà để sau đó làm bữa ăn trưa. Con gà bị vặn cổ, tôi chắc nó phải bị đau đớn lắm. Tôi cảm thấy ăn năn, và quyết định sẽ ăn chay từ nay. Như tôi đã có lần nói, dân Tây tạng chúng tôi nói chung không có tục ăn chay, vì rau cỏ xứ tôi rất ít ỏi, thịt là nguồn thực phẩm quan trọng. Dù vậy, theo một số kinh điển đạo Phật đại thừa, tăng ni phải ăn trường chay. Để kiểm soát quyết tâm của mình, tôi gọi cho mang đồ ăn tới. Tôi nhìn kỹ món ăn. Thịt gà được nấu theo kiểu Anh, có nước sốt hành mùi vị rất thơm ngon. Nhưng tôi từ chối không ăn món đó. Từ bữa ấy, tôi giữ giới ăn chay rất kỹ, cả thịt, cá và trứng tôi cũng không ăn. Tôi rất hài lòng và thấy rất hợp với cách ăn uống mới này. Tôi cảm thấy vui vì mình đã giữ giới nghiêm túc được.

Nhớ hồi 1954 tại Bắc kinh, tôi đã bàn luận với Chu ân Lai và một chính trị gia khác về vấn đề ăn chay, trong một bữa tiệc. Người đó nói ông ta ăn chay nhưng có dùng trứng. Tôi đặt câu hỏi và lý luận rằng gà do trứng nở ra, nên không thể coi trứng là đồ chay được. Chúng tôi bất đồng ý kiến một cách quyết liệt, cho tới nỗi Chu phải tìm cách chấm dứt câu chuyện một cách ngoại giao.

Trận chiến tranh với Pakistan chấm dứt ngày 10 tháng giêng năm 1966. Cùng với biến cố vui mừng này là một tin buồn: thủ tướng Shastri từ trần tại Tashkent, nơi ông tới thảo luận hòa ước với thủ tướng Ayub Khan của Pakistan. Sau khi ký hòa ước mấy tiếng đồng hồ thì ông chết. Lal Bahadur Shastri để lại một ấn tượng mạnh mẽ nơi tôi, vì tuy ông nhỏ thó, coi như yếu đuối, chậm chạp, ông lại là người có tinh thần và nghị lực rất dũng mãnh. Với bề ngoài mảnh dẻ, ông lại là một lãnh tụ xuất sắc. Không giống như những người có trọng trách khác, ông là người quả quyết, can đảm: ông không để cho sự việc lôi kéo mình, mà ông cố gắng để điều khiển chúng. Sau ít hôm, tôi được mời tới dự lễ trà tỳ của ông, trên đường tôi từ Trivandrum trở về nhà.

Thật là một biến cố buồn thảm, đây lại là lần đầu tiên trong đời, tôi nhìn gần một thân thể đã chết, tuy là Phật tử, tôi thường quán tưởng tới cái chết hàng ngày. Tôi nhớ khi nhìn hình ảnh ông nằm bất động trên dàn hỏa, tôi liên tưởng tới những cung cách đặc biệt và những ý kiến riêng tư ông đã chia xẻ với tôi. Ông cho biết ông ăn chay trường rất nghiêm chỉnh, vì khi còn là học trò, có lần ông đuổi một con bồ câu để nó phải chạy vòng vòng cho tới chết vì kiệt sức. Ông kinh hoảng vì chuyện mình làm, và thề sẽ không bao giờ ăn thịt một sinh vật nào nữa. Không phải chỉ có Tây tạng mất một người bạn chân thành, vĩ đại; không phải chỉ có Ấn độ mất một trong những lãnh tụ chính trị tài ba nhất, không phải thế giới chỉ mất đi một nhà lãnh đạo sáng suốt, mà cả nhân loại đã mất đi một tấm lòng từ bi cao cả.

Sau khi vĩnh biệt cố Thủ tướng, tôi đã đi thăm các thương binh tại mấy bệnh viện trong thành phố Delhi trước khi trở về Dharamsala. Đa số những người tôi gặp là các sĩ quan. Nhiều người bị đau đớn, khổ sở vô cùng. Khi tôi đi giữa những dãy giường, trong tiếng khóc tấm tức của gia đình thương binh, tôi tự nhủ đây chính là kết quả duy nhất của chiến tranh: sự khổ đau lớn lao của con người. Tất cả những hậu quả của việc tham chiến đều được hàn gắn bằng phương pháp hòa bình. Điều an ủi nhỏ là các thương binh tại nhà thương này được chăm sóc đàng hoàng: nhiều người khác bị thương trong chiến trận không được như vậy.

Nửa tháng sau, Indira Gandhi tuyên thệ làm Thủ tướng Ấn độ. Tôi đã từng gặp bà mỗi khi tới thăm ông bố, nên tôi đã cảm thấy khá thân. Tôi tin rằng bà cũng cảm thấy thân cận với tôi. Bà nhiều lần đã tâm sự với tôi về những người hoặc chuyện gây phiền não cho bà. Về phần tôi, tôi cũng cảm thấy tôi hiểu bà đủ để khuyên bà, trong một lần, hồi gần cuối nhiệm kỳ đầu tiên, là người lãnh đạo phải gần gụi quần chúng. Chính tôi, tôi đã học được từ khi còn trẻ là ai muốn lãnh đạo cũng phải tới gần dân chúng. Nếu không sẽ dễ bị các cố vấn, viên chức và các cận thần vì lý do riêng của họ, mà làm cho ta không thấy được mọi chuyện một cách sáng suốt.

Cũng như đối với các thủ tướng khác của xứ Ấn, tôi rất mang ơn bà Indira Gandhi về sự hỗ trợ nồng hậu bà dành cho dân ty nạn Tây tạng. Từ đầu bà đã là một thành viên trong tổ chức gia cư Tây tạng, đặt tại Mussoorie, bà đặc biệt giúp về giáo dục rất nhiều. Bà cũng có cái nhìn như thân phụ bà về sự quan yếu của học vấn. Và dù nhiều người chỉ trích bà với lời lẽ thô bạo sau khi tuyên bố "tình trạng khẩn cấp", có người còn gọi bà là nhà độc tài, tôi nhận thấy bà đã rời quyền hành một cách khả kính, sau kết quả cuộc bầu cử tháng 3/1977. Đối với tôi, đây là một tấm gương tuyệt vời về cách sống dân chủ: dù còn nhiều tranh chấp trong và ngoài quốc hội, tới lúc phải ra đi, bà đã rời chức vụ, không gây xáo trộn gì cả.

Tôi cũng nghĩ như vậy về Tổng Thống Nixon. Phần nhiều, khi thay đổi lãnh tụ cũng là lúc gây tranh chấp đổ máu. Thủ tục Nghị Viện thắng thế quyền lợi cá nhân là dấu hiệu của một quốc gia thực sự văn minh. Cộng hòa nhân dân Trung hoa có một hình ảnh rất khác về chính trị nội bộ của họ trong cùng thời gian này. Từ giữa thập niên 1960 tới khi Mao chết năm 1976, xứ đó cùng các thuộc địa của họ phải chịu đựng nhiều cuộc xáo động tàn bạo và đẫm máu. Mãi nhiều năm sau, cái gọi là Cách mạng văn hóa mới lộ khuôn mặt thật ra. Đó không phải chỉ là một thời kỳ điên rồ vô bổ, mà Giang Thanh, vợ Mao, còn cư xử y như một nữ hoàng. Lúc đó, mới rõ là những nhà lãnh đạo Cộng sản mà tôi tưởng lúc nào cũng đồng tâm đã chẹn cổ nhau để tranh quyền. Vào lúc có chuyện đó thì không thể đoán những chuyện rối loạn sẽ tai hại tới đâu.

Tôi cũng như nhiều người Tây tạng biết rằng nhiều chuyện kinh khủng đã xảy ra cho quê hương thân yêu của chúng tôi. Nhưng mọi thông tin đều bị cắt đứt. Nguồn tin duy nhất của chúng tôi là những thương gia Nepal đôi khi được phép qua biên giới từng người một. Nhưng tin của họ thì ít ỏi và quá cũ rồi. Tỷ dụ như mãi một năm sau, tôi mới được biết về cuộc nổi dậy rộng lớn tại nhiều vùng trong Tây tạng hồi 1969. Theo một bản báo cáo thì số người bị giết trong vụ nổi dậy này còn nhiều hơn thời kỳ 1959.

Chúng tôi biết nhiều vụ nổi dậy đã xảy ra. Dĩ nhiên, tôi không liên lạc trực tiếp gì với các lãnh tụ Bắc kinh. Lúc này họ gọi tôi là "Con chó sói trong áo thầy tu". Tôi trở thành mục tiêu cho người Hoa thù ghét, và tại Lhasa, họ thường bêu riếu tôi: một người lãnh đạo tôn giáo mà trong thực tế, lại là một kẻ cướp, một tên giết người, hiếp người. Họ còn giám nói rằng tôi hủ hóa, ăn nằm với bà Indira Gandhi nữa! Trong mười lăm năm, dân ty nạn Tây tạng ở trong một giai đoạn đen tối. Viễn tượng trở về xứ sở hầu như xa vời hơn là khi chúng tôi mới di tản. Nhưng dĩ nhiên, ban đêm là thời gian để phục hồi, và trong những năm đó, chương trình định cư đã có kết quả.

Dần dần, ngày càng nhiều người được rời các công trường lục lộ để đi định cư ở các miền khác, khắp nơi trong xứ Ấn. Cũng có một số rời Ấn độ ra ngoại quốc thành lập những cộng đồng nhỏ. Khi tôi viết đây, có khoảng 1200 người sống tại Canada và Mỹ (mỗi nơi một nửa), 2000 tại Thụy sĩ, 100 người bên Anh, cùng một số ít trong các nước khác bên Âu Châu, và một gia đình trẻ tuổi tại Ái nhĩ lan.

Cùng với đợt sóng di cư thứ nhì này, chính phủ lưu vong Tây tạng mở văn phòng tại mấy nước ngoài. Văn phòng đầu tiên tại Kathmandu, cái thứ hai tại Nữu ước, sau đó lần lượt tới Zurich, Tokyo, London và Washington. Những văn phòng Đại diện Tây tạng này vừa săn sóc kiều dân Tây tạng vừa cố gắng phổ biến những tin tức về văn hóa, hành xử và lối sống của chúng tôi trong cuộc đời lưu vong cũng như tại quê nhà. Năm 1968, tôi dự định rời Swarg Ashram, căn nhà tôi cư ngụ đã 8 năm, qua một ngôi nhà khác, tên là biệt thự Bryn. Nhà không lớn hơn căn cũ, nhưng nó có ưu điểm vì phần mới xây có văn phòng và sở an ninh của chính phủ Ấn, cùng với phòng tiếp tân và một phòng làm việc cho riêng tôi.

Chính phủ lưu vong Tây tạng lúc này mở rộng lên tới mấy trăm nhân viên, đa số họ dọn sang khu văn phòng gần đó. Cùng với lúc sắp xếp này, mẹ tôi cũng dọn sang một ngôi nhà mới, biệt thự Kashmir (dù lúc đầu bà không thích gì lắm), cho phép tôi lại được thực thụ sống cuộc đời của một tu sĩ trong tu viện. Sau khi dọn sang Bryn từ lâu, tôi đã dựng lại được tu viện Namgyal. Các tăng sĩ tu viện này trước sống trong một căn nhà nhỏ phía trên Swarg Ashram.

Ngày nay, họ ngụ tại một tòa nhà không xa nhà tôi mấy. Ít lâu sau, năm 1970, ngôi chùa Tsuglakhang cũng mới xây xong. Vậy là từ nay, tôi có thể tham dự những buổi lễ cổ truyền Tây tạng cử hành trong hoàn cảnh thích đáng. Ngày nay, kế cận ngay tu viện Namgyal là trường Biện chứng Phật giáo, nơi duy trì sự sinh động của nghệ thuật tranh luận trong tu viện chúng tôi. Hầu như mỗi buổi chiều, trong sân chùa lúc nào cũng đầy các nhà sư trẻ tuổi áo đỏ, vỗ tay, vừa lắc đầu, cười cợt, thực tập để chuẩn bị cho kỳ thi của họ.

Trong năm 1963, tôi mời những người đứng đầu các tông phái Phật giáo tới họp, có cả các đại diện đạo Bon. Chúng tôi cùng nhau bàn luận về những khó khăn chung và sách lược làm sao vượt qua để bảo tồn và phát huy những hình thái khác nhau của văn hóa Phật giáo Tây tạng. Sau mấy ngày, tôi lấy làm hài lòng khi thấy chỉ cần tạo những phương tiện thích đáng, là tôn giáo của chúng tôi sẽ tồn tại.

Chẳng bao lâu sau khi khánh thành tu viện riêng Namgyal, tôi lập lại các tu viện Ganden, Drepung và Sera, tại tỉnh bang Karnataka phía Nam, khởi đầu có 1300 nhà sư, những người sống sót tại Buxa Duar. Ngày nay trong lúc chúng tôi bắt đầu vào thập niên thứ tư của cuộc sống lưu vong, chúng tôi có một cộng đồng tu viện hơn 6000 người. Tôi cũng có thể nói rằng chúng tôi có nhiều tăng sĩ quá. Thực ra, phẩm cách và sự quyết tâm của họ mới đáng kể, không phải số lượng.

Vào cuối năm 1960, một cơ sở văn hóa khác được hình thành: đó là Thư viện lưu trữ những tác phẩm văn chương và văn khố Tây tạng, không phải chỉ chứa hơn 40 ngàn cuốn sách nguyên tác Tây tạng, mà còn xuất bản các sách mới viết bằng tiếng Tây tạng hay tiếng Anh. Năm 1990 này, có tới 200 tựa sách tiếng Anh được xuất bản. Thư viện xây cất theo kiểu Tây tạng cổ truyền và ngoài nhà để sách, còn có một viện bảo tàng để chưng nhiều đồ dân ty nạn mang qua Ấn. Nhiều người mang theo các bức Thangkas, kinh sách, và các khí vật thờ tự, nhiều hơn là những đồ thực dụng. Họ biếu tôi khá nhiều những thứ như vậy, tôi đem tặng lại cho các tổ chức kể trên.

Ngay trước khi dọn qua biệt thự Bryn, tôi bị đau nặng mấy tuần lễ. Sau khi chiến tranh Pakistan-Ấn độ chấm dứt, lúc trở về Dharamsala đầu năm 1966, tôi ăn chay một cách rất hăng hái. Nhưng, có rất ít món Tây tạng không dùng tới thịt, và đầu bếp cũng phải mất thời gian mới nấu chay cho ngon miệng. Nhưng họ đã thành công, nấu được những bữa ăn ngon lành khiến tôi rất hài lòng. Đồng thời mấy người bạn Ấn lại khuyên tôi phải uống nhiều sữa và ăn nhiều loại hạt dẻ. Tôi hoàn toàn nghe lời họ, kết quả là sau 20 tháng, tôi bị bệnh hoàng đản (đau túi mật) trầm trọng. Ngày đầu, tôi ói mửa rất nhiều. Sau đó, tôi không ăn được gì liền hai, ba tuần lễ, và bị kiệt lực Chỉ cử động thôi đã phải cố gắng kinh khủng. Da tôi vàng ệnh, nom như da Bụt vậy. Một số người từng nói Đạt Lai Lạt Ma là tù nhân trong tháp vàng, lúc đó, thân tôi cũng thành vàng luôn.

Bệnh Hepatitis B của tôi sau cũng hết nhờ tôi uống rất nhiều thuốc Tây tạng (tôi sẽ nói tới trong một chương sau). Ngay khi tôi thèm ăn trở lại, các y sĩ buộc tôi không những phải ăn bớt chất béo, bỏ hạt dẻ và uống ít sữa đi, mà tôi phải tập ăn thịt trở lại. Họ rất sợ bệnh này đã làm hư luôn lá gan của tôi và kết quả là tôi có thể bị chết sớm hơn. Một số các bác sĩ người Ấn cũng cùng ý kiến, vậy là tôi không còn ăn chay được nứa. Ngày nay, tôi ăn thịt, trừ trong những dịp trai lễ. Một số người Tây tạng ăn chay theo tôi, cũng bị những chứng bệnh tương tự.

Ngay từ đầu, tôi đã rất sung sướng tại nhà mới. Cũng giống như Swarg Ashram, ngôi nhà do người Anh xây lúc đầu, nằm trên đỉnh đồi và chung quanh có vườn tược, cây cối. Từ đó, nhìn rặng núi Dhauladar hay nhìn xuống thung lũng Dharamsala đều ngoạn mục. Bên ngoài nhà có chỗ rộng để tôi có thể nói chuyện cho cả ngàn người nghe. Ngoài ra, cái vườn cũng là nơi hấp dẫn tôi nhất. Tôi bắt tay ngay vào việc trồng nhiều loại cây ăn trái và hoa. Tôi tự tay làm lấy, vì làm vườn là một trong những nguồn vui lớn của tôi. Đáng tiếc là có ít cây ăn trái, và những trái này đa số còi cọc, không ngọt, nhưng tôi cũng được an ủi vì nhiều giống vật và nhất là chim muông tới thăm vườn.

Tôi ham ngắm thiên nhiên còn hơn là làm vườn. Vì vậy ngay ngoài cửa sổ, tôi để một cái bàn cho chim. Bàn có rào lưới cản để những con chim lớn và thú dứ khỏi tới làm cho bọn chim nhỏ sợ hãi. Nhưng không phải lúc nào cũng giữ được vậy. Thỉnh thoảng, tôi miễn cưỡng phải mang súng ra (cái súng tôi có sau khi tới Ấn độ ít lâu), để dọa cho bọn chim tham lam, béo mập này vào kỷ luật. Khi còn ở Norbuhngka, tôi tập bắn bằng cây súng của Đạt Lai Lạt Ma thứ 13 luôn, nên tôi bắn khá giỏi. Dĩ nhiên, tôi không bao giờ giết chúng. Tôi chỉ có ý định làm chúng bị đau một chút để dạy chúng một bài học thôi. Những ngày tháng tôi sống tại biệt thự Bryn cũng giống như trước.

Mỗi mùa Đông, tôi đi một vòng thăm các trung tâm định cư dân ty nạn, lâu lâu tôi cũng giảng Pháp. Tôi tiếp tục học về kinh điển giáo lý. Và tôi bắt đầu học một ít về tư tưởng Tây phương, nhất là trong lãnh vực khoa học, thiên văn và triết lý. Trong giờ rảnh, tôi trở lại thú nhiếp ảnh. Từ tuổi 13, 14 gì đó, tôi có được chiếc máy hình đầu tiên do vị giáo thọ què chân Serkon Rinpoché tặng. Lúc đầu, tôi giao phim cho ông gửi đi in dùm. Ông làm bộ như phim là của ông (để tránh nỗi bối rối cho tôi nếu tôi có chụp những tấm hình nào không xứng với Đạt Lai Lạt Ma), rồi giao cho một thương gia. Người này sẽ đem qua Ấn rửa hình. Chuyện này luôn làm cho ông lo ngại - vì nếu tôi chụp cái gì không thích hợp, thì chính ông sẽ bị trách nhiệm. Sau đó, tôi làm một phòng tối ngay tại Norbulingka, và một tùy viên của tôi, Jigme Taring đã dạy tôi cách rửa hình.

Một trò tiêu khiển khác tôi làm sau khi dọn sang nhà mới là việc sửa đồng hồ. Có chỗ rộng hơn, tôi dùng một phòng để làm việc, với dụng cụ đầy đủ. Từ lâu, tôi nhớ tôi rất mê đồng hồ và tràng hạt, một tính nết giống đức Đạt Lai Lạt Ma thứ 13. Nhiều khi, nhìn vào những khác biệt giữa chúng tôi, tôi nghĩ tôi không thể là hóa thân của ngài được Nhưng nghĩ tới chuyện đồng hồ và tràng hạt, thì tôi lại thấy dĩ nhiên tôi phải là hóa thân của ngài rồi. Khi tôi còn rất nhỏ, tôi dùng cái đồng hồ bỏ túi của vị tiền nhiệm.

Nhưng tôi luôn luôn mong có một cái đồng hồ đeo tay, dù có một số người chống đối. Ngay khi tôi đủ lớn để thuyết phục Serkon Rinpoché là tôi cần đồng hồ, tôi thu xếp để ông mua cho tôi một chiếc Rolex và một chiếc Omega tại chợ Lhasa. Thật là khó tin, từ cái ngày xa xưa ấy, khi mà người Hoa còn chưa tới "khai hóa" chúng tôi, tôi đã mua được đồng hồ Thụy sĩ ngay tại Lhasa.

Tuy rằng có một số ít đồ đạc không có ở chợ, hầu hết mọi thứ, từ cái nồi nấu ăn tới xà bông Ăng lê hiệu Yardley hay báo Life ấn hành tháng trước, mọi thứ đều có bán tại Lhasa. Khỏi cần nói, ngay khi tôi có được món đồ mới kể trên, tôi bèn tháo tung hết ra. Khi nhìn thấy những bộ phận li ti của bộ máy phức tạp, tôi hơi ân hận là mình hấp tấp, nhưng chẳng bao lâu, tôi có thể lắp lại cái đồng hồ và làm cho nó chạy nhanh hơn hay chậm hơn tùy ý. Tôi rất hài lòng cuối cùng đã có một chỗ để làm những chuyện như vậy. Tôi đã sửa được một số các đồng hồ tưởng đã hư hỏng không thể chữa được, của gia đình và bằng hữu, và tôi vẫn giữ các dụng cụ để sửa chữa tới ngày nay, nhưng tôi không còn nhiều thì giờ cho việc đó nữa. Vả lại, nhiều đồng hồ thời nay khi mở ra là nó bị sướt sát. Tôi sợ là tôi đã làm cho nhiều người thất vọng vì sau khi sửa, đồng hồ chạy thì tốt nhưng không còn đẹp như trước nữa.

Tôi cố gắng để hiểu biết các kỹ thuật mới nhưng dĩ nhiên loại đồng hồ điện tử thì ở ngoài tầm tay tôi. Tôi cũng phải thú nhận đã mấy lần thất bại, trong đó có cái đồng hồ vàng Patek Phillipe do tổng thống Roosevelt tặng tôi. Kim chỉ giây và ngày chạy bằng các bộ phận riêng biệt, tôi không sửa nổi. Ngay cả tác tay nghề chuyên môn tôi nhờ họ cũng chịu. Mãi mấy năm sau, khi có dịp thăm viếng xưởng sản xuất tại Thụy Sĩ, thì họ mới sửa được cái đồng hồ ấy. Một lần thất bại khác là tôi phải gửi trả đồng hồ của một viên chức chính phủ trong một bì thơ, gồm toàn những mảnh rời!

Tới đây, tôi muốn nói tới 3 con mèo khi tôi sống tại xứ Ấn. Con mèo đầu tiên tới với tôi vào cuối thập niên 1960. Đó là một con mèo cái nhị thể (đen trắng) tên là Tsering. Thân thiện là một trong nhiều tính tốt của nó. Tôi không bắt các thú vật trong nhà trở thành sư sãi hết, tôi chỉ bắt chúng theo một số luật lệ mà thôi. Nhưng Tsering bị một khuyết điểm mà tôi, là Phật tử, không thể nhân nhượng được: nó không thể nào bỏ được cái tính bắt chuột. Tôi luôn luôn phạt nó về tội này, và chính trong một lần như vậy mà Tsering đã bỏ mạng. Khi tôi thấy nó đang giết chuột trong nhà, tôi la lên, Tsering trèo tuốt lên trên đầu cái màn cửa, rồi bỗng nhiên tuột chân, ngã xuống đất, bị thương nặng. Dù tôi đã hết sức cứu chữa và trông nom nó, Tsering không hồi phục lại, nó chết mấy ngày sau đó.

Sau đó ít lâu, tôi thấy một chú mèo con ngoài vườn, hầu như bị mẹ chú bỏ rơi. Tôi bế nó lên, thấy chân sau của nó cũng bị quẹo lại, y như chân con Tsering khi nó chết. Tôi mang con mèo nhỏ vô nhà, chăm sóc cho tới khi nó đi đứng được. Nó cũng là mèo cái, như con Tsering, nhưng nó đẹp và dễ thương hơn. Nó rất thân thiện với hai con chó, đặc biệt thích nằm tựa vào bộ ngực lông xù của con chó Sangye.

Sau, hai con chó, và con mèo đó cũng chết, tôi định không nuôi thêm gia súc nữa. Vị sư trưởng Ling Rinpoché của tôi, người rất yêu súc vật đã từng nói: "Gia súc, cuối cùng cũng chỉ là một nguồn gốc khiến cho chủ nó lo âu." Ngoài ra, theo đạo Bụt, nghĩ tới hay lo cho một vài sinh vật không đủ, trong khi tất cả chúng sinh cần được cầu nguyện, hộ trì cho. Tuy vậy, vào mùa Đông năm 1988, tôi lại gặp một chú mèo con đang bị bệnh, nằm với mẹ nó trong căn bếp ngay trước lối vào nhà tôi. Tôi mang nó về săn sóc. Thật là kỳ lạ, nó cũng bị què chân y như hai con trước. Tôi cho nó uống thuốc Tây tạng và nhỏ sữa nuôi nó cho tới khi nó có thể tự túc được và nay nó đang còn ở trong nhà tôi. Tới lúc tôi viết đây nó vẫn còn chưa có tên. Tôi sẽ đặt tên cho nó sau. Nó tỏ ra là một con vật rất sinh động và tò mò. Khi nào tôi có khách tới thăm là nó cũng tới xét nét người ta. Tuy nhiên, nó giữ kỷ luật khá tốt trong vụ không săn đuổi các con vật khác, nhưng lại không chừa được tính ăn vụng thức ăn trên bàn tôi ngay khi nào có cơ hội. Tôi có một nhận xét về các thú vật: ngay cả gia súc dù được nuôi nấng đủ thứ, khi có thể là chúng muốn được xổ lồng. Điều này làm cho tôi tin tưởng hơn vào ý mệm: Tự Do là một' nhu yếu của mọi chúng sinh.

Đối với tôi, một khía cạnh quan trọng của 31 năm sống ly hương là tôi.có duyên được gặp gỡ đủ mọi loại người đời. Nhờ Ấn độ là một xứ tự do, tôi không bị cấm cản, muốn gặp ai cũng được. Có khi tôi có duyên may được gặp những nhân vật rất đặc biệt. Đôi khi, tôi cũng gặp những người bị bịnh, có thể nói bịnh tâm thần. Khi gặp một người nào, tôi cũng muốn học hỏi từ họ và giúp họ bằng tất cả khả năng tôi. Họa hoằn cũng có những người khó chịu, nhưng tựu chung, tôi nhớ hầu như ai tới thăm tôi cũng đều thân thiện cả. Tôi tin rằng, sở dĩ như vậy là vì chúng tôi đối xử thành thật với nhau. Tôi rất ưa gặp những người có căn cơ khác nhau, kể cả những người khác tôn giáo.

Thí dụ điển hình là ông Krishnamurti. ông thật là một người đáng phục, rất thông minh và học vấn uyên bác. Dù bề ngoài ông rất nhẹ nhàng, nhưng ông có một quan mệm về ý nghĩa đời sống rất rõ rệt. Sau đó, tôi cũng gặp nhiều môn sinh của ông, những người được thừa hưởng khá nhiều lợi ích nhờ học theo ông.

Một trong những kỷ niệm đẹp nhất của tôi thời đó là dịp may được cha Thomas Merton, dòng Benedectine Hoa kỳ tới thăm. Ông tới Dharamsala vào tháng 11 năm 1968, vài tuần lễ trước khi ông gặp tai nạn chết tại Thái lan. Chúng tôi gặp nhau 3 ngày liền, mỗi ngày hai giờ đồng hồ. Merton là một con người tầm thước khỏe mạnh, đầu còn ít tóc hơn tôi dù không cạo trọc như tôi. Ông mang đôi "bốt" lớn và một cái thắt lưng da thật dày phía giữa bộ áo thày tu trắng nặng nề. Nhưng chính đời sống của ông mới là điều đáng nhớ hơn cái dáng vẻ đặc biệt ấy. Tôi thấy ông rất khiêm tốn và tâm linh mẫn tuệ. Đó là lần đầu tiên một người Thiên Chúa giáo gây ấn tượng mạnh mẽ nơi tôi về tâm linh của họ.Từ đó, tôi được gặp nhiều người cũng có giá trị như vậy, nhưng Merton chính là người giúp cho tôi hiểu ý nghĩa đích thực của danh từ "Ky Tô hữu". Những lần gặp nhau, chúng tôi rất vui. Merton vừa hài hước vừa hiểu biết rộng. Tôi gọi ông là "Geshe"(Lão Hòa Thượng Công giáo). Chúng tôi nói những chuyện trí thức và tâm linh, những điều cả hai cùng để tâm tới. Và chúng tôi trao đổi về các hệ thống tu viện.

Tôi chăm chú học hỏi về truyền thống tu viện Tây phương. ông cho tôi biết một số điều làm tôi rất ngạc nhiên. Nhất là người Thiên Chúa giáo thực hành phép quán tưởng không cần một tư thế đặc biệt nào. Theo sự hiểu biết của tôi, tư thế và ngay cả cách thở cũng đều là những yếu tố quan yếu của thiền quán. Về phần Merton, ông muốn biết thật nhiều về lý tưởng Bồ tát đạo. Ông cũng mong được một vị thầy giảng cho ông về Phật giáo Mật Tông. Nói chung, đó là một sự trao đổi hữu ích, nhất là tôi còn khám phá ra giữa Phật giáo cùng Thiên Chúa giáo có rất nhiều điểm tương đồng. Vì vậy, khi nghe ông bất ngờ tạ thế, tôi buồn vô cùng. Merton giống như một cây cầu lớn mạnh bắc giữa hai truyền thống tôn giáo rất khác biệt. Hơn hết, ông còn giúp tôi hiểu được là tôn giáo nào, với những giáo pháp dạy chúng ta yêu thương, cũng tạo nên những con người thiện tâm cả.

Từ khi tiếp xúc với Cha Merton, tôi muốn gặp những tín hữu Thiên Chúa giáo khác. Trong chuyến thăm Âu châu, tôi đã tới viếng nhiều tu viện tại các xứ khác nhau, và mỗi nơi đều cho tôi những ấn tượng rất đặc biệt. Các tu sĩ thể hiện tín tâm của họ trước ơn kêu gọi làm tôi thèm thuồng. Dù số lượng tương đối ít hơn, nhưng tôi tưởng như quyết tâm và phẩm cách của họ rất cao. Trái lại, người Tây tạng chúng tôi, dù đang lưu đầy, cũng có rất nhiều sư sãi, tới bốn hay năm phần trăm dân số sống ly hương. Dầu vậy không phải ai cũng có quyết tâm như thế. Tôi cũng rất cảm phục với những công việc xã hội thực tế mà các tổ chức từ thiện nhiều giáo hội Thiên Chúa giáo đã làm trong ngành y tế và giáo dục. Có rất nhiều tấm gương tuyệt diệu tại Ấn. Đó là một phương diện mà chúng ta có thể học hỏi từ các huynh đệ Thiên Chúa giáo: Nếu Phật Tử chúng ta có thể đóng góp tương tự như họ thì sẽ hữu ích biết bao.

Tôi có cảm tưởng như các Tăng Ni Phật giáo nói rất nhiều về Từ Bi nhưng không làm gì mấy. Nhiều lần tôi bàn luận chuyện này với người Tây tạng, và các Phật Tử khác, và tôi tích cực khuyến khích họ lập ra những tổ chức tương tự. Tuy nhiên, đúng là chúng ta có thể học hỏi từ người Thiên Chúa giáo, thì tôi thấy họ cũng có thể học hỏi từ người Phật tử. Chẳng hạn như những phép Thiền Tập và cách tập trung tư tưởng có thể giúp họ nhiều trong lãnh vực tâm linh.

Cuối thập niên 1960 cũng là lúc có những dấu hiệu đầu tiên là sự thực hiện giấc mộng an cư một trăm ngàn người Tây tạng lưu vong của tôi tại Ấn độ, Nepal và Bhutan có thể hoàn tất. Vậy nên dù những tin tức hiếm hoi nghe từ Tây tạng rất bi đát tôi cũng vẫn nhìn về tương lai với tinh thần lạc quan có căn cứ. Nhưng có hai loạt biến cố ngoài tầm tay nhắc nhở tôi là tình trạng của chúng tôi vẫn bấp bênh vô cùng.

Chuyện thứ nhất liên quan tới bốn ngàn dân Tây tạng định tư tại Bhutan. Bhutan là một vương quốc hẻo lánh nằm phía đông Ấn độ và giáp phía Nam tỉnh U-Tsang giữa Tây tạng. Cũng như Tây tạng, xứ đó núi non hùng vĩ và dân chúng thuần thành theo đạo Phật. Khác Tây tạng, Bhutan là hội viên Liên hiệp quốc. Vua Bhutan lúc trước rất tử tế với dân Tây tạng lưu vong tới xứ ngài. Với sự trợ giúp của chính phủ Ấn, ông đã cấp đất và phương tiện chuyên chở cùng giúp cho dân tôi thành lập trang trại. Lúc đầu, mọi sự đều tốt đẹp, dân Tây tạng rất vui mừng. Khi tôi gặp họ lần đầu tại giới đàn Bồ Đề đạo tràng năm 1974, tôi rất vui thấy họ khá giả. Ai cũng ca tụng xứ tạm dung, và nhất là vị vua mới lên ngôi Jigme Wangchuk.

Nhà vua tỏ ra rất trưởng thành, biết lèo lái công việc quốc gia. Nhưng chỉ ít tháng sau, mọi chuyện trở nên tệ hại. Hai mươi hai thành viên quan trọng trong cộng đồng Tây tạng bị bắt giữ, tra tấn và bỏ tù không xét xử, tại thủ đô Timphu. Người đại diện cho tôi, có họ với vị vua trước, là Lhading cũng ở trong số đó. Tôi rất buồn, và yêu cầu phải có một cuộc điều tra rõ ràng về chuyện này, dù tôi không tin lại có một âm mưu chống 22 người đó. Điều yêu cầu này không được thực hiện, và sự thực không bao giờ được sáng tỏ. Về sau tôi biết những người Tây tạng đó chỉ là những nạn nhân của sự tranh chấp nội bộ trong chính phủ Bhutan. Sau chuyện không may đó, nhiều người Tây tạng quyết định rời xứ Bhutan. Nhưng những người ở lại, từ đó tiếp tục được sống bình an, dù tôi đoán, thế nào cũng còn bị nghi ngờ hay ghét bỏ. Dù sao, tôi cũng mang ơn dân tộc và chính phủ Bhutan về những điều họ đã làm cho dân tôi, và tôi tin rằng trong tương lai, liên hệ thân hữu có từ lâu đời sẽ lại được tái lập hoàn toàn.

Chuyện buồn thứ hai liên quan tới quân kháng chiến Tây tạng do CIA huấn luyện và trợ giúp khí giới. Họ tiếp tục đấu tranh dành lại tự do cho Tây tạng bằng võ lực. Tôi nghe Gyalo Thondup nói về những cuộc hành quân của họ, tôi cố tìm hiểu các chi tiết, nhưng chưa hề được biết đầy đủ. Tuy nhiên, tôi được biết là năm 1960, một căn cứ được thiết lập tại Mustang, vùng hẻo lánh phía bắc Nepal, giáp ranh với Tây tạng. Một đạo quân mấy ngàn dân di tản về tụ tập tại đó, nhưng chỉ có một số ít được người Mỹ huấn luyện thật sự. Tiếc thay, trại quân không được tổ chức tiếp vận đàng hoàng khiến các kháng chiến quân phải chịu nhiều khó khăn. Tuy nhiên vẫn không đáng kể khi so với những hiểm nghèo mà các chiến sĩ tự do can trường phải đối đầu trong xứ Tây tạng. Khi căn cứ bắt đầu hoạt động được, các kháng chiến quân tấn công quân Trung hoa nhiều lần, có lần tiêu diệt cả một đội quân xa.

Chính trong trận này, chúng tôi bắt được tài liệu ghi lại về 87 ngàn người chết tại Lhasa trong thời gian từ tháng 3/1959 tới tháng 9/1960. Những lần thành công này làm phấn khởi tinh thần. Nhưng vì không có sự liên tục bền bỉ và có hiệu năng, nên hậu quả có lẽ chỉ là dân Tây tạng càng bị đau khổ hơn. Tệ hơn nữa, là những hoạt động này khiến cho chính quyền Trung cộng có cơ hội bảo các nỗ lực đòi độc lập của chúng tôi là các hành động can thiệp của ngoại quốc, tuy thực tế, tất cả là sáng kiến của người Tây tạng. Cuối cùng, người Mỹ chấm dứt việc ủng hộ Kháng chiến, sau khi họ công nhận chính quyền Trung cộng vào thập niên 1970. Điều này chứng tỏ họ giúp đỡ chúng tôi chỉ vì sách lược chống Cộng của họ chứ không đích thực là để giúp Tây tạng dành độc lập. Kháng chiến quân, tuy nhiên vẫn quyết tâm chiến đấu. Vì vậy, chính phủ Trung hoa (có lẽ đã bị phiền nhiều khá nhiều vì các hoạt động này) đòi chính phủ Nepal giải giới lực lượng võ trang tại Mustang.

Khi chính phủ Nepal tìm cách thu xếp với nhóm quân Tây tạng này, thì họ không chịu, và nhất quyết kháng chiến dù phải chống cả quân đội Nepal. Dù tôi luôn luôn cảm phục quyết tâm của các kháng chiến quân, tôi cũng không bao giờ ủng hộ các hoạt động của họ. Nay là lúc tôi thấy phải can thiệp. Tôi biết tôi phải đích thân lên tiếng kêu gọi mới làm họ quan tâm. Nên tôi nhờ viên chánh hộ vệ Takla mang băng ghi lời tôi nói tới cho các lãnh tụ của họ. Trong đó, tôi nói rằng, chống lại người Nepal là chuyện vô nghĩa, nhất là có tới mấy ngàn dân Tây tạng đang tạm trú tại Nepal, họ có thể sẽ vì thế mà khổ hơn. Trái lại, họ phải nên mang ơn chính phủ Nepal. Họ nên buông khí giới, về định cư một cách hòa bình. Cuộc chiến đấu của dân Tây tạng cần phải có thời gian. Sau đó, Takla báo cáo là nhiều quân Kháng chiến cảm thấy họ bị phản bội. Vài lãnh tụ cắt cổ tự tử chứ không giải giới. Thật là đau lòng. Dĩ nhiên, tôi phân vân khi kêu gọi họ. Có thể tôi đã lầm lẫn khi thách thức lòng can đảm, tận tụy và tình yêu nước của họ. Nhưng tự thâm tâm, tôi tin làm vậy là đúng. Đa số các Kháng chiến quân đã buông khí giới. Nhưng chừng gần một trăm người, không nghe lời kêu gọi của tôi, bị quân Nepal đuổi qua biên giới. Cuối cùng họ bị phục kích và chết thảm như họ biết trước. Thế là chấm dứt một trong những giai đoạn đáng buồn nhất trong lịch sử lưu vong của dân Tây tạng.

Chương XI

Đông Và Tây

Mùa Thu năm 1967, lần đầu tiên tôi đi ra khỏi xứ Ấn độ để viếng thăm Nhật bản và Thái lan. Từ năm đó, tôi càng ngày càng du hành nhiều hơn, mặc dù các anh em Trung quốc của tôi luôn tìm cách gây trở ngại. Thái độ đó thật đáng tiếc, vì mặc dù các chuyến đi của tôi hoàn toàn có tính cách riêng (thường do lời mời của các cộng đồng Phật tử hay người Tây tạng hải ngoại), chính phủ Trung quốc nhất định gán cho nó tính cách chính trị, và bất cứ ai tới gặp tôi đều bị coi là bày tỏ thái độ chính trị. Vì lý do đó, nhiều lần có các vị nhân sĩ không dám gặp tôi vì ngại làm cho chính phủ của họ hay vì sợ Trung quốc không hài lòng. Chuyến du hành đầu tiên đó xảy ra vào lúc cuộc chiến tranh Việt nam lên cao điểm.

Tôi nhớ có lúc đang bay trên cao, tôi thấy một chiếc máy bay lớn đang qua mặt chúng tôi. Tôi nhận ra đó là máy bay B-52. Tôi buồn bã nghĩ rằng chiếc máy bay này sắp thả bom, không phải thả chơi xuống biển mà là ném xuống những con người giống như tôi. Tôi lại càng cảm thấy đau buồn vì ngay cả khi ở trên cao mười ngàn thước, mình vẫn phải thấy dấu hiệu con người đối xử với nhau trái nhân đạo.

Đáp xuống phi trường Tokyo, tôi vui mừng thấy các dấu hiệu của các tánh tốt của loài người. Điều đầu tiên tôi nhận ra ngay là sự gọn gàng, trật tự. Mọi thứ đều sạch sẽ hơn tất cả các nơi tôi đã đi qua. Sau đó, tôi lại nhận ra tánh trật tự đặc biệt này nơi các thức ăn uống nữa. Món nào cũng được trình bày một cách đầy mỹ thuật. Hình như theo cảm quan của người Nhật, việc trình bày món ăn còn quan trọng hơn cả mùi vị thức ăn. Điều thứ hai làm tôi chú ý ngay nữa là số lượng xe hơi và xe vận tải đông nghẹt qua lại ngoài đường, chuyên chở người và hàng hóa suốt ngày đêm. Điều rất hay là người Nhật dù đã đạt tới tiến bộ vật chất lớn lao, họ vẫn không đánh mất bản sắc và giá trị văn hóa của họ. Khi nhìn thấy cảnh tiến bộ đó, tôi cảm nhận được các tiềm năng tốt lớn lao của kỹ thuật hiện đại. Trong thời gian ở Nhật bản, tôi rất vui được gặp một số người trẻ tuổi Tây tạng đang du học.

Tôi lại càng vui khi gặp mấy người Nhật biết nói tiếng Tây tạng và hiểu biết rất nhiều về quê hương tôi. Ngay thời đức Đạt Lai Lạt Ma thứ 13 gần đây, các học giả Nhật đã tới nghiên cứu tại Tây tạng. Cho nên được nối lại các liên hệ với họ, dù trong cảnh lưu vong, cũng là điều sung sướng. Cảm tưởng của tôi khi tới Thái lan thì khác hẳn. Người Thái có vẻ dễ tính một cách tuyệt diệu. Điều đó ngược lại với tính người Nhật, nơi mà cả người hầu bàn cũng rất trịnh trọng. Nói vậy nhưng họ cũng có vài phép tắc của người Thái mà tôi thấy rất khó theo. Chẳng hạn theo phong tục Thái thì các cư sĩ lúc nào cũng phải cung kính với Tăng già (Shanga), tức là cộng đồng các tu sĩ. Nhưng ngược lại thì nếu các vị tăng sĩ tỏ vẻ nhận ra và đáp lại sự cung kính ấy thì lại là sai phép, dù người cư sĩ phục xuống đất mà đảnh lễ. Tôi thấy tập thói quen đó thật là khó. Thông thường bao giờ tôi cũng vái chào lại.

Thành ra dù tôi có hết sức tự kiềm chế, nhiều lúc tôi thấy bàn tay mình nó tự động đáp lễ mà không biết. Một lần trong chuyến thăm Thái lan, tôi được mời dự cơm trưa với đức Vua, và phép tắc đó bắt tôi phải giải đáp một vấn đề khá vui. Tôi nên đưa tay bắt tay nhà Vua hay chăng? Biết đâu nhà Vua nghĩ là tôi không nên bắt tay? Hỏi thì không ai biết chắc nên làm thế nào. Sau cùng, chính nhà Vua tiến tới bắt tay tôi một cách nồng nhiệt. Khó khăn thứ hai tôi gặp tại Thái lan là nhiệt độ nóng dễ sợ, nóng hơn cả miền Nam Ấn độ. Vừa nóng lại vừa nhiều muỗi. Thành ra thật khó nghĩ. Có điều rất tốt là tôi được gặp mấy cao tăng rất đáng phục. Cũng như ở Nhật bản, chúng tôi có rất nhiều điều để trao đổi, vì các truyền thống Phật giáo của chúng tôi khác nhau mà vẫn chia xẻ rất nhiều điều chung - nhờ thế tôi càng thấy đạo Phật Tây tạng là một đạo Phật đầy đủ mọi mặt.

Năm 1973 tôi du hành lần thứ nhất qua Âu châu và các xứ Bắc Âu (Scandinavia). Chuyến đi kéo dài 6 tuần, qua 11 xứ. Đến ngày chót thì tôi như kiệt lực. Nhưng cũng thật hứng khởi cho tôi vì tôi được dịp thấy nhiều cảnh lạ và gặp rất nhiều người mới. Tôi cũng vui vì gặp lại các bạn cũ. Nhất là gặp lại Heinrich Harrer lần nữa. Ông vẫn vui tính y như hồi nào, chất hài hước của ông vẫn rất mặn mà. Ông đã tới thăm Dharamsala một lần nhưng lần chót tôi gặp ông đã nhiều năm lắm rồi. Và mái tóc vàng của ông, mà hồi còn bé tôi vẫn đem ra trêu chọc, bây giờ đã ngả sang màu xám. Ngoài mái tóc đó thì ông chẳng có gì thay đổi. Những ngón tay của ông, thứ ngón tay của dân trèo núi, vẫn làm tôi chú tâm mà nhìn. Và ông lúc nào cũng thong dong mạnh mẽ dù thân thể ông đã mang thêm một số thương tích, nhiều hơn lần chót tôi gặp ông, vì một chuyến thám hiểm tại New Guina mà ông làm trưởng đoàn.

    Tôi dừng lại Rome, chặng đầu tiên, để gặp đức Giáo Hoàng. Khi máy bay lượn đáp xuống, tôi tò mò nhìn xuống phong cảnh để coi có thấy sự khác biệt lớn lao giữa Đông phương và Tây phương hiện ra không. Mặc dù tôi đã được coi hình ảnh của nhiều đô thị Âu Châu, nhất là trong bộ sưu tập các sách về hai trận đại chiến của tôi, tôi vẫn không biết quang cảnh sẽ như thế nào. Thật mừng là khi nhìn tôi vẫn thấy cây cối, nhà cửa, y như ở phương Đông. Cuối cùng, hai bên cũng không khác nhau lắm. Sau khi máy bay hạ cánh, tôi đi tới thẳng tòa thánh Vatican, và tôi thấy thánh đường mang tên thánh Phê-rô gợi lại hình ảnh lâu đài Potala, ít nhất là to lớn và cổ kính như nhau. Mặt khác, thì các vệ binh Thụy sĩ, trong bộ đồng phục sặc sỡ, trông rất vui mắt. Trông họ như là các món đồ trang trí.

    Tôi chỉ đàm đạo với đức Giáo Hoàng Phao Lồ VI

trong chốc lát, nhưng trong dịp đó tôi cũng bày tỏ với ngài niềm tin của tôi vào sự quan trọng của các giá trị tâm linh trong nhân loại, dù theo tín ngưỡng nào. Ngài hoàn toàn đồng ý với tôi và chúng tôi chia tay trong tình thân hữu. Ngày hôm sau tôi bay sang Thụy sĩ, ở lại một tuần, gặp hai trăm trẻ em Tây tạng đã được các gia đình người Thụy sĩ nhận làm con nuôi. Tôi thấy các em rất rụt rè lúng túng khi gặp tôi. Đáng buồn là phần lớn các em đã quên tiếng mẹ đẻ (nhưng năm 1979 tôi tới thăm lần nữa thì tình hình khá hơn nhiều. Nhiều em đã đi học tiếng Tây tạng và nói với tôi bằng tiếng mẹ đẻ với những vấp váp y như khi tôi nói tiếng Anh vậy). Khi gặp các em lần đầu, nhớ lại hoàn cảnh đau khổ của các em hồi 6 năm trước, tôi hân hoan thấy các khuôn mặt tươi cười, và thấy đúng như tôi hy vọng, nhân dân Thụy sĩ đã đón tiếp các em với vòng tay rộng mở. Rõ ràng các em đã lớn lên trong tình thương yêu và lòng nhân ái.

Từ Thụy sĩ, tôi qua Hòa lan và gặp một vị Pháp sư Do Thái giáo. Thật là một kinh nghiệm cảm động. Vì ngôn ngữ bất đồng, chúng tôi chẳng nói được mấy lời với nhau, nhưng thật sự là không cần. Nhìn vào đôi mắt ông, tôi thấy rõ tất cả những nỗi thống khổ của dân tộc ông, và tôi khóc. Tôi ở Hòa lan có hai ngày, và vài giờ tại Bỉ, rồi bay đi Ái nhĩ lan, Na uy, Thụy điển và Đan mạch, mỗi nơi một hai ngày. Thời giờ ngắn, tôi chỉ có thể nhận xét qua về các chốn này. Nhưng ở nơi nào tôi cũng gặp những người dễ thương, hiếu khách và muốn biết thêm tin tức về Tây tạng. Đúng là mọi người trên thế giới đều chú ý đặc biệt đến xứ tôi. Một niềm vui đặc biệt khác là tôi có dịp qua các chuyến đi này, ngỏ lời cảm tạ những người đã giúp tổ chức việc ty nạn của dân Tây tạng. Thí dụ tại Na uy, Thụy điển và Đan mạch, tôi đã thăm viếng các tổ chức giúp huấn luyện các chuyên viên cơ khí và canh nông Tây tạng, nam cũng như nữ. Anh quốc là xứ tôi thăm lâu nhất. Tôi lưu lại đó mười ngày, vui mừng thấy đúng như tôi tin, là trong tất cả các nước Âu tây, Anh quốc liên hệ đến Tây tạng chặt chẽ nhất. Điều làm tôi kinh ngạc là tôi gặp một số người Anh già biết nói tiếng Tây tạng. Hóa ra họ hay cha mẹ họ đã làm việc ở Tây tạng hồi xưa. Một người trong số đó là Hugh Richardson, tôi đã gặp lại hồi mười năm trước khi ông đến thăm Dharamsala. Trong thời gian ở Anh tôi gặp Sir Harold Macmillan. ông khiến tôi rất khâm phục. ông có vẻ cực kỳ hiền từ, vừa uy nghi lại vừa khiêm cung lạ lùng. Ông cũng tỏ ra rất quan tâm đến các giá trị tâm linh. Một người khác mà tôi quen trong dịp đó là ông Humphrey Carpenter, lúc đó là trụ trì tại Westminster, mà bà phu nhân luôn luôn gọi tôi là " Con trai tôi ". Tôi cũng gọi bà là "Mẹ ".

Mặc dù từ năm 1960 tôi đã đọc trong báo chí Ấn độ là tổng thống Mỹ Eisenhower sẽ tiếp tôi nếu tôi sang Mỹ, đến năm 1972 ý định đi Mỹ của tôi vẫn gặp khó khăn vì sợ không có chiếu khán. Tất nhiên tôi rất muốn thấy tận mắt xứ sở được tiếng là giàu có và tự do nhất thế giới, nhưng mãi tới năm 1979 dự định đó mới thành. Khi vừa tới Nữu ước, chỗ đặt chân đầu tiên trên. đất Mỹ, tôi đã phải chú ý ngay đến một không khí thật tự do. Những người tôi muốn gặp đều có vẻ thân thiện, cởi mở, và thoải mái. Nhưng mặt khác tôi cũng phải thấy nhiều nơi trong thành phố rất lộn xộn và dơ dáy. Cũng thật đau lòng khi thấy bao nhiêu người không nhà ở, và những người vô nghề nghiệp tạm trú trước cửa nhà người ta. Tôi kinh ngạc thấy tại một xứ rộng lớn và giàu có như vậy mà vẫn có ăn mày. Cảnh này làm tôi nhớ lại các lời tuyên truyền của các ông bạn Cộng sản về những bất công của "Con hổ giấy đế quốc Mỹ", nó đã bóc lột người nghèo cho người giàu hưởng như thế nào.

Một điều kinh ngạc nữa là tôi nhận ra là ở cái xứ mà chúng tôi, cũng như nhiều người ở phương Đông, coi là vô địch về bảo vệ tự do này, rất ít người biết về số phận của Tây tạng. Ngày nay, như tôi đã có dịp biết về nước Mỹ nhiều hơn, tôi bắt đầu nhận ra hệ thống chính trị Mỹ không đạt tới những lý tưởng của chính họ. Nói vậy nhưng cũng phải nhận rằng chuyến thăm viếng đầu tiên của tôi thật vui, và có nhiều chuyện tôi thấy rất đáng khâm phục.

Tôi vui nhất là khi nói chuyện với giới sinh viên, mà tôi thấy họ luôn luôn đầy thiện chí. Dù tôi nói tiếng Anh lúng túng đến đâu, phản ứng của mọi người cũng đều nồng hậu, họ hiểu hay không hiểu không quan trọng. Điều này giúp cho tôi bỏ được tính nhút nhát khi nói trước công chúng bằng tiếng ngoại quốc và giúp tôi thêm tự tin, tôi rất lấy làm biết ơn. Nhưng bây giờ tôi lại tự hỏi phải chăng lòng tử tế đó khiến tôi bớt quyết tâm học tiếng Anh cho giỏi. Vì mặc dầu tôi đã có ý học thêm, một khi trở về đến Dharamsala, ý định đó lại tan biến mất. Kết quả là tôi chỉ thích nói tiếng Anh với người Đức, người Pháp, hay các người Âu khác, biết họ cũng nói sai văn phạm và có giọng nói không đúng như tôi. Tôi ngại nhất là nói tiếng Anh với người Anh, tôi thấy họ rất dè dặt và kiểu cách.

Từ chuyến viếng thăm vòng quanh thế giới đầu tiên đó, tôi còn du hành nhiều chuyến khác. Tôi vui nhất là nhờ các chuyến du hành đó, tôi được gặp đủ hạng người trong xã hội, giàu, nghèo, có học hay thất học, người có tín ngưỡng, người không. Càng đi tôi càng thêm tin tưởng rằng con người ở bất kỳ xứ nào cũng giống nhau, dù bên ngoài có khác biệt. Ai cũng tìm an lạc, như tôi, và ai cũng muốn tránh đau khổ. Ai cũng muốn được thương yêu và ai cũng có thể bày tỏ tình thương yêu. Biết như vậy thì thấy rằng tình thân hữu và hiểu biết có thể phát huy được trong lòng người. Nói chung tôi thấy xã hội Tây phương có nhiều điều đáng khâm phục.

Đặc biệt, tôi ngưỡng mộ sức sống mạnh mẽ, óc sáng tạo và óc hiểu biết của họ. Mặt khác, có những điều ở xã hội Tây phương làm tôi lo ngại. Một điều là khuynh hướng suy nghĩ của người ta chỉ muốn thấy "trắng hay đen", "cái này hay cái kia", quên mất tính chất tương đối và sự tương quan giữa mọi sự việc. Họ thường có khuynh hướng không nhìn thấy khoảng "xam xám" bao giờ cũng có giữa hai đầu trắng và đen. Một nhận xét khác là ở phương Tây thường có rất nhiều người sống đầy đủ tiện nghi ở các thành phố lớn, nhưng họ sống cô lập, tách khỏi đại khối nhân loại chung quanh. Tôi lấy làm lạ - vì trong khi họ có đầy đủ vật chất như vậy, và họ có cả ngàn người sống chung quanh là anh chị em hàng xóm của họ, mà nhiều người chỉ có thể bày tỏ tình yêu chân thành đối với loài chó và loài mèo. Tôi nghĩ lý do là vì họ không giữ được các giá trị tâm linh. Nguyên do có lẽ là vì sự cạnh tranh gay gắt trong cuộc sống, từ đó sinh ra lòng sợ hãi và tâm trạng bất an. Tượng trưng cho tình trạng tha hóa cô đơn đó, tôi thấy ngay ở nhà một người giàu có đã tiếp đón tôi. Đó là một ngôi nhà rộng, được xây cất để sống thật tiện nghi, có đủ các thứ máy móc trong nhà. Nhưng khi đi vào trong phòng tắm, tôi nhìn thấy ngay hai lọ thuốc viên lớn. Một lọ là thuốc an thần, lọ kia chứa thuốc ngủ. Điều này chứng tỏ sự phồn vinh về vật chất không tạo ra hạnh phúc lâu dài.

Như đã trình bầy, các chuyến du hành của tôi đều do người ta mời. Thường họ mời tôi nói chuyện với quần chúng. Khi đó, tôi chọn ba cách nói. Thứ nhất, với tính cách một con người, tôi nói về đề tài "trách nhiệm phổ cập", có nghĩa là mỗi chúng ta đều có trách nhiệm đối với nhau, đối với mọi chúng sinh và với thiên nhiên. Thứ hai, với tính cách một tăng sĩ, tôi cố đóng góp vào sự hòa hợp và gia tăng hiểu biết giữa các tôn giáo. Tôi tin tưởng chắc chắn rằng tất cả các tôn giáo đều nhắm làm con người tốt lành hơn, và mặc dù có các tư tưởng dị biệt, ngay cả các căn bản dị biệt, tất cả đều mong giúp loài người sống hạnh phúc. Nói vậy không phải là tôi đang cổ động cho một tôn giáo toàn cầu hay là Siêu tôn giáo. Đúng ra, tôi nhìn thấy tôn giáo như là các liều thuốc trị bịnh. Tùy theo thứ bịnh mà thầy thuốc cho các món thuốc khác nhau. Cho nên, khi mọi người mắc các bịnh tâm linh khác nhau thì phải có các món thuốc tâm linh khác nhau.

Sau cùng, với tính cách một người Tây tạng, lại là Đạt Lai Lạt Ma, tôi nói về xứ sở, dân tộc tôi và nền văn hóa Tây tạng, khi nào có người muốn nghe. Nhưng, mặc dù tôi rất phấn khởi khi có người tỏ ra quan tâm đến quê hương và nỗi thống khổ của đồng bào tôi trên đất Tây tạng bị chiếm đóng, và mặc dù điều đó giúp tôi thêm quyết tâm tranh đấu cho công lý, tôi vẫn không nghĩ rằng những người ủng hộ chúng tôi là những người "thân Tây tạng". Đúng ra, tôi nghĩ họ là những người "yêu công lý".

Một điều đáng chú ý trong các chuyến đi này là các giới trẻ rất chú ý đến những chuyện tôi nói. Một nguyên do khiến họ thích thú nghe chắc là vì tôi luôn luôn yêu cầu cuộc nói chuyện diễn ra một cách thân mật, không long trọng. Riêng phần tôi, tôi thấy các cuộc trao đổi với các bạn trẻ rất ích lợi. Họ đặt những câu hỏi đủ chuyện khác nhau, từ giáo lý "Không" của Phật giáo đến quan niệm của tôi về vũ trụ và vật lý hiện đại, rồi tới chuyện đạo đức và tính dục. Các câu hỏi bất ngờ và phức tạp làm tôi thích thú nhất. Chúng rất hữu ích cho tôi, vì buộc tôi phải quan tâm đến các vấn đề mà thường thường tôi không nghĩ tới. Chuyện này giống như các cuộc tranh luận hồi ở tu viện. Một nhận xét nữa là nhiều người, nhất là người tây phương, có óc hoài nghi rất cao. Đây cũng là điều rất tốt, miễn là từ đó chúng ta đi tìm hiểu sâu xa hơn về điều ta hoài nghi.

Những người có óc hoài nghi nhất là các nhà báo, các phóng viên, mà có lẽ vì tôi ở ngôi vị Đạt Lai Lạt Ma, tôi được gặp rất nhiều trong khi du hành. Thường thường người ta bảo các ông bà nhà báo trong thế giới tự do này là những người khó tánh và dữ nhất, nhưng nói chung, tôi không thấy như vậy. Phần lớn họ đều rất thân thiện dù lúc mới gặp có vẻ gay go. Chỉ thỉnh thoảng mới có cuộc đối đáp trở thành tranh luận gay gắt. Khi đó, tôi thường ngưng nói nếu câu chuyện chuyển qua chuyện chính trị mà tôi thường muốn tránh.

Ai cũng có quyền bảo vệ quan điểm của riêng mình và tôi không nghĩ tôi phải thay đổi quan niệm của họ. Trong một chuyến du hành gần đây của tôi, điều đó đã thật sự xảy ra. Sau cuộc họp báo, nhiều người không hài lòng về các câu trả lời của tôi. Nhưng tôi không lo ngại gì về chuyện này. Mỗi người phải tự kết luận về cuộc tranh đấu của dân Tây tạng coi có chính đáng hay không. Gặp mấy nhà báo và họ không hài lòng còn không tệ bằng mấy vụ tôi phải xuất hiện trước máy truyền hình. Một lần ở Pháp, tôi được mời nói trực tiếp trước máy thâu hình trong một giờ tin tức. Họ bảo xướng ngôn viên sẽ nói với tôi bằng tiếng Pháp và tôi sẽ có người phiên dịch đồng thời sang tiếng Anh, tôi đeo cái máy nghe vào tai. Nhưng vì trục trặc, tôi không nghe và hiểu được tý nào hết.

Một lần khác, ở thủ đô Hoa thịnh đốn (Mỹ), tôi lại phải lên truyền hình. Nhưng lần này có một mình tôi trong phòng thâu hình. Người phỏng vấn tôi thì ngồi ở tận Nữu ước. Họ dặn tôi nhìn thẳng vào cái màn ảnh trước mặt, trên đó không phải có hình ông ta mà lại chiếu lên hình tôi. Thật là lúng túng, vì phải nói như là nói với chính mình làm tôi bối rối nói không ra lời. Mỗi lần ra ngoại quốc tôi đều tìm cách gặp các người theo tôn giáo khác, để phát triển cuộc đối thoại giữa các tôn giáo. Một lần tôi gặp một số người Thiên Chúa giáo cũng có ý định tương tự. Nhờ thế chúng tôi tiến đến một cuộc trao đổi giữa các tu viện.

Một số tăng sĩ Tây tạng đến ở vài tuần trong một tu viện Thiên Chúa, trong khi đó một số các tu sĩ Thiên Chúa giáo đến ở với chúng tôi tại Ấn độ. Cuộc trao đổi thật hữu ích cho cả hai bên. Về phần chúng tôi, nhờ đó mà chúng tôi hiểu rõ nếp suy nghĩ của người theo tôn giáo khác một cách sâu xa hơn. Trong số các nhân vật tôn giáo được hội kiến, tôi xin nói về mấy vị thôi. Đức Giáo Hoàng đương nhiên là một người tôi hết sức kính trọng. Trước hết chúng tôi xuất thân có phần giống nhau nên hiểu nhau ngay lập tức. Lần đầu gặp ngài, điều tôi chú ý nhất là ngài rất thực tế, kiến thức và tinh thần rộng mở. Tôi thấy rõ chắc chắn ngài là một nhà lãnh đạo tinh thần vĩ đại. Một người đã gọi kẻ định giết mình là "anh em", như Giáo Hoàng Jean Paul đã gọi, phải là người thực nghiệm một cuộc sống tâm linh rất cao. Mẹ Theresa mà tôi hội kiến tại phi trường Delhi năm 1988 sau khi cả hai chúng tôi cùng đi dự một hội nghị ở Oxford Anh quốc trở về, cũng là một người tôi vô cùng kính trọng. Điều khiến tôi chú ý nhất là đức khiêm cung tuyệt đối hiện ra trong cung cách của bà. Đối với một Phật tử, bà đúng là một vị Bồ tát thiện thân.

Một người khác mà tôi thấy đúng là một Đại sư, đó là một tu sĩ Công giáo tôi gặp tại ngôi cốc ẩn tu gần Monserrat,7 Tây ban nha. Ông đã tịch cư, ẩn thân tại đó bao nhiêu năm rồi, giống một vị hiền giả

Đông phương. Mỗi ngày ông chỉ ăn chút bánh mì, uống nước lạnh và lâu lâu uống chút trà. ông nói rất ít tiếng Anh, còn ít hơn cả tôi, nhưng nhìn vào mắt ông là đủ thấy mình đang đứng trước một nhân cách siêu phàm, một người thực hiện tín ngưỡng tâm linh đích thực. Khi tôi hỏi ông đề tài suy gẫm của ông là gì, ông trả lời giản dị: "Tình yêu thương". Từ khi gặp ông, tôi vẫn nghĩ đến ông như một Milarepa hiện đại. Milarepa là một vị tổ người Tây tạng đã sống nhiều năm ẩn cư trong hang núi, thiền quán và sáng tác các bài thơ tôn giáo.

Một vị lãnh tụ tinh thần khác mà tôi gặp nhiều lần là giáo chủ Anh quốc giáo, tiến sĩ Robert Runcie, tức Giám Mục Canterbury (tôi vẫn cầu nguyện cho Terry Waite, một người phụ tá lưu động rất can đảm của ngài). Giáo chủ Runcie và tôi cùng nghĩ rằng tôn giáo liên quan mật thiết đến chính trị, và chúng tôi đồng ý tôn giáo phải phục vụ nhân loại, không thể xa rời thực tế. Các nhà tu hành không thể chỉ giúp đời bằng cầu nguyện và kinh kệ. Họ có bổn phận tinh thần phải đóng góp bằng tất cả khả năng của mình để giải quyết các khó khăn ở cõi đời.

Có lần một chính trị gia Ấn độ đã đặt vấn đề này để chất vấn tôi. Ông nói một cách rất khiêm nhường: "Thưa ngài, chúng tôi chỉ làm chính trị, chúng tôi không lãnh đạo về tôn giáo. Điều chúng tôi quan tâm nhất là phục vụ nhân dân bằng chính trị mà thôi". Tôi đã trả lời ông: "Một chính trị gia cần đến tôn giáo còn hơn một nhà ẩn tu. Nếu một nhà ẩn tu mà có vọng niệm, thì ông ta chỉ tự hại mình. Nhưng nếu một người có ảnh hưởng trực tiếp đến toàn thể xã hội mà hành động với tà ý thì ảnh hưởng xấu sẽ lan ra đến rất nhiều người. Tôi thấy chính trị và tôn giáo không thể đối nghịch lẫn nhau vì thật ra thế nào gọi là tôn giáo? Theo tôi nghĩ tất cả các hành động nào phát sinh bởi thiện niệm (ý tốt) thì gọi là hành động tôn giáo. Ngược lại, nếu một đám người tụ tập trong chùa hay trong nhà thờ, cùng nhau cầu nguyện mà không có một thiện niệm thì họ cũng không đang hành xử theo tôn giáo của họ".

Trong các chuyến du hành của tôi, mặc dù không có ý tìm gặp, tôi cũng có dịp hội kiến một số chính trị gia. Như ông Edward Heath, cựu thủ tướng Anh mà tôi đã gặp bốn lần. Ông cũng giống như thủ tướng Nehru, lần đầu tiên gặp tôi ông tỏ ra ngỡ ngàng, không theo dõi được các điều tôi trình bày. Nhưng trong ba lần sau thì chúng tôi đã trò chuyện rất lâu và rất thắng thắn về các vấn đề giữa Tây tạng và Trung hoa. Và ông Heath tỏ ra rất thán phục các tiến bộ về nông nghiệp tại Trung hoa. Ông cũng nói, với tư cách một người đi thăm Tây tạng gần đây hơn tôi nhiều, về các thay đổi mới diễn ra trong xứ tôi - đặc biệt là lòng ngưỡng mộ của nhân dân đối với Đạ Lai Lạt Ma. Theo ông thấy, tâm trạng đó đang dần dần tan biến, nhất là trong giới trẻ. Đó là một quan điểm đáng chú ý, nhất là của một chính khách cao cấp từng liên hệ rất nhiều với Bắc kinh. Dẫu sao, tôi cũng thưa lại với ông rằng tôi không quan tâm đến địa vị của Đạt Lai Lạt Ma bằng quyền lợi của sáu triệu dân Tây tạng đang bị đô hộ. Sau đó tôi nói thêm rằng theo tôi biết thì sự ủng hộ Đạt Lai Lạt Ma của giới trẻ ở Tây tạng hiện cao hơn bao giờ hết, và cảnh lưu vong của tôi là một sự kiện đoàn kết tất cả dân Tây tạng tới một mức mà trước kia chưa bao giờ đạt tới. Chúng tôi vẫn liên lạc với nhau dù ý kiến bất đồng, và tôi luôn luôn nghĩ ông Heath là một người có kiến thức quảng bác về thời cuộc thế giới. Mặt khác, tôi cũng phải thán phục khả năng tuyên truyền xuyên tạc rất cao của người Trung hoa, nên mới đánh lừa được cả các chính trị gia giàu kinh nghiệm như ông.

Một hiện tượng rất hay trong gần hai chục năm qua là càng ngày Phật giáo càng được các nước Tây phương lưu tâm. Tôi rất vui mừng thấy nay đã có tới năm trăm trung tâm Phật giáo Tây tạng tại Âu Châu và Bắc Mỹ, mặc dù điều này tôi không thấy quan hệ lắm. Tôi lúc nào cũng hoan hỉ nếu có người được an lạc nhờ thực hành Phật pháp. Nhưng khi việc thực hành Phật pháp lại khiến cho người ta phải từ bỏ tôn giáo của họ, thì tôi luôn luôn khuyên họ phải suy nghĩ thận trọng. Thay đổi tín ngưỡng sẽ có thể gây các xung đột nội tâm và hầu như lúc nào cũng rất khó khăn. Dù sao, tại các địa phương mới phát triển Phật giáo này, lâu lâu tôi cũng đến làm lễ, theo lời yêu cầu của Phật tử. Thí dụ tôi đã làm lễ truyền giới Kalachakra ở mấy nước ngoài Ấn độ - không phải chỉ để giúp người ta hiểu rõ hơn về nếp tư duy và sinh hoạt theo Phật giáo Tây tạng, mà còn cố gắng để kiến tạo hòa bình thế giới, phát khởi từ nội tâm.

Nhân tiện nói về vấn đề phát triển Phật giáo ở phương Tây, tôi muốn nêu thêm một nhận xét là đã có khuynh hướng phân biệt tông phái trong các tân tín đồ. Điều này vô cùng lầm lẫn. Không bao giờ nên để cho tôn giáo thành đầu mối các xung đột, thành một yếu tố chia rẽ cộng đồng nhân loại. Về phần tôi, chính tôi đã tham dự các lễ nghi của những tôn giáo khác, khởi tâm từ niềm tôn kính của tôi về các đóng góp mà những tôn giáo khác đã cống hiến cho hạnh phúc con người. Và tôi cũng theo truyền thống của vô số các vị Lạt Ma thời xưa và thời nay, tôi học hỏi càng nhiều các giáo pháp khác nhau càng tốt. Vì mặc dù nhiều giáo phái chủ trương tín đồ nên giữ truyền thống của họ, người ta vẫn luôn luôn tự do làm điều gì họ thấy phù hợp hơn cả. Hơn nữa, xã hội Tây tạng rất khoan dung đối với các tín ngưỡng khác. Không những có một cộng đồng Hồi giáo rất phát triển tại Tây tạng, mà các phái bộ truyền giáo của Thiên Chúa giáo cũng được tiếp nhận không trở ngại. Do đó, tôi lúc nào cũng ủng hộ một đường lối tự do. Phân biệt tông phái là một liều độc dược. Đối với tôn giáo của chính tôi, tôi cố gắng sống suốt đời theo đuổi hạnh nguyện Bồ tát.

Theo tư tưởng Phật giáo, một vị Bồ tát là một người đang trên con đường thành Phật mà muốn hy sinh chính mình để giúp tất cả chúng sinh giải thoát khỏi khổ đau. Muốn hiểu chữ Bồ tát, Bodhisattva, thì nên dịch riêng hai chữ, Bodhi: Bồ đề và Sattva: Tát đỏa. Bồ đề nghĩa là hiểu biết về chân tướng của mọi sự mọi vật, và Tát đỏa là người có tâm từ bi rộng lớn. Lý tưởng Bồ tát là hạnh nguyện hành động theo tâm từ bi vô lượng với trí huệ vô lượng. Để theo đuổi hạnh nguyện này, tôi đã chọn làm một tăng sĩ. Tăng của Phật giáo Tây tạng có 253 giới (ni có 364 giới). Và nếu hết lòng hành trì nghiêm cẩn các giới luật này, tôi sẽ tự giải thoát mình khỏi nhiều phiền trược và khổ não ở đời. Một số giới luật có tính cách thuần nghi lễ, như khi một tăng sĩ đi sau vị viện chủ thì phải đi cách xa mấy bước. Các giới luật khác là về cách hành xử của tăng sĩ. Bốn lời thệ nguyện căn bản liên quan đến các giới cấm, như một tăng sĩ không được sát sanh, không được trộm cắp, không được nói dối về trình độ tu tập của mình.

Tăng sĩ cũng phải sống độc thân. Nếu vi phạm một trong các giới trên thì không còn là tăng sĩ nữa. Có lúc tôi cũng tự hỏi giới luật về độc thân có thật cần thiết hay không. Nói rõ hơn, hành trì sắc giới không phải là chuyện đè nén sắc dục. Ngược lại cần phải chấp nhận dục vọng thể xác là một hiện tượng có thật và tìm cách vượt lên trên các dục vọng đó bằng sức mạnh của trí tuệ. Khi thực hành được thành công thì tâm linh sẽ được lợi lạc rất nhiều. Vấn đề của sắc dục là nó rất mù quáng. Khi nói: "tôi muốn ngủ với người này" là phát biểu một ý muốn không có định hướng tốt, theo nghĩa một câu như: "tôi muốn làm hết cảnh nghèo trên thế gian", là một phát biểu có ý thiện. Hơn nữa, sự thỏa mãn về tình dục chỉ làm cho người ta thỏa mãn tạm thời. Như ngài Long Thọ, một đại hiền giả Ấn độ đã nói :

"Khi ngứa gãi thì sướng. Nhưng nếu không bao giờ ngứa thì vẫn sướng hơn tất cả những lần gãi."

Về việc hành trì hàng ngày của tôi, tôi dùng 5 giờ rưỡi mỗi ngày để tụng kinh, niệm Phật, thiền quán và học hỏi. Ngoài ra, khi nào có giờ rảnh trong ngày là tôi tụng niệm, chẳng hạn vào bữa ăn hay khi du hành. Có ba lý do chính để tụng niệm trong lúc du hành: thứ nhất, để hoàn tất bổn phận hàng ngày của một tăng sĩ, thứ hai, để dùng thời giờ một cách hữu ích, và thứ ba, để bớt sợ hãi! Suy nghĩ một cách nghiêm chỉnh hơn, tôi thấy bổn phận tôn giáo và đời sống hàng ngày không có gì khác biệt nhau. Hành đạo là việc làm 24 giờ một ngày. Trong thực tế, mỗi việc làm trong ngày đều có một bài kệ, từ lúc thức dậy đến rửa mặt, ăn uống và cả việc đi ngủ. Đối với hành giả theo Mật tông thì những sự hành trì ngay trong giấc ngủ say hay lúc nằm mơ là các chuẩn bị hệ trọng cho lúc qua đời.

Nhưng giờ hành trì tốt nhất đối với tôi là sáng sớm. Tâm trí còn tươi mát và minh mẫn nhất. Vì thế tôi thức dậy lúc 4 giờ sáng. Khi thức dậy, tôi tụng các bài kệ mở đầu một ngày. Sau đó tôi uống ly nước nóng và uống thuốc, rồi đảnh lễ chư Phật trong khoảng nửa giờ. Việc lạy Phật có hai mục đích : tăng phước (nếu nhất tâm kính lễ) và thể dục. Sau khi lạy Phật, tôi rửa ráy và đọc bài kệ khi rửa ráy. Rồi tôi ra ngoài đi bộ, vừa đi vừa tụng các bài kệ, cho đến giờ ăn sáng. Tôi ăn sáng trong vòng nửa giờ (bữa ăn khá đầy đủ), vừa ăn vừa đọc kinh. Từ 5g45 đến 8 giờ, tôi thiền quán, chỉ ngưng lúc 6g30 sáng để nghe bản tin thế giới của đài BBC. Rồi từ 8 giờ đến 12 giờ, tôi học hỏi về tư tưởng triết học Phật giáo.

Từ trưa đến lúc ăn cơm 12g30, tôi đọc các công văn và báo chí. Tới lúc ăn trưa tôi lại đọc kinh. Từ 1 giờ trưa đến 5 giờ chiều, tôi làm việc tại văn phòng, các công việc của chính phủ, và tiếp khách. Sau giờ làm việc, trở về nhà riêng, tôi lại tụng niệm và thiền quán ngay. Nếu có chuyện gì trên truyền hình đáng coi thì tôi coi, rồi tôi dùng trà lúc 6 giờ chiều. Trong lúc dùng trà, tôi cũng đọc kinh, và sau đó tụng niệm từ 8g30 tới 9 giờ thì đi ngủ. Sau đó là giấc ngủ rất say. Giờ giấc như trên tất nhiên có lúc cũng thay đổi. Đôi khi buổi sáng tôi dự lễ thí phát và buổi chiều giảng Phật pháp.

Nhưng không bao giờ tôi thay đổi các thời công phu tức là giờ tụng niệm sớm tối, và giờ thiền quán. Việc hành trì trên đây cũng có lý do rất giản dị. Buổi sáng khi tôi đảnh lễ, là tôi quy y Tam Bảo, quay về nương tựa Phật, Pháp và Tăng. Phần thứ hai sau đó là để phát Bồ Đề Tâm (Bodhichitta), bước đầu là ý thức về lẽ vô thường của vạn pháp, và bước thứ hai là nhận thức về chân tướng của hiện hữu là Khổ. Nhận định hai điều trên rồi mới có thể phát tâm Từ Bi. Để phát tâm từ bi nơi chính mình, tôi dùng vài phương pháp quán tưởng để phát huy tình thương về mọi chúng sinh, đặc biệt là các kẻ gọi là thù địch của mình. Chẳng hạn tôi quán tưởng rằng không phải người ta là kẻ thù nghịch với tôi, nhưng các hành động của họ khiến họ trở thành thù nghịch. Nếu họ thay đổi cách hành xử thì kẻ mà bây giờ gọi là thù, mai mốt sẽ thành bạn tốt ngay. Phần thiền quán sau đó là quán tưởng về Không (Sunya), trong đó tôi quán chiếu tính cách tương liên rất tế nhị của vạn pháp.

Một phần trong công phu hành trì này là "thiền quán du già"(Lhai Naljor). Tôi dùng các Mạn Đà La khác nhau để thị kiến như mình trải qua nhiều kiếp ở thiên giới. Xin đừng hiểu lầm rằng khi quán tưởng như vậy là tin tưởng vào sự hiện hữu độc lập của ngoại giới. Để hành trì phép này, tôi tập trung tâm thức đến mức độ không còn vướng bận về các cảm giác do năm giác quan tiếp nhận. Tình trạng đó không gọi là xuất hồn, vì tâm trí tôi vẫn hoàn toàn tỉnh táo, mà thật ra, đó là sự thực chứng của ý thức tinh ròng. Nói như vậy nghĩa là gì lại là điều rất khó giải thích, cũng khó như khi một nhà khoa học tìm cách giải thích từ ngữ "Không - Thời gian". Ngôn ngữ cũng như kinh nghiệm của cuộc sống thường ngày đều không dùng để truyền đạt sự thực chứng của "Chân Tâm hay Chân Như tinh ròng". Chỉ có thể nói rằng việc hành trì đó không dễ dàng. Cần nhiều năm tập luyện mới đạt được.

Một phần quan trọng trong việc hành trì thường nhật của tôi liên hệ đến sự chết. Tôi nghĩ chúng ta có hai điều có thể làm trước khi chết. Hoặc chúng ta chọn con đường coi như không có nó, như vậy ta có thể lãng quên chuyện chết đi trong một khoảng thời gian ngắn; hay là chúng ta đối diện với sự chết của chính mình sẽ xảy ra và phân tích nó, nhờ thế ta có thể giảm bớt những khổ đau mà cái chết thế nào cũng gây ra. Dù theo cách nào chúng ta cũng không thoát khỏi cái chết. Nhưng là Phật tử, tôi thấy chết là quá trình tự nhiên của sự sống, tôi chấp nhận đó là một điều thực tế trong cõi đời vô thường này. Khi thấy đó là một thực tế không thể tránh khỏi, tôi thấy lo âu về nó là một chuyện vô ích. Tôi nhận định cái chết cũng giống như là thay đổi quần áo khi nó đã cũ rách. Tự nó không phải là một cứu cánh. Và chết cũng là chuyện không thể dự hệu. Mình không biết lúc nào nó đến, và đến như thế nào. Vậy chỉ nên lo chuẩn bị để đến lúc nó sẽ tới. Là một Phật tử, tôi cũng nghĩ rằng chết là một việc rất quan trọng. Đó là lúc mà các kinh nghiệm sâu xa nhất và lợi lạc nhất sẽ thể hiện nơi mình. Vì thế, có nhiều bậc đại sư đã viên tịch, lìa bỏ cõi trần, trong lúc đang thiền quán. Khi các ngài qua đời như vậy, thường thường nhục thân của các ngài còn nguyên rất lâu ngày sau khi chết mà không bị hư hoại.

"Công việc" hàng ngày của tôi chỉ thay đổi khi tôi an cư. Trong các dịp đó, ngoài các công phu hành trì thường nhật, tôi còn thiền quán các phép đặc biệt. Tôi thực tập thay vào giờ thiền quán thường và giờ học giáo lý buổi sáng, giữa bữa sáng và bữa trưa. Các việc thường xuyên đó làm vào buổi chiều. Thời biểu sau giờ uống trà thì không thay đổi. Tuy nhiên các quy tắc trên không cố định. Đôi khi vì công vụ cấp bách, tôi phải làm việc hành chánh hoặc tiếp khách trong thời gian an cư. Khi đó tôi phải bớt ngủ đi cho đủ thời giờ.

Mục đích của việc an cư là để người hành giả dành hết thời giờ tập trung vào việc chuyển hóa tâm thức. Tôi rất ít thời giờ để có cơ hội an cư. Một năm, nếu may mắn thì tôi an cư được khoảng hai lần, mỗi lần một tuần. Lâu lâu tôi cũng dành được một tháng. Năm 1973 tôi rất mong có dịp an cư luôn ba năm, nhưng hoàn cảnh không cho phép. Tôi vẫn mong có dịp thực hiện được ý nguyện đó. Trong khi chờ đợi tôi phải tạm dùng các dịp "sạc bình điện" ngắn hạn, như tôi vẫn nói. Một tuần lễ thời gian thật quá ngắn ngủi để đạt tiến bộ hay phát triển được cái gì, nhưng chỉ đủ để tôi tự tái tạo lại năng lượng của mình như "sạc lại điện". Muốn phát triển tâm thức thì cần một thời gian lâu hơn một tuần mới đủ. Đó cũng là lý do tôi vẫn coi mình chỉ mới ở mức độ sơ khai trong việc phát triển tâm thức.

Tất nhiên một lý do khiến tôi ít thời giờ an cư là vì bây giờ tôi phải du hành rất nhiều, nhưng tôi không lấy thế làm tiếc. Nhờ du hành nên tôi có thể chia xẻ các kinh nghiệm và hy vọng với nhiều người mà nếu tôi không đi xa thì không thể làm được. Và trong khi tôi chia xẻ với mọi người, tôi luôn luôn đứng ở quan điểm của một tăng sĩ Phật giáo. Điều đó không có nghĩa là tôi nghĩ chỉ khi theo đạo Phật người ta mới có thể mang lại hạnh phúc cho mình và cho người khác. Trái lại, tôi tin rằng chuyện đó cả người không tôn giáo cũng có thể làm được. Tôi chỉ dùng Phật pháp như một thí dụ, vì trải qua cuộc sống, tôi thấy giá trị của giáo lý đó. Ngoài ra, xuất gia từ lúc lên sáu tuổi, tôi có chút hiểu biết về Phật pháp!

Chương XII

Huyền Thuật Và Thần Bí Tây Tạng

Người ta thường hay hỏi tôi về những điều được coi là huyền bí trong Phật giáo Tây tạng. Nhiều người Tây phương muốn biết rằng những người như Lobsang Rampa (và một số các tác giả khác), khi viết về những phép tu luyện huyền bí Tây tạng, họ có tả đúng với sự thật hay không? Họ cũng hỏi xứ Shambala có thực hiện hữu không? (Shambala là một địa danh trong truyền thuyết, thường được nói tới trong vài văn bản cổ, một khu đã chìm khuất trong miền Bắc hoang vu của xứ Tây tạng).

Khoảng đầu thập niên 1960, tôi nhận được lá thư của một khoa học gia nổi tiếng, nói rằng ông nghe đồn các trưởng lão Lạt ma có thể thực hiện được những việc siêu phàm, ông muốn được tôi cho phép làm những thử nghiệm để kiểm chứng.

Đối với hai câu hỏi đầu, tôi thường trả lời rằng đa số những cuốn sách viết về thần bí Tây tạng đều là những sản phẩm tưởng tượng, và xứ Shambala có hiện hữu, nhưng không hiện hữu trong nghĩa bình thường. Đồng thời, nếu phủ nhận chuyện tu tập theo Phật giáo Mật tông có thể gây ra những hiện tượng thần bí thì cũng sai lầm nốt. Vì vậy, tôi nửa muốn trả lời nhà khoa học là những điều ông ta nghe nói đều đúng cả, và tôi ủng hộ ý kiến thí nghiệm kiểm chứng của ông. Nhưng mặt khác tôi rất tiếc phải báo tin cho ông hay rằng, con người mà ông muốn thử nghiệm đó còn chưa ra đời! Thực ra, vào thời gian đó, có những lý do thực tế khiến cho các thử nghiệm khoa học chưa thể thực hiện nổi. Từ đó tới nay, tôi đã đồng ý cho một số nghiên cứu khoa học để tìm hiểu về bản chất vài loại công phu đặc biệt.

Thử nghiệm đầu tiên do bác sĩ Herbert Benson, hiện là khoa trưởng phân khoa Y khoa Hành Xử tại đại học Havard Hoa kỳ. Khi tôi tới thăm nước Mỹ lần đầu, vào năm 1979, ông tới gặp tôi, cho biết ông đang nghiên cứu về trạng thái sinh lý của người đang thiền định, trạng thái mà ông gọi tên là "những cảm ứng thư giãn" (Relaxation response). Ông tin rằng chúng ta sẽ hiểu biết vấn đề này hơn nếu ông được làm thử nghiệm với các vị thiền tập từ lâu năm, đã đạt tới một trình độ cao cấp. Tôi là người rất tin tưởng ở khoa học hiện đại, nên quyết định cho phép ông tiến hành việc khảo cứu, sau một hồi do dự.

Tôi hiểu, sẽ có nhiều người Tây tạng khó chịu về chuyện này. Họ cho rằng các phép tu phải được giữ kín, vì đã được bí truyền từ thời xưa. Ngược lại các ý tưởng này, tôi nghĩ rằng kết quả của công việc nghiên cứu không những đem lợi ích cho khoa học, mà cũng sẽ có ích cho cả người hành trì tôn giáo, nên sẽ có ích lợi chung cho nhân loại. Bác sĩ Benson khá hài lòng về những điều đặc biệt mà ông khám phá ra.(Những thành quả của các thử nghiệm ông làm được đăng tải trong mấy cuốn sách và tạp chí khoa học, kể cả tờ Nature). Ông ta sang Ấn độ, vùng Dharamsala, với hai người phụ tá và một lô máy móc tối tân để làm thử nghiệm với mấy vị sư tại Ladakh và Sikkim, phía bắc của Dharamsala. Các vị sư dự vào cuộc nghiên cứu này tập phép luyện "Lửa Tam Muội" (Tumo-Yoga), là chứng quả của một công phu đặc biệt Mật tông. Khi quán tưởng về các trung tâm nội lực (Chakras) và các luồng kinh mạch (Nadis), họ có thể kiểm soát và tạm ngừng các hoạt động tâm ý thô phù, để đi vào những tầng lớp hoạt động vi tế hơn.

Trong tư tưởng Phật giáo, có nhiều tầng lớp của Tâm Thức (Conciousness). Phần thô phù gồm có nhãn thức, nhĩ, tỷ, thiệt, và thân thức (Cái Biết của mắt, tai, mũi, lưỡi và thân). Trong khi đó, các tâm thức vi tế là những tâm thức thể hiện khi con người sắp chết. Một trong những mục tiêu của Mật tông là giúp hành giả "sống trạng thái gần cái chết", vì chỉ như vậy người ta mới thực hiện được những khả năng siêu việt của thần thức. Khi những tâm thức thô phù được ngưng lại, thì người ta có thể quan sát qua những hiện tượng sinh lý.

Trong cuộc thử nghiệm, bác sĩ Benson đã đo được sự gia tăng thân nhiệt thêm 18 độ Farenheit (hay 10oC) của các thiền sư luyện lửa Tam Muội, đo ngoài da và đo cả trong hậu môn. Sự gia tăng thân nhiệt này khiến cho các vị sư có thể làm khô một tấm vải nhúng nước lạnh quấn quanh người họ, dù nhiệt độ tại nơi ngồi thiền dưới 0 độ.

Bác sĩ Benson cũng đã chứng kiến và đo nhiệt độ của các vị sư cởi trần, ngồi thiền trên tuyết suốt đêm mà thân nhiệt không giảm. Trong những lúc thiền tập này, ông cũng ghi nhận các vị sư đã giảm thiểu số lượng Oxygen hít vào tới độ như chỉ thở 7 hơi trong một phút. Sự hiểu biết của chúng ta về cơ thể con người chưa đủ để giải thích những hiện tượng như vậy. Bác sĩ Benson nghĩ rằng, có thể nhờ quán tưởng, các thiền sư đã đốt được một thứ "mỡ nâu" có sẵn trong cơ thể, hiện tượng trước đây người ta tưởng chỉ có nơi những con thú ngủ suốt mùa Đông tại các vùng băng giá. Dù giải thích bằng cách nào, điều làm cho tôi vui là có những chuyện khoa học Tây phương có thể học hỏi từ văn hóa Tây tạng. Ngoài ra, tôi thấy có mấy kinh nghiệm khác của chúng tôi cũng sẽ có ích nếu được nghiên cứu một cách khoa học. Tỷ dụ như hiện tượng Thánh nhập hay Cốt thánh (Oracles), hiện nay vẫn là một sinh hoạt quan trọng trong đời sống dân Tây tạng, tôi hy vọng một ngày nào sẽ được khoa học tìm hiểu.

Trước khi đi vào chi tiết, tôi muốn nhấn mạnh rằng hiện tượng thánh nhập không phải chỉ là chuyện bói toán. Tiên tri chỉ là một phần hoạt động của hiện tượng này. Có khi Cốt Thánh hiện lên như một vị thần hộ mạng, hay như một vị thầy chữa bệnh. Nhiệm vụ chính của Cốt thánh là giúp cho dân chúng thực hành Phật Pháp. Chữ Oracles không diễn tả đúng nghĩa, vì nó chỉ những người có khả năng tiên tri mà thôi. Điều này không đúng. Theo truyền thống Tây tạng, chỉ có một số người (cả Nam lẫn Nữ) có thể làm trung gian giữa thế giới tự nhiên và thế giới thần linh. Chúng tôi gọi đó là các vị Cốt thánh (Kuten).

Những ông Cốt này, có thể hiểu như những "xác phàm". Chữ Oracle nếu dùng để chỉ một ông Cốt cũng chỉ để cho dễ hiểu mà thôi. Thực ra Oracle có thể mô tả là một vị Thần Linh liên hệ trực tiếp với một sự vật đặc biệt, như một pho tượng, một con người, một nơi chốn nào đó. Nhưng cũng không nên vì vậy mà tin tưởng ở sự hiện hữu của những thực thể độc lập, hoàn toàn bên ngoài, không liên hệ gì tới chúng ta. Ngày xưa, xứ Tây tạng có tới dăm trăm cốt thánh. Nay chỉ còn lại một số ít, và các cốt thánh quan trọng nhất vẫn được chính phủ dùng. Ông cốt chính trong nhóm đó là Nechung, qua ông, vị thần Dorjé Drakden hộ mạng Đạt Lai Lat mathường nhập vào. Nechung là hậu duệ của hiền giả Dharmapala, gốc người Ấn độ, nguyên cư trú tại Batar Hor, thuộc vùng Trung Á. Trong thế kỷ thứ VIII, thời vua Trisong Dretsen, vị hiền giả này được bổ nhiệm làm trưởng tu viện Samye. Đó là tu viện Phật giáo Mật tông đầu tiên do đại sư Padmasambhava (vị lãnh đạo tinh thần của Tây tạng thời đó), và tu viện trưởng Shantarakshita xây dựng nên. Cả hai vị này đều là người Ấn độ. Vị Đạt Lai Lat mathứ II có liên hệ chặt chẽ với Nechung, lúc đó Nechung rất thân cận với tu viện Drepung. Và từ đó về sau, thần Dorjé Drakden được coi là thần hộ mạng của các Đạt Lai Lat makế tiếp. Từ cả trăm năm nay, theo truyền thống, dịp đầu năm mới là lúc Đạt Lai Lat mavà chính phủ hỏi ý kiến Cốt thánh Nechung. Vị Cốt thánh này cũng được thỉnh ý vào những lúc có việc cần thiết đặc biệt. Chính tôi đã triệu tới ông mấy lần mỗi năm.

Điều này coi có vẻ kỳ cục đối với độc giả Tây phương trong thế kỷ XX. Một số người Tây tạng tự coi là tiến bộ, cũng không còn chấp nhận việc tôi tiếp tục dùng phương pháp cổ truyền này để thu thập ý kiến. Nhưng tôi làm vậy, lý do giản dị chỉ vì nếu coi lại các câu trả lời của những kỳ tham vấn trước, thì mỗi lần cốt thánh đều cho những giải đáp xác đáng cả. Tôi không nói là tôi hoàn toàn tin tưởng nơi cốt thánh. Không phải vậy. Tôi hỏi ý kiến ông, cũng như tôi hỏi ý kiến hội đồng nội các, và tự vấn lương tâm của chính tôi. Tôi coi các thần linh cũng như "Thượng viện". Hội đồng nội các là "Hạ viện". Cũng như các nhà lãnh đạo khác, tôi hỏi ý kiến cả hai viện trước khi quyết định một việc quốc gia trọng đại. Đôi khi, ngoài Nechung, tôi còn hỏi ý kiến vài nhà tiên tri khác nữa. Trên một khía cạnh, trách nhiệm của Nechung và trách nhiệm của Đạt Lai Lạt ma đối với dân Tây tạng rất giống nhau, dù chúng tôi hành xử khác biệt.

Nhiệm vụ lãnh đạo của tôi là hành động một cách hòa bình. Cốt thánh, trong vai trò bảo vệ và bênh vực tôi, thường hay nóng giận. Tuy cùng nhiệm vụ, tôi đối với Nechung cũng như tướng chỉ huy đối với sĩ quan: tôi không bao giờ phải nghe theo ông. Chỉ có Nechung phải nghe lời Đạt Lai Lạt Ma. Nhưng chúng tôi rất gần nhau, như một đôi bạn thân vậy. Khi tôi còn nhỏ, thật là cảm động: Nechung rất thương yêu và luôn luôn chăm sóc tôi từng chút. Chẳng hạn như khi thấy tôi ăn mặc cẩu thả, dơ dáy, ông ta bèn tới sửa quần áo tôi lại cho ngay ngắn v.v... Dù thân cận,

Nechung luôn luôn tỏ ra kính trọng tôi. Dù liên hệ giữa ông và chính phủ không được tốt đẹp vào những năm chót của thời kỳ Phụ Chính, mỗi khi họ hỏi gì về tôi, ông vẫn tha thiết trả lời. Trong khi những câu hỏi về chính phủ thỉ ông trả lời rất khó hiểu, đôi lúc chỉ bật một tràng cười chế nhạo.

Tôi nhớ hồi tôi 14 tuổi, Nechung được hỏi một câu về Trung hoa. Thay vì trả lời trực tiếp câu hỏi, ông cốt chỉ quay về phương Đông (phía Trung hoa), đập đầu xuống đất một cách dữ dội. Nhìn ông đeo mũ nặng, động đầu xuống đất, ai cũng kinh sợ, vì ông có thể bị gãy cổ rất dễ dàng. ông làm như vậy ít nhất mười lăm lần, khiến cho ai cũng phải hiểu mối nguy hiểm đang nằm tại đâu.

Tham vấn Nechung không dễ gì. Phải có thì giờ và kiên nhẫn chờ ông mở miệng. ông ta rất bảo thủ và nghiêm nghị như một ông già cổ lỗ sĩ. Ông không ưa nói những chuyện không quan trọng, chỉ chú ý tới những chuyện lớn, nên phải đặt câu hỏi sao cho thích hợp. Ông cũng có những thiên kiến, thích điều này, không thích điều nọ, tuy ông không để lộ ra.

Nechung có tu viện riêng tại Dharamsala, nhưng thường là ông tới thăm tôi. Trong các dịp lễ chính thức, ông Cốt trang phục rất kỹ càng, gồm nhiều lớp quần áo: áo ngoài sặc sỡ, thêu chỉ vàng, phủ thêm một tấm y vẽ đủ màu xanh, đỏ, vàng. Trên ngực ông đeo một tấm gương có viền là những viên ngọc xanh và tím. Tấm gương bằng thép bóng loáng đó phản chiếu các mạn-đa-la của thần Dorjé Drakden.

Trước khi bắt đầu buổi lễ, ông còn đeo thêm một bộ giáp cắm 4 lá cờ và 3 cái phướn, Tất cả những trang phục này nặng hơn 70 lbs (trên 30kg), và khi Thánh chưa nhập, thì ông ta đi lại rất khó khăn. Buổi lễ bắt đầu bằng các bài hát và kinh cầu nguyện, có kèn trống và não bạt phụ họa. Một lát sau, thánh nhập vô ông cốt.

Người phụ tá giúp cốt thánh đi tới ngồi trên một cái ghế đẩu để trước ngai tôi ngồi. Sau thời kinh đầu, rồi thời kinh thứ hai, thánh nhập vô thân ông cốt sâu hơn... Lúc đó, người ta đội cho ông Cốt một cái mũ rất vĩ đại. Cái mũ ngày nay nặng chừng 30 lbs, thuở xưa nó còn nặng tới 80 lbs. Lúc này, khuôn mặt ông cốt thay đổi thấy rõ. Mặt ông trở nên man rợ, trương phình, biến thành một diện mạo khác hẳn: hai mắt tôi ra, má phồng lớn. Rồi ông cốt nín thở một chút. Đúng lúc đó, người ta thắt nút cái mũ thật chặt, chặt tới nỗi ông cốt sẽ phải chết ngạt, nếu thật sự không có chuyện kỳ bí nào đó đã xảy ra.

Thánh đã nhập vô ông cốt hoàn toàn, người ta thấy thân thể ông cốt trương lớn hẳn. Cốt thánh bắt đầu nhảy dựng lên và tuốt lấy cây kiếm của một người phụ tá, múa bằng những bước chân chững chạc, chậm mà uy nghi. Ông cốt tiến về phía tôi, nằm rạp hay quỳ xuống đảnh lễ, cho tới khi cái mũ chạm xuống đất, rồi nhảy lùi lại phía sau, hầu như không bận tâm gì về sức nặng của bộ trang phục ông mặc trên người. Ta không thể tưởng nghĩ được là năng lực siêu phàm của vị thần linh lại sẵn có trong cơ thể yếu ớt của ông cốt. Ông cử động, đi đứng như một hình nhân bằng cao su đang bị một quyền lực phi thường dùng lò so điều khiển.

Sau đó là cuộc đối thoại giữa tôi và ông cốt Nechung. Tôi có thể hỏi ông bất cứ câu hỏi nào. Sau khi trả lời tôi xong, ông cốt quay cái ghế, hướng về các nhân viên chính phủ để nghe hỏi. Trước khi trả lời, ông cốt lại nhảy múa, khua kiếm trên đầu. Trông ông ta giống như một võ tướng oai hùng và dữ tợn của Tây tạng thời xưa.

Ngay khi thần Dorjé Drakden nói hết, ông cốt chào lần chót trước khi thăng, thân nằm lăn ra, ngay đơ như xác chết. Nghĩa là thần linh đã rời xác ông. Ngay lập tức, mấy người phụ tá vội tháo ngay nút buộc mũ, rồi khiêng ông cốt ra ngoài chờ hồi tỉnh, trong khi cuộc lễ vẫn tiếp tục. Điều đáng ngạc nhiên là đa số những câu trả lời của cốt thánh đều rất rõ ràng, không mấy khi mơ hồ.

Như trong dịp tôi đào thoát khỏi Lhasa, cốt thánh đã nói thật chính xác, kể cả việc vẽ bản đồ cho chúng tôi đi trốn. Nhưng tôi nghĩ rằng, muốn nghiên cứu khoa học chuyện này không dễ gì. Cũng như việc nghiên cứu hiện tượng hóa thân (Tulkus). Dù sao, tôi cũng hy vọng một ngày nào, người ta sẽ tìm hiểu được cả hai hiện tượng này. Thực ra, việc nhận diện những hóa thân có tính cách hợp lý hơn người ta tưởng tượng. Với niềm tin vào thuyết Luân hồi của Phật tử, và mềm tin vào mục đích tái sanh của các vị Bồ Tát để giúp chúng sanh thoát khổ, người ta sẽ thấy sự hữu lý trong những trường hợp nhận diện hóa thân. Chuyện tái sinh giúp cho các vị này được học hỏi thêm và trở lại cuộc đời sớm nhất để tiếp tục công việc độ sinh. Trong tiến trình nhận diện các hóa thân, chắc chắn có thể có lầm lẫn. Nhưng đời sống của đại đa số các hóa thân này (ngày nay chỉ còn vài trăm vị, dù thời chưa bị Trung Hoa xâm lăng, Tây tạng có tới vài ngàn vị), là những bằng cớ thích đáng của sự nhận diện chính xác.

Như tôi đã nói, mục đích của sự tái sinh là để giúp cho người ta dễ tiếp tục công việc. Sự kiện này có ý nghĩa quan trọng trong việc đi tìm hóa thân của một con người đặc biệt nào đó. Chẳng hạn như các việc tôi làm nói chung là để giúp chúng sinh, nhất là người Tây tạng. Vậy nên, nếu tôi chết trước khi Tây tạng được tự do, thì tôi phải tái sinh ở ngoài xứ Tây tạng mới hợp lý. Dĩ nhiên, nếu lúc đó dân Tây tạng không còn cần tới Đạt Lai Lat manưa, thì họ sẽ không phải đi kiếm tôi làm chi.

Tôi có thể sẽ hóa thân thành một con sâu, một con thú hay là một cái gì khác hữu ích nhất cho đa số chúng sinh. Cách thực hiện tiến trình nhận diện các hóa thân cũng không kỳ bí như người ta thường tưởng tượng. Họ bắt đầu bằng cách dùng phương pháp loại trừ. Tỷ dụ như khi đi tìm hóa thân của một vị tăng nào đó. Đầu tiên, phải xác định thời gian và nơi chốn vị Sư đó đã viên tịch. Sau phải biết rằng hiện tượng hóa thân thường xảy ra vào khoảng hơn một năm sau khi chết. Do kinh nghiệm, chúng tôi biết phải vào khoảng từ 18 tháng tới hai năm sau. Rồi, nơi chốn vị sư đó tái sinh cũng có thể định được hầu như dễ dàng. Trước hết, trong hay ngoài xứ Tây tạng? Nếu là ngoài xứ, thì chỉ có một số cộng đồng giới hạn người Tây tạng tại ấn độ, Nepal, Thụy sĩ... Sau đó, phải định coi tại tỉnh nào đứa bé có thể đầu thai. Thường điều này có thể xác định được nhờ tìm hiểu kiếp trước của nó.

Sau khi thu hẹp phạm vi tìm kiếm như tôi mới trình bày, bước tiếp theo là thành lập một ủy ban đi tìm. Không cần phải có một nhóm người đi tìm như tìm kho tàng. Chỉ cần hỏi một số người ở chính trong cộng đồng đó tìm mấy trẻ em có thể là hóa thân của vị sư đã mất. Thường thì có những hiện tượng đặc biệt khi đứa trẻ chào đời, hay đứa bé có cốt cách phi thường. Đôi khi, vào giai đoạn này, có tới hai, ba hay nhiều em bé đặc biệt đáng chú ý. Có khi, không cần tới ủy ban cứu xét, vị tiền thân của em bé đã để lại những chi tiết, kể cả tên họ của nó hay của cha mẹ nó. Nhưng đây là những trường hợp hãn hữu. Có khi, đệ tử của vị sư nằm mơ hay có những thị kiến rõ ràng chỉ cách làm sao tìm được hóa thân của ngài...Cũng có khi, như trường hợp một Lạt Ma cao cấp mới mất gần đây, ngài đã chỉ thị cho các đệ tử đừng đi kiếm hóa thân của ngài. Ông nói, ai theo chánh pháp và phục vụ cộng đồng nhiều nhất sẽ là người kế vị ông. Không cần phải lo đi tìm kiếm.

Nếu có nhiều đứa bé được đem ra thử thách, thì cuộc trắc nghiệm cuối cùng sẽ phải do một người biết rõ tiền thân của ứng viên đảm trách. Thường đứa bé nhận ra người này. Đôi khi người ta cũng tìm những dấu vết trên thân thể em nhỏ. Trong vài trường hợp, tiến trình nhận diện gồm cả việc hỏi ý kiến cốt thánh hay một vị có linh nhãn (Ngon She). Một trong những phương pháp mấy vị này dùng là phép "Ta", nghĩa là nhìn vào một tấm gương để thấy hình đứa trẻ, hay tên em, hay căn nhà em ở. Tôi gọi đó là một "Ti Vi kiểu cổ". Đó là trường hợp Reting Rinpoché đã nhìn thấy trên hồ Lhamoi Lhatso những chứ Ah, Ka và

Ma, cùng hình một tu viện và căn nhà, khi họ bắt đầu đi kiếm tôi. Có khi tôi được mời hướng dẫn cho một cuộc tìm kiếm hóa thân. Tôi thường là người quyết định chung cuộc coi em bé được chọn đúng hay không. Tôi phải nói ngay là tôi không có khả năng linh thị. Tôi cũng không có cơ hội và thì giờ để phát triển khả năng này, dù tôi có lý do để tin rằng Đạt Lai Lat mathứ 13 có khả năng tiên đoán.

Để cho thí dụ về cách làm việc của tôi, tôi xin kể câu chuyện về Ling Rinpoché, vị sư trưởng của tôi. Tôi luôn luôn kính trọng ngài, dù hồi còn nhỏ, chỉ nhìn thấy người hầu cận của ngài là tôi đã chết khiếp. Nghe thấy tiếng chân ngài là tim tôi đập loạn xạ. Nhưng dần dà, ngài trở thành một trong những người bạn thân nhất của tôi. Mới đây, khi ngài chết, tôi cảm thấy đời sống thiếu ngài thật khó khăn. Ngài giống như một tảng đá cho tôi chỗ tựa.

Cuối mùa Hè năm 1983, tôi đang ở Thụy sĩ thì nghe tin ngài bệnh nặng, mạch máu bị nghẽn nên tê liệt toàn thân. Tôi thật xao xuyến khi nghe tin này. Là con Bụt, tôi hiểu rằng, lo lắng không ích lợi gì. Tôi trở về Dharamsala thật sớm, còn kịp gặp người sống trong tình trạng rất yếu ớt. Nhưng tinh thần ngài vẫn minh mẫn như trước, nhờ ở công trình tu tập tinh chuyên suốt đời. Ngài sống trong tình trạng đó mấy tháng trước khi suy sụp rõ rệt. Ngài hôn mê, không tỉnh lại nữa, và mất ngày 25 tháng 12 năm 1983. Dù khí hậu rất nóng, thân thể Ngài chỉ bắt đầu hư thối 13 ngày sau khi chết. Hầu như Ngài vẫn còn sống trong cơ thể đó, dù y học đã xác nhận ngài viên tịch từ hai tuần trước. Khi nhìn lại cái chết của Ling

Rinpoché, tôi hầu như tin chắc rằng ngài đã kéo dài thời gian đau ốm để cho tôi quen dần với cuộc sống thiếu ngài. Tuy nhiên, đó mới chỉ là nửa câu chuyện. Vì, theo truyền thống Tây tạng, chuyện gì cũng luôn luôn có hậu.

Chúng tôi đã tìm thấy hóa thân của Ling Rinpoché, ngày nay là một cậu bé 3 tuổi thông minh và ngỗ nghịch. Trường hợp tìm thấy cậu là vì cậu bé nhận ra một nhân viên trong phái đoàn đi tìm kiếm. Dù lúc đó, em mới có 18 tháng, nó đã gọi được tên người này, và đi tới bên ông, miệng mỉm cười. Sau đó, em lại nhận ra một số người quen từ kiếp trước. Khi tôi gặp em bé lần đầu, tôi không còn nghi ngờ gì về thân thế em. Bé cư xử để cho thấy rõ ràng là đã biết tôi từ lâu, dù em có thái độ rất cung kính. Lúc đó, tôi tặng chú bé Ling Rinpoché một thỏi chocolate. Chú đứng im, tay cầm kẹo, đầu cúi xuống suốt thời gian tôi hiện diện. Tôi khó mà tưởng tượng một em nhỏ có kẹo trong tay mà lại không ăn, đứng nghiêm chỉnh như thế.

Rồi khi tôi tiếp em tại nhà, khi em được đưa vào tới cửa, là em cư xử giống y như vị tiền thân của em. Rõ ràng là em nhớ kiếp trước của mình. Hơn nữa, khi chú bé tới để cho tôi quan sát, em tỏ ra quen thuộc ngay với một người hầu cận tôi, lúc đó mới chữa lành một cái chân gãy. Đầu tiên, chú bé tí hon tặng cho anh ta một cái khăn lụa (Kata), sau đó vừa cười vừa dỡn, chú nhặt lấy một cây nạng cũ của anh, chạy vòng vòng như cầm cột cờ vậy.

Một câu chuyện đáng nhớ về chú nhỏ là lần đầu chú ta được tới thăm Bồ đề đạo tràng, nơi tôi tới giảng Pháp, lúc đó chú mới hai tuổi. Không có ai chỉ, mà chú biết leo lên phòng tôi trên lầu, mang một chiếc khăn lụa để trên giường. Ngày nay (3 tuổi) Ling Rinpoché đã biết tụng kinh. Chúng tôi đang chờ coi khi học đọc chữ, chú bé có giống các hóa thân khác hay không. Các em này học thuộc kinh điển nhanh một cách phi thường, hầu như các em chỉ việc gợi lại những gì chúng đã nhớ sẵn. Tôi đã thấy những em có thể đọc thuộc nhiều trang kinh trước đám đông một cách dễ dàng. Chắc chắn cũng có yếu tố thần bí trong việc nhận diện một hóa thân. Nhân danh một người con Phật, tôi không tin rằng những người như Mao hay Lincoln hay Churchill chỉ là "tình cờ, mà sinh ra đời" như vậy.

Một khía cạnh khác của Tây tạng mà tôi mong khoa học sẽ tìm hiểu, là truyền thống y học của chúng tôi. Dù phát khởi từ hơn hai ngàn năm trước, do nhiều nguồn gốc khác nhau, trong đó có cả gốc Ba tư, ngày nay y khoa Tây tạng vẫn hoàn toàn căn cứ vào giáo lý đạo Bụt. Đó là căn bản hoàn toàn khác biệt với y học Tây phương. Thí dụ như, chúng tôi tin rằng, căn nguyên của bệnh hoạn là Tham, Sân và Si. Theo y khoa Tây tạng, chúng ta bị ba năng lượng chính điều khiển. Đó là ba Nopa, nghĩa nguyên thủy là "nguồn gây hại", nhưng thường được dịch là "thần khí". Những Nopa này luôn luôn hiện hữu trong con người, nghĩa là chúng ta không thể thoát khỏi tiềm năng gây bệnh của chúng. Nếu chúng được giữ ở vị thế thăng bằng, cơ thể chúng ta sẽ khỏe mạnh. Ngược lại, khi một trong ba căn (tham-sân-si) làm cho các Nopa bị mất thăng bằng, chúng ta sẽ bị đau ốm. Người ta có thể chẩn bệnh bằng cách coi mạch và coi nước tiểu của bệnh nhân. Có tất cả 12 chỗ chính trên bàn tay và cổ tay để bắt mạch. Thử nước tiểu cũng có nhiều cách, như coi màu, ngửi mùi v.v... Để chữa bệnh, đầu tiên là phải chấn chỉnh phẩm hạnh, cách sống và cách ăn uống. Thứ nhì mới dùng thuốc. Thứ ba, dùng cách châm hay cứu. Thứ tư mới tới giải phẫu. Thuốc men đều được chế biến từ các chất hữu cơ, có khi hòa với vài khoáng chất hay kim loại (kể cả bụi kim cương).

Cho tới nay, chỉ mới có rất ít nghiên cứu về hệ thống y học Tây tạng. Bác sĩ Yeshe Dhonden, nguyên y sĩ riêng của tôi, đã làm một số thử nghiệm tại đại học Virginia Hoa kỳ. Tôi biết ông đã đạt được một vài kết quả rất tốt trong việc chữa bệnh ung thư cho chuột trắng. Nhưng còn phải cần làm việc rất nhiều mới có thể đi tới một kết luận nào đó. Trong lúc này, tôi chỉ có thể nói, theo kinh nghiệm riêng, tôi thấy thuốc Tây tạng rất hữu hiệu cho tôi. Tôi thường xuyên dùng thuốc cổ truyền, không phải để chữa bệnh, mà để phòng bệnh. Cơ thể tôi khỏe mạnh, và các tác dụng phụ do thuốc gây ra thì không đáng kể. Kết quả là, dù tôi ngồi thiền suốt ngày, hay trong các thời kỳ an cư nghiêm mật, tôi không hề cảm thấy mệt mỏi. Một khía cạnh khác, tôi nghĩ cũng có thể là phạm vi đối thoại giữa khoa học hiện đại và văn hóa Tây tạng, là những điều liên quan tới lý thuyết, hơn là thử nghiệm.

Các phát kiến của khoa vật lý hạt nhân gần đây hướng về thuyết Bất Nhị (Non Duality) giữa Tâm và Vật (Mind and Matter). Tỷ dụ như, người ta đã tìm thấy là nếu một khoảng chân không bị ép lại, thì có các hạt nhân sẽ xuất hiện, làm như vật chất vốn đã hiện hữu từ trước. Những phát kiến này hầu như trùng hợp với thuyết KHÔNG trong đạo Bụt. Căn bản của thuyết này là Tâm và Vật hiện hữu riêng biệt, nhưng tương quan chặt chẽ với nhau (tương tức, tương nhập).

Tôi ý thức được sự nguy hiểm khi ràng buộc niềm tin tôn giáo vào bất cứ hệ thống khoa học nào. Vì trong khi đạo Bụt vẫn sinh động suốt hơn hai ngàn năm trăm năm nay, thì tánh tuyệt đối của khoa học chỉ mới xuất hiện gần đây. Điều này không có nghĩa là tôi coi những chuyện thánh nhập hay khả năng của các vị thiền sư sống ngoài trời lạnh cóng suốt đêm là những chứng cớ của năng lực huyền bí. Tôi cũng không thể đồng ý với người anh em Trung hoa khi họ nói chúng tôi chấp nhận những hiện tượng hiển nhiên ấy nghĩa là chúng tôi còn man di, lạc hậu. Khi nhìn dưới một nhãn quan khoa học nhất, thái độ đó không thể coi là khách quan cho được. Đồng thời, dù một nguyên tắc đã được chấp nhận, không có nghĩa là mọi chuyện dính dáng tới nguyên tắc đó đều có giá trị. Tương tự như vậy, thật là tức cười nếu ta cứ cắm đầu theo, không bài bác bất cứ một câu nói nào của Marx hay Lenin trong khi ta đã thấy rõ chế độ Cộng sản không hoàn hảo.

Chúng ta lúc nào cũng phải vô cùng thận trọng khi chúng ta bàn về những lãnh vực mà mình chưa hiểu biết nhiều. Đó là lúc mà khoa học có thể giúp ta. Tóm lại, chúng ta thường coi những chuyện mình không hiểu được, là những chuyện thần bí. Dù sao, kết quả những cuộc nghiên cứu mà tôi đã nói tới có lợi cho tất cả mọi người. Nhưng tôi cũng nhận thấy là các kết quả đó bao giờ cũng chỉ chính xác trong phạm vi của các thí nghiệm dùng nghiên cứu thôi. Hơn nữa, tôi biết rằng, nếu chúng ta không biết điều gì, không có nghĩa là nó không hiện hữu. Nó chỉ chứng tỏ là các thí nghiệm của chúng ta không tìm được điều đó mà thôi. Nếu tôi có một đồ vật không phải là đồ kim loại trong túi, và cái máy dò kim loại không tìm ra, thì không có nghĩa là túi tôi trống rỗng.

Vì vậy, chúng ta phải nên rất cẩn trọng trong việc nghiên cứu, nhất là khi đụng tới những phạm vi mà các thử nghiệm khoa học còn thô sơ. Chúng ta cũng nên nhớ là thiên nhiên ấn định những giới hạn của nó. Tỷ dụ như, khi khoa học không thẩm lượng được những tư tưởng của tôi, thì điều đó không những không có nghĩa là chúng không hiện hữu, mà còn không có nghĩa là không thể có các phương pháp nghiên cứu để tìm ra vài điều về các tư tưởng ấy. Đó là lúc chúng ta có thể dùng các phương pháp theo kinh nghiệm của người Tây tạng. Qua sự tập luyện tinh thần, chúng tôi đã tìm được các kỹ thuật để thực hiện những việc mà khoa học chưa thể giải thích được Đó chính là căn bản của những điều thường được coi là "huyền thuật và thần bí" của đạo Bụt Tây tạng.

Chương XIII

Tin Tức

Khoảng đầu năm 1959, trong lúc tình trạng tại Lhasa ngày càng căng thẳng trước thảm họa cuối cùng, tôi nghe nói tới một văn thư của Quân đội Nhân dân Giải phóng Trung quốc gửi lên chủ tịch Mao Trạch Đông. Họ báo cáo là dân Tây tạng càng ngày càng bất mãn vì sự hiện diện của QĐNDGP Trung quốc và mức độ phản đối lên cao quá đến nỗi các nhà tù đều đầy chật. Nghe nói chủ tịch Mao trả lời họ là "đừng lo ngại. Không cần quan tâm đến tình tự của dân Tây tạng; đó là chuyện nhỏ nhặt. Đối với sự phản đối thì nếu cần nhà cầm quyền cứ việc bắt cả nước vào tù cũng được. Vậy, cứ việc xây thêm phòng giam!". Khi nghe chuyện trên, tôi nhớ lại, tôi rất kinh hãi. Thật là khác hẳn cái thời xa xưa khi tôi nhận diện được từng tù nhân tại Lhasa và nghĩ đến họ như những người bạn.

Trong thời gian đó còn có một câu chuyện khác về phản ứng của Mao khi nghe báo cáo về cuộc nổi dậy tháng Ba, và việc quân đội đã vãn hồi được trật tự. Nghe nói ông ta hỏi: "Còn về Đạt Lai Lạt Ma thì sao?". Khi được báo cáo là tôi đã trốn thoát, ông ta bảo: "Như vậy là chúng ta đã thua trận!". Kể từ đó trở đi, tôi chỉ được nghe các tin tức về nhà lãnh tụ vĩ đại qua báo chí và nghe bản tin quốc tế của đài BBC. Tôi và chính phủ lưu vong Tây tạng không có một liên lạc nào với Bắc kinh, cho đến khi Mao tạ thế năm 1976. Lúc đó tôi đang ở Ladakh, thuộc một miền xa xôi hẻo lánh phía tỉnh Jammu và Kashmir, tôi chủ tọa giới đàn Kalachakra ở đó. Mao qua đời vào ngày thứ hai của giới đàn.

Qua ngày chót là ngày thứ ba, trời mưa cả buổi sáng. Nhưng đến chiều thì chúng tôi thấy một cái cầu vồng rực rỡ chưa từng có. Tôi cảm thấy chắc chắn là một điềm lành. Nhưng dù tin sắp có chuyện lành, tôi cũng không ngờ là các biến chuyển ở Bắc kinh sau đó lại nhanh ghê gớm như vậy. Ngay lập tức, bọn Tứ Nhân Bang (Đảng bốn người) do Giang Thanh, vợ của Mao cầm đầu, bị bắt cả. Rồi người ta biết là trong những năm qua, chính bọn họ, nấp sau lưng Mao Chủ tịch già yếu, đã thực sự cai trị Trung quốc, bằng chính sách cực đoan tàn khốc, và cuộc Cách mạng văn hóa.

Rồi đến năm 1977, Lý Tiên Niệm, lúc đó là Chủ tịch CHND Trung quốc, nói trên báo chí là cuộc Cách mạng văn hóa tuy có những thành tựu nhưng đồng thời cũng gây nhiều tai hại. Đó là dấu hiệu đầu tiên cho thấy các lãnh tụ Trung cộng đã nhìn vào sự thật. Tiếp theo đó là lời tuyên bố đầu tiên có vẻ hòa hoãn từ Bắc kinh, vào tháng tư năm đó khi Ngobo Ngawang Jigme (đã thành một viên chức cao cấp tại Bắc kinh) lên tiếng rằng "Trung hoa sẽ hoan nghênh việc trở về Tây tạng của Đạt Lai Lat Ma và những đệ tử của ông đã từng chạy qua Ấn độ".

Từ những năm 1960, người Trung hoa vẫn kêu gọi những người đã bỏ chạy Tây tạng hãy trở về, nói họ sẽ mở rộng vòng tay đón tiếp. Lời tuyên bố trên đây mở đầu một chiến dịch rầm rộ tuyên truyền mọi người trở về. Chúng tôi bắt đầu nghe các tin tức về "cuộc sống hạnh phúc chưa từng có tại Tây tạng" ngày một nhiều hơn. Ít lâu sau, Hoa Quốc Phong, người được Mao chỉ định kế vị, ra lệnh cho dân Tây tạng được phép phục hồi các phong tục cổ, và lần đầu tiên sau 20 năm, các phụ lão được phép đi Kinh Hành quanh đền Jokhang theo lệ cổ, và dân chúng được mặc quốc phục. Nghe thật hứa hẹn, và sau đó còn nhiều tin khích lệ nữa.

Ngày 25 tháng 2 năm 1978, tôi mừng rỡ hết sức khi nghe tin Ban Thiền Lat ma được ra khỏi tù sau gần mười năm bị giam giữ. Sau đó ít bữa, Hồ Diệu Bang, lúc đó vai trò đang lên cao, nhắc lại lời Lý Tiên Niệm về Cách mạng văn hóa, và nhận định rằng đó là một kinh nghiệm hoàn toàn sai lầm, không mang lại cho Trung quốc một lợi ích nào ca. Đó phải chăng là một tiến bộ đáng kể? Nhưng tôi vẫn nghĩ rằng nếu Trung quốc thực sự thay đổi thì tốt nhất là nên thực sự cởi mở đối với Tây tạng. Trong bài nói chuyện kỷ niệm năm thứ 19 ngày dân Tây tạng vùng dậy, ngày 10 tháng 3, tôi kêu gọi chính phủ Trung quốc cho phép người ngoại quốc vào thăm Tây tạng không hạn chế. Tôi cũng đề nghị cho người Tây tạng trong nước được ra ngoài thăm bà con và ngược lại. Tôi thấy nếu thực sự dân Tây tạng hiện giờ sung sướng hơn bao giờ hết, như họ tuyên truyền, thì họ không thể bác bỏ đề nghị ấy. Nhưng đó chỉ là cơ hội để chúng tôi thử thách các lời tuyên bố trên thực sự là thế nào. Họ có vẻ ghi nhận đề nghị của tôi, cũng là chuyện tôi ngạc nhiên. Vì sau đó một thời gian, họ bắt đầu cho phép du lịch vào Tây tạng. Rồi, đúng như tôi mong đợi, người Tây tạng trong nước và ngoài nước được phép thăm viếng nhau, tuy nhiên vẫn còn nhiều hạn chế. Trong khi Trung quốc đang diễn ra nhiều biến chuyển lớn thì ở Ấn độ cũng có nhiều thay đổi quan trọng.

Năm 1977, bà Indira Gandhi thất cử sau khi tuyên bố "Tình trạng khẩn trương". Người thay thế bà là ông Moraji Desai, cầm đầu đảng Janata, đảng đã đánh bại đảng Quốc Đại của bà Gandhi, lần thứ nhất kể từ khi Ấn độ độc lập. Chẳng bao lâu thì bà Gandhi trở lại cầm quyền, nhưng tôi cũng tăng cường mối liên hệ với ông Desai, mà từ khi gặp ông năm 1956, tôi đã quen biết và rất quý mến. Khi tôi viết xong cuốn sách này thì ông Desai vẫn còn sống, mặc dù ông rất cao tuổi. Tôi nghĩ đến ông như một người bạn thiết. Ông là một con người lỗi lạc, có khuôn mặt tuyệt diệu, đầy sinh lực và thảnh thơi, không bợn âu lo. Nói vậy không có nghĩa ông là người hoàn toàn. Nhưng cũng như thánh Gandhi, cuộc sống hàng ngày của ông rất khắc khổ. Ông ăn chay trường, không uống rượu, không hút thuốc. Đối xử với ai, ông cũng thẳng thắn vô cùng. Đôi khi tôi tự hỏi, phải chăng nhiều khi ông đã quá thẳng thắn. Nhưng nếu đó là một khuyết điểm của ông, thì bù lại ông hết sức có thiện cảm với dân

Tây tạng. Một lần ông viết cho tôi rằng văn hóa Ấn độ và văn hóa Tây tạng là hai nhánh của cùng một cây bồ đề (giác ngộ). Nói rất đúng. Như tôi đã cho là liên hệ giữa hai nước rất sâu xa. Nhiều người Ấn độ coi Tây tạng là mảnh đất của các thần linh, thiên đường trên mặt đất. Núi Kailash và hồ Mansarova, ở miền Nam và Tây Nam Tây tạng, đều là những nơi hành hương của những người Ấn mộ đạo.

Cũng vậy người Tây tạng chúng tôi thì coi Ấn độ là đất thánh (Aryabhumi). Đến cuối năm 1978, có những tin tức đáng mừng khác khi Đặng Tiểu Bình nắm thêm quyền hành tại Bắc kinh. Vì ông ta là thủ lãnh của phe ôn hòa, việc ông lên nắm quyền cho thấy có hy vọng. Tôi luôn luôn cảm thấy một ngày nào đó, ông Đặng Tiểu Bình sẽ làm nên những sự nghiệp vĩ đại cho đất nước ông. Những năm 1954-1955, khi ở Trung quốc, tôi đã gặp ông nhiều lần và rất kính nể. Chúng tôi chưa bao giờ nói chuyện lâu nhưng đã nghe người ta nói về ông rất nhiều, nhất là nghe nói ông rất có tài và rất quả quyết. Lần cuối tôi gặp ông, tôi còn nhớ ông ngồi trong một cái ghế bành lớn, người rất nhỏ thó, gọt một trái cam chậm chạp và cẩn thận. ông không nói nhiều, nhưng rõ ràng ông đang chăm chú lắng nghe tất cả các câu chuyện chung quanh. Tôi cảm thấy ông là người rất có uy. Bây giờ lại thấy, ngoài các đức tính trên, ông còn là người rất khôn ngoan. ông nói nhiều câu rất hay, thí dụ "Phải tìm sự thật trong sự kiện", "Miễn là mèo bắt chuột, còn chuyện mèo trắng hay đen không quan trọng", và "Nếu mặt mình xấu xí, thì đừng giả bộ là nó đẹp". Ngoài ra, về chính sách cai trị, ông tỏ vẻ quan tâm đến kinh tế và giáo dục hơn là lý thuyết giáo điều và các khẩu hiệu trống rỗng.

Rồi đến tháng 11 năm 1978, ba mươi tư tù nhân, phần lớn trước ở trong chính phủ tôi, được phóng thích tại Lhasa với nghi lễ long trọng. Họ bảo đây là những thủ lãnh phiến loạn sau cùng. Báo chí Trung quốc nói rằng họ sẽ được dẫn đi thăm nước "Tây tạng mới" trong vòng một tháng, rồi người ta sẽ giúp họ tìm việc, và ngay cả cho họ đi ngoại quốc nếu muốn. Vào dịp năm mới, lại có thêm nhiều tin tức. Ngày 1 tháng 2 năm 1979, cũng là ngày Mỹ công nhận Cộng hòa Nhân dân Trung hoa, thì đức Ban Thiền Lạt Ma, xuất hiện lần đầu sau 14 năm, cũng ngỏ lời kêu gọi Đạt Lai Lat Ma và những người tòng vong hãy trở về. "Nếu đức Đạt Lai Lat Ma thực sự quan tâm đến hạnh phúc của nhân dân Tây tạng, thì ông hãy yên tâm. Tôi bảo đảm mức sống của dân Tây tạng bây giờ tốt đẹp hơn đời xưa rất nhiều". Một tuần sau, đài phát thanh Lhasa lại loan tin về lời kêu gọi trên, và việc thành lập một ủy ban nghênh đón các người Tây tạng lưu vong.

Một tuần sau nữa, Gyalo Thondup bất ngờ tới Kanpur (Uttar Pradesh), nơi tôi đang dự một hội nghị tôn giáo. Anh tôi bảo vài người bạn đáng tin cậy tại Hồng kông (là nơi anh ở) cho biết hãng thông tấn Tân Hoa Xã, đóng vai trò đại diện chính thức của Trung quốc ở Hông kông, muốn tiếp xúc với anh, điều này khiến tôi ngạc nhiên. Sau chuyện đó, anh lại còn gặp một sứ giả riêng của Đặng Tiểu Bình, cho biết nhà lãnh tụ này muốn liên lạc với Đạt Lai Lạt Ma. Để bầy tỏ thiện chí, họ Đặng gửi lời mời Gyalo Thondup đến

Bắc kinh thảo luận. Anh tôi đã từ chối vì muốn tham khảo ý kiến tôi trước đã. Biến cố này thật không ngờ, nên tôi không muốn trả lời ngay.

Hai năm qua, tình hình coi có vẻ rất hy vọng. Nhưng có câu phương ngôn Ấn độ nói rằng "Bị rắn cắn một lần, thấy cái thừng cũng sợ", và đáng tiếc là kinh nghiệm của tôi đối với các nhà lãnh tụ Trung hoa cho thấy không thể tin họ được Không những họ nói dối, mà còn tệ hơn nữa, khi sự dối trá bị lật tẩy, họ không tỏ ra một chút ngượng ngùng. Cuộc Cách mạng văn hóa hồi xưa coi là "thành công vĩ đại"; bây giờ bảo nó là một sự thất bại - nhưng khi thú nhận, họ chẳng hề tỏ ra mắc cỡ chi hết. Ngoài ra, những người đó chẳng bao giờ trọng lời hứa. Dù trong bản "Thỏa ước" 17 điểm có điều 13 nói người Trung hoa không lấy một cây kim, một sợi chỉ của dân Tây tạng, họ đã cướp bóc trên khắp đất nước tôi. Hơn nữa, với những tàn bạo không đếm xuể, họ chứng tỏ không biết tôn trọng chút quyền làm người nào. Hình như trong óc người Hoa, có lẽ vì dân số của họ lớn quá nhân mạng là một thứ rẻ rúng, và mạng người Tây tạng càng rẻ hơn nữa. Vì thế, tôi cảm thấy phải vô cùng thận trọng.

Mặt khác, tôi tin tưởng nhất thiết rằng, những khó khăn của loài người chỉ có thể giải quyết khi mọi người tiếp xúc với nhau. Vậy, lắng nghe người Trung quốc nói cũng không hại gì. Rất có thể mình lại có dịp giải thích quan điểm của mình. Phần chúng tôi, không có gì phải dấu diếm. Hơn nữa, nếu người Trung quốc muốn gặp, thì chúng tôi sẽ có dịp gửi một phái đoàn về coi tận mắt tình trạng thực sự như thế nào.

Sau khi suy nghĩ như vậy, với niềm tin rằng ước vọng của chúng tôi hoàn toàn có lý và phù hợp với nguyện vọng của toàn dân Tây tạng, tôi bảo anh tôi cứ lên đường. Bao giờ anh gặp các lãnh tụ Trung quốc rồi, chúng tôi sẽ tính phải làm gì tiếp. Sau đó, tôi lại ngỏ ý với tòa đại sứ Trung quốc tại Ấn độ, đề nghị cho một phái đoàn điều nghiên từ Dharamsala về thăm Tây tạng để coi thực trạng thế nào rồi bá cáo với tôi. Tôi cũng bảo anh tôi dọ hỏi coi chuyện đó có thành được không.

Một tin mừng từ nơi khác lại tới ngay sau đó. Đó là lời mời thăm viếng những cộng đồng Phật giáo của Cộng hòa Mông cổ và Liên bang Sô viết. Tôi biết rằng nếu nhận lời thì sẽ làm mất lòng các ông bạn tại Bắc kinh, nhưng mặt khác, tôi là một tu sĩ và lại là Đạt Lai Lạt Ma, tôi phải phục vụ cho những người đồng đạo. Làm sao một Tăng sĩ lại có thể từ chối lời mời của các Phật tử. Vả lại, hồi còn làm một viên chức cao cấp của Trung hoa, (dù bị hạn chế di chuyển), tôi vẫn muốn thăm Liên sô mà không được, bây giờ làm một người Tây tạng ty nạn, được đi tôi không muốn bỏ lỡ cơ hội. Thế là tôi vui vẻ nhận lời. Sau đó cũng không có một phản ứng bất lợi nào, và vào cuối tháng ba, khi Gyalo Thondup trở về Dharamsala, anh cho biết người Trung hoa đã chấp nhận đề nghị của tôi gửi một phái đoàn điều nghiên về Tây tạng. Tôi cảm thấy rất được khích lệ. Có vẻ như người Trung hoa cuối cùng muốn tìm một giải pháp hòa bình cho vấn đề Tây tạng. Ngày khởi hành cho phái đoàn điều tra được định vào tháng tám.

Trong thời gian đó, tôi khởi hành đi Moscow vào

tháng 6 để thăm Mông cổ. Tới thủ đô Nga, tôi cảm thấy trở về một thế giới quen thuộc. Một không khí đe dọa hiện ngay ra trước mắt, giống như tôi đã từng thấy ở Trung cộng. Nhưng điều đó không làm tôi chán nản, vì tôi có thể thấy dân chúng rất tốt và hiền, có thể nói là ngây thơ lạ lùng. Tôi cảm thấy vậy khi một phóng viên nhật báo Nga đến phỏng vấn tôi. Câu hỏi nào của ông ta cũng như để gợi cho tôi mở lời khen ngợi. Nếu tôi nói một lời nào không ủng hộ chính phủ hay câu trả lời của tôi không đúng điều ông muốn, ông ta nhìn tôi một cách giận dữ. Một lần khác, một phóng viên sau khi dùng hết bảng câu hỏi viết sẵn, trở nên rất rụt rè và hỏi tôi một cách ngay tình.: "Ông nghĩ bây giờ tôi nên hỏi ông cái gì ? " Khắp thành phố Moscow, tôi thấy vẻ dễ thương ẩn dưới sự trịnh trọng khuôn sáo. Nó xác nhận niềm tin tưởng của tôi rằng trên thế giới này không ai muốn khổ cả. Nó cũng nhắc nhở tôi tầm quan trọng của những giao tiếp cá nhân: tôi thấy rõ là người Nga cũng chẳng quỷ quái gì hơn người Trung quốc, người Anh hay người Mỹ.

Tôi đặc biệt cảm động về sự nồng hậu của giáo hội Cơ đốc Chính thống Nga khi đón tiếp tôi. Tôi rời Moscow đi thăm nước Cộng hòa Buryat, ở lại một ngày trong một tu viện Phật giáo. Mặc dầu tôi không nói chuyện được với ai một cách trực tiếp nhưng tôi lại hiểu lời cầu nguyện của họ, vì kinh của họ bằng tiếng Tây tạng, cũng như người Công giáo khắp thế giới dùng tiếng La tinh. Các vị sư cũng viết chữ Tây tạng.

Hơn thế nữa, tôi nhận ra chúng tôi có thể nói chuyện bằng mắt, Khi tôi vừa vào tu viện, tôi nhận thấy nhiều vị tăng và cư sĩ trong đại chúng đang rớt nước mắt. Đây cũng là một lối biểu lộ tình cảm rất tự nhiên giống như người Tây tạng khiến tôi cảm thấy thân thuộc.

Tu viện tại Ulan Ude, thủ đô xứ Buryat, là một trong những thứ đặc sắc nhất mà tôi thấy tại Liên sô. Tu viện xây năm 1945, khi Stalin lên tột đỉnh quyền hành. Không hiểu sao họ lại xây được, và tôi lại thấy tín ngưỡng tâm linh nằm sâu trong Tâm của con người, thật khó và không có thể hủy hoại được. Cũng giống như đồng bào tôi, người dân tại Buryat cũng chịu bao nỗi khổ đau vì niềm tin của họ, trong một khoảng thời gian còn dài hơn chúng tôi nữa. Vậy mà nơi nào tôi đi qua, tôi cũng thấy chứng cớ hiển nhiên là khi có cơ hội dù nhỏ nhoi nhất, cuộc sống tâm linh cũng bừng nở. Tôi lại càng tin thêm cần phải có cuộc đối thoại giữa Phật giáo và chủ nghĩa Mác, nơi nào nó còn tồn tại, cũng như cần có sự đối thoại giữa các tôn giáo và những ý thức hệ duy vật dưới bất cứ hình thức nào. Hai đường lối về cuộc sống bổ khuyết cho nhau một cách hiển nhiên. Đáng tiếc là người ta thường nhìn thấy chúng đối lập nhau. Nếu chủ nghĩa duy vật và tiến bộ kỹ thuật giải quyết được mọi vấn đề của nhân loại, thì ở các xứ kỹ nghệ tân tiến nhất phải đầy những khuôn mặt tươi cười. Nhưng chúng ta không thấy như vậy. Cũng tương tự nếu loài người chỉ sống vì những thao thức tâm linh, thì chúng ta ai cũng sống sung sướng nhờ các tôn giáo. Nhưng như thế, thì lại không tiến bộ được. Vậy sự phát triển về vật chất và tâm linh đều cần thiết. Và loài người không thể ngừng tiến bộ, vì như thế thì cũng như chết.

Sau Ulan Ude, tôi bay xuống Ulan Bator, thủ đô

của Cộng hòa Mông cổ, một phái đoàn sư sãi đón tiếp tôi rất cảm động. Nhưng sự mừng rỡ đột khởi đó rõ ràng không làm chính quyền hài lòng. Ngay hôm đầu tiên, từ bốn phía, người ta xô lại, cố chạm tay vào tôi Nhưng buổi sáng hôm sau thì tôi thấy mọi người đứng yên như tượng với đôi mắt rớm lệ. Không ai tới gần tôi, khi tôi tới thăm căn nhà mà đức Đạt Lai Lat mađời trước tôi đã ở, vào đầu thế kỷ này. Rồi sau cũng có một người lén lút chống lại lệnh chính phủ. Khi tôi bước ra, tôi thấy có vẻ kỳ lạ trong cách bắt tay của một người đàn ông trước cổng. Nhìn xuống, tôi nhận ra ông đang nhét vào tay tôi một chuỗi tràng hạt để tôi chú niệm. Tôi cảm thấy vừa đau khổ vừa xót thương. Cũng trong căn nhà bảo tàng đó, tôi thấy bức tranh một ông sư há miệng thật rộng nuốt trôi một đoàn người du mục và gia súc của họ. Bức tranh rõ ràng tuyên truyền chống tôn giáo. Tôi đến gần coi cho rõ nhưng người hướng dẫn cố tìm cách dẫn tôi đi chỗ khác cho khỏi thấy cảnh tuyên truyền đáng hổ thẹn của Cộng sản. Tôi nói không cần phải che dấu tôi điều gì hết. Ngay trong bức vẽ đó cũng có vài phần sự thật. Chúng ta không nên lẩn tránh các sự thật như vậy. Tôn giáo nào cũng có khi làm hại người ta, bóc lột người ta như bức vẽ đó diễn tả. Đó không phải là lỗi của tôn giáo, mà là của những người theo tôn giáo.

Một chuyện khác xảy ra tại đó là vụ bức vẽ Mạn Đà La trong lễ Kalachakra. Tôi nhận thấy có vài chỗ vẽ sai, nên khi một nữ tiếp viên trẻ bắt đầu giải thích ý nghĩa cho tôi, tôi nói: "Khoan? Tôi chuyên môn về mấy chuyện này, tại sao không để tôi giải thích cho cô ?" Tôi chỉ cho cô mấy chỗ vẽ sai trong bức Mạn Đà La. Việc đó làm tôi rất hài lòng. Càng biết thêm về người Mông cổ, tôi càng thấy hai dân tộc chúng tôi rất gần nhau. Trước hết là cả hai cùng theo một tôn giáo. Như đã nói trên, nhiều học giả Mông cổ đời trước đã thăm Tây tạng và đóng góp vào đạo giáo cũng như văn chương xứ tôi rất nhiều. Người Tây tạng có khi dùng các kinh sách do người Mông cổ sáng tác. Hơn nữa chúng tôi có nhiều phong tục chung. Thí dụ đem tặng nhau khăn (Kata), chỉ khác kata của người Tây tạng màu trắng, kata của người Mông cổ màu xanh hay xám. Suy nghĩ thêm, tôi thấy trong lịch sử thì liên hệ giữa Tây tạng và Mông. cổ cũng giống như mối liên hệ giữa Tây tạng với Ấn độ. Do đó, tôi bàn với họ việc trao đổi sinh viên, để nối lại mối dây liên kết hai dân tộc.

Đến khi rời Liên sô và Mông cổ thì tôi đã có rất nhiều ấn tượng tốt về hai xứ. Một số ấn tượng đó là về tiến bộ vật chất đáng kể tại Mông cổ, trong các lãnh vực kỹ nghệ, nông nghiệp và chăn nuôi. Về sau tôi còn qua Liên sô hai lần (năm 1982 và 1986). Trong lần thăm thứ nhì, tôi vui mừng thấy trong lối sống có nhiều cải thiện rất đáng kể. Đó là bằng cớ hiển nhiên rằng tự do chính trị ảnh hưởng trực tiếp tới cảm nghĩ của người ta về chính họ. Lúc nào họ được nói ra một cách tự do các cảm nghĩ của họ, họ rõ ràng sung sướng hơn.

Ngày 2 tháng 8 năm 1979, một phái đoàn năm người của chính phủ lưu vong Tây tạng từ New Dehli về thăm Tây tạng qua ngả Bắc kinh. Tôi chọn lựa năm người này rất cẩn thận. Cần chọn những người càng khách quan càng tốt, cho nên tôi đã lựa những người phải vừa biết rõ xứ Tây tạng trước ngày Trung hoa xâm lăng, phải vừa hiểu biết về thế giới hiện đại. Tôi cũng quan tâm chọn người tiêu biểu cho cả ba tỉnh, mỗi tỉnh một người. Anh tôi, Lobsang Samten cũng có trong phái đoàn. Anh đã cởi áo tu sĩ từ lâu, cả gia đình chỉ còn mình tôi là trong Tăng đoàn. Và trong thời gian đó, anh đang thay đổi rất nhiều về y phục và diện mạo. Anh để tóc dài và ria mép. Tóc anh rất dầy. Quần áo anh mặc cũng giản dị. Tôi hơi lo là những người quen biết anh từ trước ở Tây tạng bây giờ sẽ không nhận ra anh.

Giờ đây đã mười năm rồi, tôi vẫn chưa hiểu các nhà cầm quyền tại Bắc kinh đã tính toán thế nào. Tôi chắc họ phải tin rằng phái đoàn sẽ thấy khắp nơi nhân dân Tây tạng giàu có, sung sướng, để suy ra là họ không có lý do nào để sống lưu vong nữa. (Trong thực tế, sợ phái đoàn bị dân khuynh hữu địa phương tấn công, người cầm quyền còn thuyết trình cho dân Tây tạng về cách đối xử lễ độ với phái đoàn). Tôi cũng đoán rằng sự hiện hữu của một chính phủ lưu vong Tây tạng và Đạt Lai Lạt mạ ở hải ngoại là điều rất khó xử đối với chính phủ Trung cộng, khi họ bắt đầu quan tâm đến dư luận quốc tế. Vì thế họ muốn dùng mọi cách để lôi cuốn chúng tôi trở về. Cũng may là họ tự tin quá đáng như vậy.

Ngay khi phái đoàn thứ nhất tới Bắc kinh, người Trung hoa chấp nhận đề nghị của tôi cho ba phái đoàn khác theo sau. Năm người đại diện của tôi ở lại Bắc kinh hai tuần để họp bàn, hoạch định lộ trình đi khắp nước Tây tạng trong chuyến đi bốn tháng.

Nhưng khi phái đoàn vừa đến Amdo thì người Hoa đã thấy không ổn. Mỗi khi phái đoàn đi tới đâu là cả ngàn người xúm đến, đặc biệt là những người trẻ tuổi, ai cũng hỏi thăm về tôi và xin các người đại diện của tôi hộ niệm cho họ. Điều này làm cho người Trung quốc nổi giận, họ bèn báo tin cho nhà cầm quyền ở Lhasa biết trước mà phòng ngừa. Bên Lhasa bèn trả lời :"Nhờ tích cực học tập chánh trị ở trình độ cao tại thủ đô, không lo các chuyện bực mình trên sẽ xảy ra." Nhưng thật ra là trong chặng đường nào, phái đoàn năm người lưu vong trở về cũng được hoan nghênh nồng nhiệt. Và khi họ tới Lhasa, cả rừng người đón tiếp. Những bức hình họ mang về cho thấy cả ngàn, cả ngàn người chen chúc đầy đường phố đi đón rước phái đoàn, bất chấp lệnh cấm của chính phủ. Trong lúc lưu tại thủ đô, một người trong phái đoàn nghe lỏm được một viên chức cao cấp Trung cộng nói với một viên chức khác: "Bao công trình suốt hai mươi năm rồi chỉ một ngày trở thành uổng phí hết!" Mặc dù ở xứ độc tài nào thì chính quyền cũng xa cách dân chúng, nhưng trong vụ này, người Trung hoa đã tính sai một cách trầm trọng. Mặc dù họ có một bộ máy mật vụ rất hữu hiệu để ngăn ngừa các vụ này xảy ra, nhưng họ đã ước lượng tình hình một cách sai lầm hoàn toàn.

Nhưng điều khiến tôi ngạc nhiên hơn nữa là mặc dầu đã có kinh nghiệm như vậy, người Trung hoa vẫn tiếp tục nuôi dưỡng cái hệ thống đó. Năm sau, khi Hồ Diệu Bang, tổng bí thư Đảng Cộng sản Trung hoa, ở kế vị Đặng Tiểu Bình, sang thăm Tây tạng. ông ta được đưa tới một thứ "làng kiểu mẫu" và hoàn toàn bị lừa dối. Cũng vậy, tôi nghe kể năm 1988, một lãnh tụ Trung quốc tới thăm Lhasa, gặp hỏi một bà lão coi bà nghĩ gì về Tây tạng ngày nay. Tất nhiên, bà lão lập lại nguyên văn theo đường lối Đảng và vị lãnh tụ kia cho rằng đó là ý nghĩ đích thực của người dân Tây tạng. Coi bộ như chính phủ Trung hoa muốn tự đánh lừa họ. Một người chỉ cần hiểu biết một nửa thôi phải chăng cũng dư biết rằng người nào bị đe dọa, trừng phạt tàn bạo mà lại dám bày tỏ các điều bất mãn trong lòng họ?

Cũng may là Hồ Diệu Bang không hoàn toàn bị che mắt. Ông nói công khai là ông kinh ngạc về đời sống khổ cực của dân Tây tạng, và đặt câu hỏi ngân sách gửi sang cho Tây tạng phải chăng đã đổ xuống sông hết cả. Ông ta còn hứa sẽ rút về nước 85 phần trăm cán bộ đang chiếm đóng Tây tạng. Không biết các biện pháp trên rồi đi tới đâu. Sự nghiệp của Hồ Diệu Bang cũng ngắn ngủi. Ít lâu sau, ông ta mất chức Tổng Bí Thư của Cộng Đảng Trung hoa. Dẫu sao tôi cũng biết ơn sự can đảm của ông khi ông dám thú nhận các lầm lỗi của Trung quốc tại xứ tôi. Điều đó chứng tỏ không phải ai cũng ủng hộ đường lối đàn áp của Trung quốc ngoài nước họ, kể cả người trong giới lãnh đạo.

Tuy lời thú nhận của Hồ Diệu Bang không ảnh hưởng đến tình hình Tây tạng bao nhiêu, nhưng bản phúc trình của phái đoàn thứ nhất mà tôi gửi đi thì ảnh hưởng rất nhiều, khi họ trở về Dharamsala. Tháng 10 năm 1979 phái đoàn năm người đã trở về khi tôi cũng vừa chấm dứt hai chuyến du hành dài (đi Nga, Mông cổ, Hy lạp, Thụy sĩ và sau là Hoa kỳ).

Phái đoàn mang về cả trăm cuốn phim thâu những giờ nói chuyện, và các tin tức tổng quát. Phải mất nhiều tháng trời mới đủ thì giờ ghi chép, chọn lọc và phân tích. Họ cũng mang về bảy ngàn lá thư của người Tây tạng gởi cho thân nhân ở hải ngoại. Đó là lần đầu tiên trong hai mươi năm dân Tây tạng được gửi thư ra ngoài. Tiếc thay, cảm tưởng của phái đoàn về "xứ Tây tạng mới" hoàn toàn là thất vọng. Ngoài chuyện họ đã thấy bao nhiêu đám đông dân Tây tạng khóc lóc, tới vây quanh họ, họ còn thấy đầy dẫy những chứng cớ về sự tàn bạo của chính phủ Trung hoa nhằm tiêu diệt nền văn hóa cổ kính của chúng tôi. Phái đoàn còn ghi lại bao nhiêu chuyện những năm đói kém, người chết nhiều không đếm xuể; những vụ hành hình và vi phạm nhân quyền một cách trắng trợn và ghê gớm. Kể cả những vụ bắt cóc trẻ em để cưỡng bách lao động hay đưa về Trung quốc; những vụ bắt bớ người vô tội, và hàng ngàn tăng ni bị chết trong các trại học tập cải tạo. Thật là một tình cảnh ghê rợn, khi nhìn thấy tận mắt trên các bức hình của những tu viện đã bị tàn phá chỉ còn đống gạch vụn hay đã bị biến thành kho lúa, nhà máy hoặc chuồng trâu bò.

Với các tin tức hiển nhiên như vậy, nhà cầm quyền Trung cộng vẫn khẳng định họ không chấp nhận bất cứ lời phê bình nào của phái đoàn quan sát hay của bất cứ người Tây tạng nào ở nước ngoài. Họ bảo khi chúng tôi sống ở ngoại quốc thì chúng tôi không được phép phê bình. Tôi lại nhớ một câu chuyện hồi thập niên 1950. Một đảng viên Cộng sản Tàu hỏi một viên chức Tây tạng có ý kiến gì về chính sách của Trung quốc đối với Tây tạng, viên chức này trả lời: "Xin cho tôi ra khỏi xứ rồi tôi sẽ nói".

Nhưng phái đoàn cũng mang về nhiều mẩu tin đầy khích lệ. Như khi họ ở Bắc kinh, họ đã gặp nhiều thanh niên Tây tạng được mang sang đó để huấn luyện làm cán bộ Cộng sản. Nhưng thay vì trở thành những người Mác Xít cuồng tín và ủng hộ chính sách Trung quốc thì ngược lại họ lại hoàn toàn ủng hộ việc giải phóng Tây tạng. Và khi nhận xét về việc hàng ngàn người thường dân, đặc biệt là thanh niên, bất chấp lệnh cấm của chính quyền Trung cộng, vẫn tới bày tỏ niềm tôn kính của họ đối với ngôi vị Đạt Lai Lạt Ma, thì quả thật là tinh thần dân chúng vẫn còn vững mạnh. Đúng ra, càng bị đàn áp, tinh thần họ càng kiên cường hơn.

Một chuyện khích lệ nữa là phái đoàn đầu tiên này đã gặp đức Ban Thiền Lạt Ma. ông đã bị người Tàu ngược đãi một cách tàn nhẫn và đã cởi áo cho năm đồng bào của ông thấy các vết thương vì bị tra tấn. ông kể rằng sau khi tôi trốn thoát, tu viện Tashithunpo của ông còn được để yên. Nhưng sau khi ông bắt đầu phê bình các chủ nhân mới của dân tôi thì họ mang quân đội tới tu viện. Đến năm 1962, họ yêu cầu ông thay tôi làm chủ tịch ủy ban Chuẩn bị Cải cách. ông đã từ chối, và gửi một lá thư 70 ngàn chữ phản đối lên Mao Chủ Tịch. Thế là ông bị cất chức (mặc dù Mao còn trâng tráo hứa hẹn sẽ cứu xét lá thư của ông), và số tăng sĩ trông coi tu viện Tashithunpo đều bị bắt, bị vu tội và hành hạ trước dân chúng.

Đầu năm 1964, đức Ban Thiền Lat mađược cho một cơ hội để cải tạo. Họ bảo ông thuyết pháp trước dân chúng Lhasa trong dịp lễ Monlam. Người Trung quốc cho phép dân được một ngày để làm lại lễ này. Ông nhận lời. Nhưng, trước sự kinh ngạc sửng sốt của quan chức Trung cộng, ông tuyên bố với đại chúng rằng chỉ có Đức Đạt Lai Lat Ma mới là người lãnh đạo đích thực của nhân dân Tây tạng. ông chấm dứt bài thuyết pháp bằng lời hô lớn: "Đạt Lai Lat Ma muôn năm !" Thế là ông bị bắt, và sau 17 ngày, bị xử án bí mật, ông bị đưa đi biệt tích. Nhiều người sợ là ông đã bị thủ tiêu. Nhưng nay mới biết là ông đã bị quản thúc rồi tống giam vào nhà tù loại tối trọng ở bên Tàu. ông bị tra tấn rất dã man và bị đem đi "cải tạo" về chánh trị. Sự ngược đãi tàn bạo tới mức ông đã tính tự vẫn nhiều lần. Như vậy là đức Ban Thiền Lat Ma vẫn còn sống và tương đối khỏe. Nhưng phái đoàn nhận thấy tình trạng của xứ Tây tạng thì rất sa sút. Phải công nhận là nền kinh tế đã thay đổi và sản xuất nhiều thứ mới. Nhưng dân Tây tạng không được hưởng gì cả và các hàng hóa làm ra thuộc vào tay đạo quân chiếm đóng. Chẳng hạn có những nhà máy mới, trước kia chưa từng có, nhưng các sản phẩm làm ra đều được chở sang Trung quốc. Và họ thiết lập các nhà máy bất chấp khung cảnh thiên nhiên bị tàn hại ra sao, miễn có lợi cho họ là làm. Các nhà máy thủy điện cũng vậy.

Thêm vào đó, khu người Hoa ở trong mỗi làng hay mỗi thị xã đều có đèn điện sáng choang, trong khi ngay tại thủ đô Lhasa, trong khu người Tây tạng, thì may lắm là có một ngọn đèn 15 hay 20 watts cho một gian phòng. Mấy cái bóng đèn đó thường tắt ngấm, nhất là về mùa đông thì sức nước chảy yếu và điện được dồn hết về cho khu người Hoa đang cần dùng nhiều hơn. Về nông nghiệp thì người Hoa bắt buộc dân trồng loại lúa mì mùa đông thay thế cho giống lúa mạch cổ truyền. Kết quả là, với phương pháp cực lực canh tác, họ gặt hái được vài vụ lúa tốt, rồi sau đó là nạn đói liên tiếp mấy năm. Lối canh tác mới đã làm trôi hết lớp đất màu mỏng manh, để lại bao nhiêu cây số đất khô cằn như sa mạc. Các tài nguyên khác như rừng cây, cũng bị khai thác theo lối đó.

Từ năm 1955, tính ra khoảng 50 triệu cây đã bị đốn và hàng triệu mẫu rừng bị tàn phá. Về chăn nuôi thì có sự gia tăng trông thấy: nhiều nơi số gia súc tăng gấp mười lần, dù diện tích đồng cỏ vẫn như cũ. Nhưng mặt khác, việc tập trung chăn nuôi quá đáng khiến cho đồng cỏ bị trụi không còn nuôi gia súc được nữa. Cả một khung cảnh sinh môi bị hủy diệt. Hình ảnh của từng đàn nai, trâu và cừu ngày xưa, bây giờ đã biến mất. Và ngay cả những bày chim như vịt, ngỗng trời rất quen thuộc, bây giờ cũng không thấy đâu nữa. Về mặt y tế thì quả thật có thêm nhiều bệnh viện, như người Trung hoa vẫn khoe. Nhưng các bệnh viện đó ưu đãi người Tàu và kỳ thị dân bổn xứ. Và khi người Tàu cần tiếp máu, thì bao giờ cũng có người Tây Tạng "tình nguyện" hiến máu.

Về mặt giáo dục cũng có nhiều trường học hơn thật. Nhưng chính sách giáo dục cũng ưu tiên làm lợi cho người Hoa. Phái đoàn quan sát thứ nhất nghe chuyện chính quyền địa phương xin ngân khoản của chính phủ trung ương, nói là để xây dựng cơ sở giáo dục cho dân Tây tạng, nhưng ngân khoản chỉ được dùng cho con em quan chức người Hoa. Còn việc giáo dục con em Tây tạng thì lại dùng toàn tiếng Trung quốc.

Họ còn dự trù "trong mười lăm năm" sẽ không còn tiếng Tây tạng nữa. Trong thực tế, những thứ trường học trên chỉ là trại lao động cưỡng bách cho trẻ em. Một thiểu số thực sự được đi học là khoảng một ngàn năm trăm trẻ thông minh nhất, chúng bị cưỡng bách qua Trung quốc học, lấy cớ là để tăng cường sự "thống nhất". Phái đoàn cũng nhận thấy sự giao thông ở Tây tạng đã thay đổi triệt để. Rất nhiều đường xá chạy khắp xứ và nối liền các khu dân cư. Cũng có hàng ngàn chiếc xe hơi, phần lớn là xe vận tải nặng, tất cả thuộc về chính phủ. Còn người dân thường Tây tạng thì muốn đi đâu cũng phải có giấy phép. Gần đây quả thực luật lệ đã bớt nghiêm ngặt nhưng cũng vẫn ít người được đi lại thong thả. Tương tự, số hàng tiêu thụ có khá nhiều, nhưng chỉ có một số tối thiểu người Tây tạng được hưởng. Đại đa số dân chúng vẫn sống cảnh cùng khổ. Phái đoàn nghe những chuyện như khẩu phần 30 ngày cho tới gần đây cũng chỉ đủ ăn trong 20 ngày. Sau đó người ta đành ăn lá cây hay cỏ. Phần bơ ăn cho cả tháng bây giờ cũng chỉ đủ dính môi, ngày xưa chỗ đó chỉ dùng cho một bữa uống trà. Và tại khắp mọi nơi phái đoàn đi qua, nạn thiếu dinh dưỡng khiến trẻ em lớn không nổi và quần áo thì rách bươm. Không cần phải nói, các thứ trang sức, áo quần diêm dúa, bây giờ đã biến mất, thí dụ như đôi bông tai mà người Tây tạng xưa nghèo tới đâu cũng đeo, nay không còn mấy người có. Đã nghèo khổ như vậy, dân chúng còn phải đóng thuế tàn tệ, dù những khoản đóng góp đó không gọi là thuế mà gọi là "tiền tô" hay các tên nào khác. Cả người dân du mục nghèo nàn cũng phải đóng thuế.

Nói chung, chính sách kinh tế của người Hoa tại Tây tạng cũng là một hình thức tra tấn.

Đối với văn hóa Tây tạng, người Trung quốc cũng tìm cách đàn áp tàn bạo. Thí dụ họ chỉ cho phép hát những bài ca chính trị theo điệu nhạc Trung hoa. Các hình thức tôn giáo bị cấm đoán. Hàng ngàn tu viện của tăng và ni bị hủy bỏ. Từ cuối thập niên 1950, các chính sách này đã được thi hành. Trước tiên họ cử các viên chức tới kiểm kê tài sản từng tự viện một. Sau đó là các đoàn công nhân tới khiêng đi các đồ vật có giá trị, chất lên xe vận tải, chở thẳng về Trung quốc, để đem nấu ra lấy vàng hay bán ra thị trường nghệ phẩm ngoại quốc lấy ngoại tệ. Tiếp theo, các công nhân được gởi đến tháo gỡ những món đồ hữu dụng, kể cả mái ngói và cột kèo bằng gỗ. Sau cùng, dân địa phương bị ép phải đấu tố các tăng ni, phỉ báng trật tự xã hội cũ Trong vòng mấy tuần lễ, các tự viện không còn gì ngoài đống gạch vụn. Các bảo vật thuộc các tu viện trên là những tài sản khả dụng của nước Tây tạng. Hàng trăm, ngàn năm qua, bao nhiêu thiện nam tín nữ đã cúng dường những gì quý báu nhất của gia đình cho các tu viện. Ngày nay, tất cả bị nuốt chửng vào cái bụng không đáy của Trung quốc. Chưa đủ, người Tàu còn nhất định kiểm soát dân số Tây tạng. Mỗi gia đình chỉ được phép có hai đứa con (chính sách này không phải chỉ áp dụng cho dân Trung hoa, như họ nói). Người nào vượt khỏi giới hạn này sẽ bị dẫn tới y viện, như cái mà dân vẫn gọi là "lò thịt" tại Gyantse. Ở đó, phụ nữ có bầu bị bắt buộc phải phá thai, rồi bị làm tuyệt đường sinh sản. Nhiều phụ nữ bị bắt buộc phải ngừa thai; gần đây nhiều người Tây tạng mới trốn đi đã bị đặt vòng xoắn bằng đồng rất thô sơ, sang tới đây mới biết. Và mỗi lần dân chúng nổi dậy, rất nhiều kể từ năm 1959, thì cả làng bị tàn phá, dân chúng bị tàn sát và hàng chục ngàn người bị tống giam. Trong tù họ chịu cảnh vô cùng khổ cực. Ban ngày phải lao động cưỡng bách, ban đêm phải học tập chính trị tới khuya và khẩu phần thì vô cùng thiếu thốn.

Tôi đã gặp nhiều người bị tù. Một vị là bác sĩ Tenzin Choedrak, y sỹ riêng của tôi vào cuối thập niên 1950. Khi phái đoàn quan sát thứ nhất đến Bắc kinh, tôi nhờ họ can thiệp cho ông được trả tự do và ra ngoại quốc gặp tôi. Lúc đầu họ không cho, nhưng một năm sau ông được thả và cuối năm 1980 đã đến Dharamsala. Những chuyện về cảnh tù đày tàn bạo và nhục nhã ông kể thật ngoài sức tưởng tượng. Trong gần 20 năm tù đày, đã nhiều lần ông gần chết đói. Ông kể lại chính ông và các bạn tù đã bị bắt buộc phải ăn ngay quần áo của mình, và một người tù bạn cùng nằm bệnh viện với ông đói đến nỗi bắt được con sâu cũng rửa đi rồi ăn.

Tôi không kể lại các chuyện trên một cách vô ích. Tôi là một tăng sĩ Phật giáo, viết lại các chuyện này không phải để chống lại các anh chị em người Trung hoa, mà là để cho chúng ta cùng học hỏi. Tất nhiên có rất nhiều người Trung hoa rất tốt, họ không biết chuyện gì đã xảy ra tại Tây tạng. Tôi cũng không kể lại các chuyện trên vì tôi cay đắng hờn oán. Trái lại, các chuyện đáng buồn đã xảy ra, thì bây giờ chúng ta chẳng thể thay đổi được nữa, chỉ hướng về tương lai mà thôi.

Kể từ lúc phái đoàn quan sát thứ nhất trở về, hơn mười năm qua, các báo cáo của họ đã được những người khác xác nhận là trung thực, trong đó có các phái đoàn Tây tạng, du khách, nhà báo và các bạn hữu của người Hoa. Tiếc rằng trong mười năm đó mặc dù có vài tiến bộ vật chất, tình hình càng ngày càng tệ hơn.

Chúng tôi biết hiện có 300 ngàn quân Trung cộng đóng tại Tây tạng, phần nhiều ở vùng biên giới tranh chấp với Ấn độ, nhưng ít nhất 50 ngàn đóng chung quanh Lhasa không hơn một ngày đường. Hơn nữa, Trung quốc tàng trữ một phần ba võ khí nguyên tử trên đất Tây tạng. Và vì Tây tạng có các mỏ Uranium lớn nhất thế giới, Trung quốc có thể sẽ làm ô nhiễm sinh môi rất nhiều bằng việc khai thác quặng mỏ, để lại các chất phế thải chứa phóng xạ nguyên tử. Ở vùng Amdo, nơi tôi sinh trưởng, có một trại tù lớn nhất thế giới - đủ rộng để chứa hàng chục triệu tù nhân, theo ước đoán của nhiều người.

Và sau các đợt di dân đông đảo, hiện nay số người Hoa ở Tây tạng đã đông hơn cả người Tây Tạng. Đồng bào tôi đang bị đe dọa sẽ trở thành một thiểu số để sau này chỉ còn đem ra trưng bày cho du khách coi mà thôi.

Chương XIV

Sáng Kiến Hòa Bình

Phái đoàn quan sát thứ hai và thứ ba cùng rời Ấn độ đi Tây tạng vào tháng 5 năm 1980. Một đoàn gồm các thanh niên, đoàn kia gồm các thầy, các cô giáo. Tôi muốn gởi đoàn người trẻ tuổi để coi họ với các nhãn quan mới mẻ sẽ lượng giá tình trạng như thế nào. Về phái đoàn thứ hai, tôi muốn nhờ họ quan sát coi tương lai giới trẻ ở trong nước Tây tạng sẽ ra sao. Rất tiếc, phái đoàn trẻ tuổi không thể hoàn tất cuộc điều nghiên của họ. Khi dân Tây tạng bắt đầu kéo tới từng đoàn để đón những người từ hải ngoại về và lên tiếng kết án sự chiếm đóng của người Tàu, nhà cầm quyền Trung quốc đã kết tội phái đoàn khích động quần chúng phản kháng chế độ và trục xuất cả phái đoàn ra khỏi Tây tạng về tội phá hoại "sự đoàn kết của tổ quốc". Tôi thật lấy làm buồn về chuyện này.

Thay vì tìm hiểu sự thật, hình như người Trung quốc lại quyết định bất chấp sự thật. Nhưng ít nhất việc họ trục xuất phái đoàn chứng tỏ họ có thấy tâm tình dân Tây tạng như thế nào. Phái đoàn thứ ba do em gái tôi, Jetsun Pema dẫn đầu, thì được phép ở lại. Trở về Dharamsala vào tháng 10 năm 1980, họ trình bày các chứng cớ cho thấy mặc dù nền giáo dục có tăng thêm nói chung trong vòng 20 năm qua, nhưng chuyện đó không có gì đáng mừng. Vì hình như theo quan niệm của người Hoa, việc học chỉ cốt cho thiếu niên có thể đọc "tư tưởng Mao Chủ tịch" và việc viết chỉ giúp chúng viết các bản "tự thú."

Nói chung, các sự kiện mà phái đoàn quan sát đưa tin về không những cho thấy rõ sự tàn phá Tây tạng của người Trung hoa ghê gớm đến mức nào, mà còn cho thấy dân Tây tạng tiếp tục bị vùi dập ra sao. Và mặc dù so với các nỗi thống khổ suốt 20 năm qua thì nay tình hình có vẻ cải thiện, nhưng sự thật hiển nhiên là chính quyền Trung hoa vẫn coi dân Tây tạng là giống dân "chậm tiến, dốt nát, dã man và mọi rợ".

Năm 1981, mẹ tôi qua đời sau một thời gian ngắn bị bịnh và đứt gân máu. Suốt một đời của mẹ tôi (bà gần bằng tuổi của thế kỷ này), bà lúc nào cũng khỏe mạnh, cho nên thời gian nằm bịnh là một kinh nghiệm mới lạ đối với bà. Nằm bịnh tức là mẹ tôi lần đầu tiên trong đời phải tùy thuộc người khác, trước kia bao giờ bà cũng tự chăm sóc lấy mình. Chẳng hạn tánh bà hay dậy sớm nhưng bà không bao giờ bắt các người làm phải dậy sớm. Khi thức dậy là bà tự đi pha trà uống, mặc dù cổ tay của bà bị thương rất khó cử động. Trong mấy tháng cuối cùng của mẹ tôi, Tenzin Choegyal, em út tôi lúc đó đang ở bên mẹ, hỏi mẹ tôi một cách hồn nhiên là trong mấy người con thì mẹ yêu ai nhất. Tôi chắc chú ấy muốn mẹ bảo là cưng chú ấy nhất đấy.

Nhưng không phải, mẹ nói đứa con mẹ yêu nhất là Lobsang Samten, anh kế tôi. Tôi nhắc lại chuyện này không phải chỉ để kể rằng khi em tôi nói đến chuyện đó, tôi cũng thoáng nghĩ rằng chắc mẹ tôi sẽ bảo tôi là đứa con cưng nhất, nhưng tôi nhắc lại cũng để kể thêm là khi mẹ tôi qua đời thì hóa ra chỉ có anh Lobsang Samten ở bên cạnh mẹ. Tôi đã gặp mẹ trước đó, lần tôi tới nhà thăm mẹ, nhưng khi mẹ mất thì tôi lại đang ở Bồ đề đạo tràng.

Khi nhận được tin buồn, tôi bèn tụng kinh hộ niệm cầu cho mẹ được tái sinh vào một cuộc đời an lành hơn. Tất cả các người Tây tạng có mặt tại đó cùng hộ trì với tôi. Chính phủ lưu vong Tây tạng cũng gởi một điện văn phân ưu với tôi, theo lẽ thường. Lá thư đó được gởi tới cho Ling Rinpoché, người phải mang đưa cho tôi. Nhưng không hiểu sao, người đưa thư lại đưa thẳng cho tôi. Vì thế mới có chuyện ngộ nghĩnh xảy ra. Tôi cầm thư đọc xong, đưa qua cho Ling Rinpoché. Sau khi đọc xong lá thư, ông ta đến chỗ tôi, ngơ ngác, gãi đầu, lúng túng nói: "Tôi thấy đúng ra chính tôi phải trình ngài lá thư này, chứ không phải là ngài lại đưa cho tôi. Bây giờ tôi phải làm sao?". Đó là lần duy nhất tôi chứng kiến cảnh Ling Rinpoché thực sự lúng túng.

Dĩ nhiên mẹ tôi qua đời tôi rất buồn. Trong các năm qua, công việc và bổn phận của tôi mỗi năm mỗi tăng khiến tôi càng ngày càng gặp mẹ ít hơn. Nhưng trong tinh thần, mẹ vẫn luôn luôn gần gũi tôi cho nên tôi thấy mất mát rất nhiều - cũng như khi một người lớn tuổi trong đám các thân hữu làm việc quanh tôi qua đời vậy. Thời gian trôi qua và thế hệ các người già cứ thế qua đời, chuyện không tránh được. Dần dần quanh tôi càng thêm những người ít tuổi hơn tôi. Thật vậy, tuổi trung bình của các nhân viên chính phủ tôi là 35 tuổi. Sự trẻ trung đó cũng là điều tốt. Các thử thách của thời đại này đối với tình hình Tây tạng đòi hỏi các bộ óc mới mẻ. Những người đã trưởng thành trong xứ Tây tạng cổ xưa thì khó mà hiểu được những gì đang xảy ra bây giờ. Tốt hơn hết là những người phải đương đầu với các vấn đề của Tây tạng hôm nay không bị dĩ vãng xa xưa đè nặng. Hơn nữa, việc đấu tranh phục hồi nền độc lập chính đáng của Tây tạng là cốt để cho thế hệ con cháu chúng tôi hưởng. Và chính thế hệ đó phải tiếp tục tranh đấu nếu họ còn muốn như vậy.

Vào đầu tháng 4 năm 1982, một phái bộ đàm phán gồm ba người rời Dharamsala đi Bắc kinh để thảo luận về tương lai Tây tạng. Cầm đầu phái đoàn là Juchen Thubten Namgyal, một viên chức cao cấp trong nội các (Kashag). Người thứ hai là Phuntsog Tashi Takla, từng giữ chức vụ chánh cận vệ cho tôi, và từng làm thông dịch viên cho NgaboJigme hồi 1951 khi thương thuyết với Trung cộng. Người thứ ba là Lodi Gyaltsen Gyari, chủ tịch quốc hội nhân dân Tây tạng (Chetui Lhenklang). Họ sẽ đến Bắc kinh gặp các viên chức cao cấp của chính phủ Trung hoa để hai bên minh định lập trường của mình.

Một trong các điểm đầu tiên mà phái đoàn Tây tạng muốn nêu rõ là các sự kiện lịch sử về đất nước chúng tôi. Họ nhắc người Trung hoa nhớ lại rằng trong lịch sử, Tây tạng luôn luôn là một nước tách biệt với nước Tàu. Điều này người Tàu đã mặc nhiên công nhận khi họ ép buộc chúng tôi phải chấp thuận

"Thỏa ước 17 điểm". Điều thứ hai mà phái đoàn nhấn mạnh với người Hoa là, mặc dầu họ quảng cáo rầm rộ, phô trương quá đáng về các "tiến bộ" ở xứ tôi, trong thực tế nhân dân Tây tạng hoàn toàn bất mãn. Từ hai điều căn bản đó, họ đề nghị Trung quốc phải tìm ra một đường lối mới cho phù hợp với thực tế. Một nhân viên phái đoàn hỏi thẳng người Trung quốc rằng người dân Tây tạng, xét vì họ thuộc một chủng tộc khác, họ có xứng đáng được hưởng các quyền lợi ngang hàng, nếu không phải là nhiều hơn, các quyền lợi mà chánh phủ Trung hoa đã tuyên bố sẽ dành cho dân Trung quốc ở Đài loan không? Và câu trả lời của chính phủ Trung quốc là họ đề nghị nhiều quyền lợi dành cho dân Đài loan vì Đài loan chưa được "giải phóng". Còn dân Tây tạng thì đã "trên đường vinh quang tiến tới Xã hội chủ nghĩa rồi" Rất tiếc là về phía người Hoa sau cùng, họ không nêu ra điều gì đáng kể. Họ lên lớp cho phái đoàn của chúng tôi nghe và kết án chúng tôi xuyên tạc sự thật bằng các chứng cớ mà các phái đoàn quan sát đã thâu lượm.

Người Hoa rút cục chỉ muốn bàn một chuyện là đưa Đạt Lai Lạt Ma trở về. Vì vậy họ đưa ra năm điểm đề nghị về vai trò tương lai của tôi.

1/ Đạt Lai Lạt Ma hãy tin tưởng rằng Trung quốc đã bước vào một giai đoạn ổn định chính trị lâu dài, kinh tế phát triển thường xuyên và các dân tộc trong nước tương trợ lẫn nhau.

2/ Đạt Lai Lạt Ma và các đại diện của ông phải thảo luận thẳng thắn và thành khẩn với chính phủ trung ương, không được quanh co đánh lén. Không được đôi co về các chuyện xảy ra năm 1959 nữa.

3/ Chính phủ trung ương sẽ thành khẩn hoan nghênh Đạt Lai Lạt Ma và các người tòng vong trở về nước, tin tưởng rằng họ sẽ góp phần bảo vệ sự thống nhất của Trung quốc, gia tăng tình đoàn kết giữa người Hán và người Tây tạng và giữa tất cả các dân tộc, và ủng hộ chương trình hiện đại hóa.

4/ Đạt Lai Lạt Ma sẽ được hưởng các qui chế chính trị và điều kiện sinh hoạt như đã hưởng trước năm 1959. ông có thể không cần phải về sống tại Tây tạng hay giữ một chức vụ nào tại địa phương. Tất nhiên ông có quyền lâu lâu trở về Tây tạng một lần. Các người tùy tòng của ông không nên lo ngại về công việc làm và điều kiện sinh hoạt của họ. Họ sẽ được hưởng các điều kiện tốt hơn trước.

5/ Khi Đạt Lai Lạt Ma muốn hồi hương, ông có thể đưa ra một tuyên cáo vắn tắt cho báo chí. Ông tự do nói gì trong tuyên cáo ấy tùy ý.

Nhưng rồi, sau khi phái đoàn của chúng tôi trở về Dharamsala, chính phủ Trung hoa công bố một bản văn đầy tính cách mạ ly về biên bản của cuộc thương thuyết, trong đó họ gọi các quan điểm của chúng tôi là "ly khai, phản động" và "bị nhân dân Trung quốc, nhất là nhân dân Tây tạng phản đối kịch liệt".

Từ sự kiện này, chúng tôi thấy "chính sách mới" của Trung quốc đối với Tây tạng không được như điều chúng tôi dự đoán sau các diễn biến cởi mở ở Trung Quốc từ thập niên 1970. Như một phương ngôn Tây tạng nói: "Họ cho mình coi đường ngọt mầu nâu, nhưng rồi họ đổ xi mầu nâu vào miệng mình". Về năm điểm người Hoa đưa ra liên hệ đến tôi, tôi không hiểu sao họ lại coi vai trò của cá nhân tôi quan trọng đến như vậy.

Bao năm qua, chúng tôi tranh đấu không phải cho chính tôi, mà tranh đấu cho quyền tự do và phúc lợi của đồng bào tôi. Tôi tranh đấu không phải vì quan tâm đến vấn đề biên giới và lãnh thổ chẳng hạn. Vì tôi tin tưởng rằng điều quan trọng nhất đối với nhân loại là khả năng sáng tạo. Và tôi cũng tin rằng con người chỉ có thể sáng tạo nếu được tự do. Lưu vong ở nước ngoài, tôi được hưởng tự do. Sau 31 năm lưu đầy, tôi đã hiểu giá trị của tự do, cho nên nếu tôi trở về trước khi toàn thể dân Tây tạng được tự do thì việc hồi hương của tôi là sai lầm.

Mặc dù như vậy, dù các cuộc thảo luận với chính quyền Trung quốc rất vô bổ, tôi vẫn quyết định nếu chính phủ Tàu đồng ý, tôi sẽ về thăm Tây tạng một thời gian ngắn. Tôi muốn nói chuyện với đồng bào tôi và tự mình tìm hiểu thực trạng của họ. Phản ứng của Trung quốc tỏ ra thuận lợi, và chúng tôi chuẩn bị gởi một phái đoàn về nước năm 1984 để sửa soạn cho tôi trở về vào năm sau.

Trong khi đó thì một số rất đông người Tây tạng được qua Ấn độ nhờ lệnh cấm du lịch đã được bãi bỏ. Họ tiếp tục đi, dù về sau ít hơn. Cho tới nay, đã có đến mười ngàn người qua thăm Ấn độ, và hơn một nửa số người này đã lưu lại Ấn, phần lớn là người trẻ tuổi muốn ở lại học trong các trường và các đại học tôn giáo của chúng tôi. Những người quay trở về là vì họ không thể nào ở lại được.

Đối với những người mới tới hay qua thăm, tôi luôn luôn muốn đích thân gặp họ. Những cuộc gặp gỡ đó bao giờ cũng rất xúc động: phần lớn họ có vẻ ngây thơ, buồn bã, rách rưới nghèo nàn. Tôi luôn luôn thăm hỏi về đời sống và gia đình họ. Và khi trả lời ai cũng khóc. Nhiều người không nói nên lời sau khi kể các câu chuyện bi thương của họ. Cũng trong khoảng thời gian này, tôi gặp các du khách đi Tây tạng trở về.

Lần đầu tiên người ngoại quốc (phần lớn là người Tây phương) được phép thăm viếng một phần Xứ Tuyết. Đáng tiếc là ngay từ đầu người Trung hoa đã hạn chế rất nhiều. Từ giai đoạn đầu của chính sách cởi mở, người ta chỉ được phép thăm Tây tạng trong một phái đoàn và ấn định trước lộ trình. Vào đến trong xứ rồi, họ chỉ được đi thăm một số chỗ rất ít ỏi. Hơn nữa, tiếp xúc với người Tây tạng bị hạn chế đến mức tối thiểu vì những chỗ họ tạm trú đều do người Hoa làm chủ và điều hành. Chỉ có một ít người Tây tạng làm việc quét dọn hay làm người hầu tại đó. Tình trạng này đã và vẫn còn là một khuyết điểm. Tệ hơn nữa, các cuộc du lịch có hướng dẫn của người Tàu chỉ cho du khách thấy các tu viện đã hay đang được tu sửa. Du khách đâu được thấy hàng ngàn tu viện vẫn còn tan hoang.

Quả thật trong mười năm qua, đã có nhiều cuộc trùng tu, nhất là tại Lhasa và vùng phụ cận. Nhưng tôi phải nói, mà không có ý mỉa mai, là các cuộc trùng tu trên chỉ cốt cho du khách coi. Bởi vì các tăng sĩ được vào các tu viện trên đều được chính quyền chọn lọc kỹ lưỡng, và khi vào đó họ cũng không được tu học mà phải lo việc xây cất (chi phí trùng tu do các thiện nam tín nữ cúng dường), cho nên tôi nói vậy không phải là nói ngoa. Vì các hướng dẫn viên được huấn luyện rất kỹ nên khách không làm sao biết được các sự thật trên. Và nếu họ tò mò hỏi tại sao nhiều tu viện cần trùng tu như vậy, người ta sẽ giải thích là, tiếc thay, cuộc Cách mạng Văn hóa quá khích đã lan tới cả Tây tạng; chứ còn nhân dân Trung quốc, bây giờ rất ân hận về các biến cố dưới thời Tứ Nhân Bang, đang cố sức sửa sai các lầm lẫn đó. Họ không bao giờ cho du khách biết là phần lớn các vụ phá chùa chiền đã xảy ra nhiều năm trước thời Cách mạng văn hóa.

Đáng buồn là đối với nhiều du khách, Tây tạng chắc chẳng có ý nghĩa gì hơn là một địa điểm du lịch hấp dẫn vì xa lạ, thêm một dấu triện nữa để đóng lên dấu thông hành của họ. Họ đến đó, coi một vài tu viện để thỏa mãn óc tò mò, gặp các khách hành hương mặc đồ sặc sỡ là họ hết nghi ngờ. Tuy nhiên không phải ai cũng bị che mắt như vậy, dù phần lớn đã bị lừa. Và một số nhỏ đó thôi cũng làm cho việc du lịch Tây tạng có phần ích lợi thật sự. ích lợi đó không ở mặt kinh tế hay những số thống kê, mà do một số nhỏ du khách tò mò tìm hiểu và có khả năng tưởng tượng. Đó là những người tìm cơ hội thoát khỏi sự theo dõi của các vú nuôi hướng dẫn viên, tìm xem những cảnh mà đáng lẽ họ không được phép coi, và nhất là nghe những điều họ đáng lẽ không được nghe.

Từ năm 1981 đến 1987, số du khách tăng từ 1500 đến 43,000 mỗi năm. Nhiều người sau đó gặp chúng tôi và cho chúng tôi thấy rõ chính sách gọi là "cởi mở" của Trung cộng không có thực chất chút nào hết. Người Tây tạng vẫn không được tự do ngôn luận. Và khi tiếp xúc riêng, họ chống lại việc Trung quốc chiếm đóng xứ tôi, nhưng trước công chúng họ không dám nói. Hơn thế nữa, tin tức họ được nghe hoàn toàn bị kiểm soát, sinh hoạt tôn giáo của người dân cũng vậy.

Chỉ cần khách quan một chút cũng thấy là dân Tây

tạng đang sống dưới một chế độ công an trị, dân bị khủng bố để phải khuất phục chính quyền. Dân chúng vẫn sống trong sợ sệt, dù người ta hứa sẽ có cải tổ sau khi Mao chết. Và nay dân Tây tạng phải chấp nhận sống với sự di dân ào ạt của người Hoa, một ngày kia sẽ đè bẹp họ. Nhiều du khách nói với tôi rằng, trước kia họ thật sự có lập trường thân Trung cộng, nhưng sau cuộc du lịch họ đã đổi ý kiến vì họ đã thấy sự thật. Cũng vậy, nhiều người nói trước kia họ có thái độ phi chính trị, bây giờ họ thấy phải đổi thái độ. Tôi còn nhớ một người Na uy bảo rằng lúc đầu ông rất ngưỡng mộ người Hoa khi họ dám hủy hoại tôn giáo. Bây giờ, sau khi đi thăm Lhasa lần thứ hai, ông đã thấy sự thật ra sao. Ông hỏi liệu ông có thể làm gì để giúp dân tộc tôi hay không? Tôi trả lời, như đã trả lời các người khác cùng hỏi câu đó: "Điều tốt là ông hãy đi nói sự thật về các điều ông thấy, cho càng nhiều người càng hay. Nhờ vậy, thế giới sẽ biết về nỗi thống khổ của dân Tây tạng hơn."

Sau khi đã gặp các du khách và những người mới ty nạn, tôi không ngạc nhiên lắm khi nghe tin về các cuộc đàn áp mới tại Trung hoa và Tây tạng, vào tháng 9 năm 1983. Có các cuộc hành quyết tại Lhasa, Shigatse và Gyantse, và bắt bớ thêm ở Chamdo và Karze. Họ nói là họ bắt bớ bọn "tội phạm và phản xã hội", nhưng đúng ra là bắt các người phản kháng, ở Tây tạng cũng như ở Hoa lục. Tin tức này tuy cho thấy chính phủ Tàu cứng rắn trở lại, nhưng cũng có khía cạnh tốt. Vì đây là lần đầu tiên báo chí quốc tế loan tin về Tây tạng, vì họ mới được phép gởi phóng viên tới tận nơi.

Cảm thấy các vụ khủng bố trên báo hiệu chính sách

tàn bạo cũ thời Mao đã trở lại, dân ty nạn Tây tạng khắp nơi phản đối mạnh mẽ. Họ biểu tình rầm rộ tại New Delhi và các trại ty nạn khác ở Ấn độ. Về phần tôi, tôi thấy chưa thể kết luận là chính sách tàn bạo này là một đòn chống đối của nhóm bảo thủ phản ứng lại với chính sách của Đặng Tiểu Bình, hay thực sự Tây tạng đang vào một thời kỳ đen tối trở lại. Nhưng vì các biến cố đó phái đoàn chuẩn bị của tôi không thể về nước, và chuyến đi của tôi sau cũng bị hủy bỏ.

Vào tháng 5 năm 1984, tôi thấy rõ hơn là chính sách của Trung hoa đối với Tây tạng đã thay đổi. Trái với lời hứa của Hồ Diệu Bang là sẽ cắt giảm 85 phần trăm cán bộ Trung cộng tại Tây tạng, họ lại thúc đẩy một phong trào di dân đông đảo. Lấy lý do cần "phát triển", 600 ngàn công nhân chuyên môn và không chuyên môn người Hoa được tuyển mộ đưa sang Tây tạng. Họ được hứa lương bổng bảo đảm, trợ giúp nhà ở và cả tiền trợ cấp xa nhà. Đồng thời, vì chế độ di chuyển trong nước Tàu được thả lỏng, nhiều cá nhân tự ý đi theo, tin rằng sang Tây tạng dễ kiếm việc làm hơn. Thành ra, đúng như một tục ngữ Tây tạng: "Cứ ở đâu có một người Hoa thì sẽ có mười người Hoa". Làn sóng di dân tiếp tục, không ngừng.

Vào mùa Thu năm đó, bà thủ tướng Indira Gandhi bị ám sát, dân ty nạn Tây tạng mất một người bạn chân thành. Tin này làm tôi chấn động, tôi nghe khi đang từ London về New Delhi, nhất là bữa đó tôi đã có hẹn sẽ ăn cơm trưa với ông bà Jidhu Krishnamurti. Con trai của bà Indira là Rajiv kế vị, ông là một nhà lãnh đạo trẻ và quyết tâm phục vụ cho xứ sở ông cũng như giúp đỡ cộng đồng ty nạn Tây tạng. Rajiv Gandhi là một người bản chất lịch sự và thân thiện, rất có từ tâm. Tôi nhớ lần đầu tôi gặp ông vào năm 1956 tôi thăm Ấn độ, được mời đến ăn trưa với cố thủ tướng Nehru, ông ngoại của ông. Khi thủ tướng Nerhu dẫn tôi vào thăm vườn, tôi thấy hai cậu bé đang chơi bên một cái lều, chúng đang cố đốt một cái pháo thăng thiên lớn mà pháo không bay lên được. Đó là Rajiv và Sanjay, anh lớn của cậu ta. Gần đây, Rajiv nhắc lại chuyện tôi trói hai cậu lại trong lều, và trò đùa này, cả hai anh em đều rất thích.

Sau đó chưa đầy một năm, Tây tạng lại mất đi một người tranh đấu lớn nữa, khi Lobsang Samten qua đời. Lúc đó anh tôi mới 54 tuổi. Thật sự tôi không ngạc nhiên, dù tôi rất buồn. Chuyến đi cùng phái đoàn quan sát thứ nhất đã ảnh hưởng sâu xa tới anh. Anh không thể hiểu nổi tại sao người Hoa lại thờ ơ trước bao đau thương, khổ cực của dân Tây tạng. Và trước kia, anh là người vui vẻ hay cười đùa biết bao nhiêu (anh hay nói đùa, và đùa thô lỗ ghê lắm). Sau chuyến đi trở về, anh trở nên rầu rĩ, u buồn cả một thời gian rất lâu. Tôi không nói quá khi bảo anh chết vì quá thất vọng. Tôi rất xót xa về cái chết của Lobsang Samten, không những vì chúng tôi rất gần nhau, mà còn vì khi anh bịnh nặng thì tôi vắng mặt. Lần chót tôi gặp anh là khi đi thăm Delhi, lúc anh đang đi công tác với tư cách giám đốc viện Y Học Tây tạng. Thay vì đi xe đò cùng về Dharamsala một chuyến với vợ, anh ở lại thêm một ngày vì công việc, tính về cùng chuyến xe lửa với tôi vào hôm sau. Nhưng khi ra ga xe lửa, anh lại đổi ý, vì công việc vẫn còn dở dang, cần nán lại thêm. Đó là tính tình tiêu biểu của Lobsang Samten, lúc nào cũng nghĩ đến công việc, quên cả thân mình. Ngày hôm sau, bất chợt anh bị cảm cúm. Bệnh cảm biến chứng thành sưng phổi, rồi sang bệnh sốt vàng da, và ba tuần sau thì anh tạ thế.

Bây giờ mỗi lần nhớ tới Lobsang Samten, tôi nhớ nhất đến đức khiêm cung của anh. Anh không bao giờ đối xử với tôi như một người em, mà lúc nào cũng bày tỏ lòng cung kính như một người Tây tạng bình thường khác. Chẳng hạn mỗi lần tôi ra đi hay trở về, anh đứng xếp hàng ở cửa cùng với mọi người để đón tiếp hoặc tiễn đưa và chúc tôi đi bình an. Không những khiêm tốn, anh còn đầy lòng từ bi. Tôi nhớ một lần kể cho anh nghe về trại người cùi tại Orissa, phía Đông Ấn độ. Anh cũng như tôi, bao giờ cũng chú ý và khâm phục những công tác làm vơi nỗi khổ của mọi người. Cho nên khi tôi hỏi anh không biết cộng đồng Tây tạng có thể làm gì để giúp các bệnh nhân cùi đó chăng, thì anh hứa sẽ làm bất cứ việc gì anh đủ sức, và anh bật khóc.

Sau các chuyến du hành của tôi qua Mỹ vào năm 1979, 1981 và 1984, nhiều người Mỹ tỏ ý muốn giúp dân Tây tạng. Vì thế vào tháng 7 năm 1985, chín mươi mốt dân biểu Mỹ ký vào một bức thư gửi cho chủ tịch Quốc hội Nhân dân Trung hoa ở Bắc kinh là ông Lý Tiên Niệm, tỏ ý ủng hộ các trao đổi trực tiếp giữa chính phủ Trung hoa và các đại biểu của tôi. Bức thư đó thúc dục người Trung quốc hãy "quan tâm đến các khát vọng chính đáng và ôn hòa của Đức Đạt Lai Lạt Ma và nhân dân của ngài". Đây là lần thứ nhất Tây tạng nhận được một sự ủng hộ về chính trị - tôi thấy dấu hiệu khích lệ là cộng đồng quốc tế bắt đầu công nhận cuộc tranh đấu của chúng tôi có chính nghĩa. Dấu hiệu trên càng gia tăng khi nhiều người tại các nước khác cũng bắt đầu các hành động tương tự.

Tới đầu năm 1987 tôi được ủy ban Nhăn Quyền thuộc Quốc hội Mỹ ở Washington D.C. mời tới nói chuyện. Tôi vui vẻ nhận lời. Cuộc thăm viếng được ấn định vào mùa Thu. Trong lúc chờ đợi, một số các bạn cũ đề nghị tôi hãy nhân cơ hội này đưa ra một số mục tiêu tranh đấu của dân tộc Tây tạng mà các người trọng công lý khắp thế giới có thể ủng hộ. Tôi thấy đó là một lời khuyên rất hay và tôi bắt đầu xác định một số điều đã suy nghĩ từ mấy năm qua. Ngay trước khi tôi khởi hành đi Mỹ, Quốc hội Hoa kỳ ấn hành một bản báo cáo về tình trạng vi phạm nhân quyền ở Tây tạng. Trong báo cáo, họ nêu lên chuyện lá thư của các dân biểu gửi cho Lý Tiên Niệm đã không được hồi âm; "Không có gì chứng tỏ Cộng hòa Nhân dân Trung hoa để tâm tới các khát vọng chính đáng và ôn hòa của đức Đạt Lai Lạt Ma".

Khi đến Mỹ, tôi đọc diễn văn Ở Quốc hội ngày 21-9-1987. Các điểm đề nghị trong đó giờ được gọi là "Chương Trình Hòa Bình Năm Điểm", gồm các điều sau đây:

1- Biến Tây tạng thành một khu vực hòa bình.

2- Chấm dứt việc di dân Trung hoa đang đe dọa sự tồn tại của dân tộc Tây tạng.

3- Tôn trọng các quyền dân chủ, tự do và quyền làm người của dân Tây tạng.

4- Phục hồi và bảo vệ môi trường thiên nhiên cua Tây tạng và chấm dứt việc sử dụng đất Tây tạng để sản xuất võ khí nguyên tử và bỏ đồ phế thải nguyên tử.

5- Khởi sự thương thảo ngay về quy chế tương lai của Tây tạng và bang giao giữa Tây tạng với Trung hoa.

Sau khi nêu vắn tắt các điểm trên, tôi mời mọi người đặt câu hỏi. Vừa nói, tôi vừa để ý thấy một số người trông như người Hoa trong đám cử tọa. Tôi bèn hỏi họ có phải vậy không. Sau một lúc ngần ngại, họ trả lời phải, họ là phóng viên Tân Hoa Xã. Từ bữa đó, tôi thấy đi đâu nói chuyện ở ngoại quốc cũng có người Trung quốc theo dõi.

Thường thường họ tỏ ra thân thiện với tính cách riêng, và lâu lâu mới có người phản bác hay chế nhạo, trông nét mặt họ nhăn nhó như thể họ có mặc cảm tội lỗi.

Tôi xin giải thích đại cương về chương trình Hòa Bình Năm Điểm. Phần thứ nhất, tôi đề nghị toàn thể Tây tạng, kể cả tỉnh Kham và Amdo ở miền Đông, biến thành một Vùng Bất Hại (Ahimsa, tiếng Hindi của Ấn, có nghĩa là hòa bình và không dùng bạo lực), điều này nằm trong truyền thống Tây tạng, là một xứ hòa bình theo Phật giáo.

Điều này cũng phù hợp với dự tính của nước Nepal tự công bố là một vùng hòa bình, mà dự án này đã được Trung quốc ủng hộ. Khi thi hành, dự án này sẽ phục hồi vị trí lịch sử của Tây tạng, là vùng trái độn giữa các cường quốc trong lục địa Á châu.

Sau đây là các điều chính của đề nghị Vùng Bất Hại: Cấm sản xuất, thí nghiệm, tàng trữ võ khí nguyên tử và các võ khí khác ở cao nguyên Tây tạng. Cao nguyên Tây tạng sẽ biến thành công viên thiên nhiên lớn của cả thế giới, hay vùng sinh môi của thế giới. Luật lệ nghiêm ngặt bảo vệ đời sống thiên nhiên và cây cỏ; việc khai thác tài nguyên thiên nhiên phải được quy định để bảo vệ sinh môi, và một chính sách phát triển các vùng đông dân sẽ được áp dụng để bảo vệ môi trường sống. Cấm sản xuất điện năng nguyên tử lực và các kỹ thuật năng lượng tạo ra các chất phế thải độc hại.

Chính sách và tài nguyên thiên nhiên phải hướng đến sự cổ động cho hòa bình và bảo vệ thiên nhiên. Xứ Tây tạng đón nhận các tổ chức cổ động hòa bình và bảo vệ mọi hình thức của sự sống. Xứ Tây tạng khuyến khích thành lập các tổ chức địa phương và quốc tế để cổ võ và bảo vệ quyền làm người. Một khi Vùng Bất Hại được thành lập, quân đội và các doanh trại quân sự Ấn độ có thể rút khỏi vùng biên giới giáp Tây tạng. Điều này sẽ được hoàn tất trong khuôn khổ thỏa hiệp quốc tế để thỏa mãn nhu cầu quốc phòng chính đáng của Trung quốc và xây dựng lòng tin tưởng giữa các dân tộc Tây tạng, Trung quốc, Ấn độ và các lân bang. Thỏa hiệp này có lợi cho tất cả các nước và giảm bớt chi phí lớn lao vì tập trung quân đội ở vùng biên giới tranh tụng trên Hy Mã Lạp Sơn.

Xưa kia bang giao giữa Ấn độ và Trung quốc chưa bao giờ căng thẳng. Chuyện căng thẳng chỉ xảy ra khi quân Trung quốc tiến vào Tây tạng, khiến cho lần đầu tiên hai nước có một biên giới chung, sau cùng dẫn tới cuộc chiến tranh 1962. Từ đó nhiều vụ chạm trán nguy hiểm vẫn xảy ra. Bang giao thân hữu giữa hai nước đông dân nhất hoàn cầu sẽ dễ dàng hơn nhiều nếu hai nước được ngăn cách, như đã từng ngăn cách trong suốt lịch sử, bởi một nước đệm thân hữu rộng lớn.

Để cải thiện mối giao thiệp giữa nhân dân Tây tạng và Trung hoa, điều kiện đầu tiên phải tạo ra sự tín nhiệm. Sau vụ thảm sát suốt ba thập kỷ vừa qua, làm một triệu một phần tư dân Tây tạng chết vì nạn đói, vì bị giết, bị tra tấn hay tự sát; và hàng chục ngàn người vẫn đầy đọa trong lao tù, chỉ có thể bắt đầu một quá trình hòa giải đích thực bằng việc rút quân của Trung quốc. Sự có mặt đông đảo của đạo quân chiếm đóng chỉ nhắc nhở cho dân Tây tạng về sự đàn áp khổ cực mà họ đã phải chịu đựng Việc rút quân sẽ là dấu hiệu thiết yếu cho thấy từ nay trở đi một nền bang giao có ý nghĩa sẽ được thiết lập với người Trung hoa, dựa trên tình hữu nghị và tin cẩn.

Đáng tiếc là người Hoa đã coi điểm đề nghị đầu tiên trên đây của tôi như là một bước khởi đầu của sự ly khai, điều mà tôi không hề nghĩ đến. Tôi chỉ có ý nghĩ đó là điều tất yếu phải đi tới, nếu muốn có sự hòa hợp giữa hai dân tộc thì một bên phải nhường nhịn hay ít nhất có một cử chỉ hòa giải. Và vì dân Tây tạng đang bị đè nén, chúng tôi đã mất tất cả, chúng tôi không còn có gì để nhường người Trung hoa nữa.

Vậy tự nhiên là, để tạo bầu không khí tin cẩn, phía những người cầm súng, dù súng có che dấu đi hay không, là phải rút đi. Đó là ý nghĩa của vùng Hòa Bình: một vùng mà không ai cầm súng. Việc này không những giúp tạo nên sự tin cậy giữa hai bên, nó còn giúp Trung quốc về mặt kinh tế. Việc đồn trú đạo quân đông đảo ở Tây tạng là một phí tổn lớn làm tiêu hao tài nguyên trong nền kinh tế đang mở mang của họ.

Phần thứ hai trong chương trình Hòa Bình Năm

Điểm của tôi liên hệ đến mối đe dọa lớn nhất- sự tồn tại của dân Tây tạng, như một dân tộc cá biệt- đó là vấn đề di dân từ Trung quốc vào Tây tạng. Từ giữa thập niêm 1980, chính phủ Bắc kinh đã rõ ràng có một chính sách cố tình Hán hóa, nhiều người gọi đó là "giải pháp tối hậu" trá hình. Họ thi hành chính sách đó bằng cách giảm bớt số dân Tây tạng tới mức họ chỉ còn là một thiểu số không đáng kể trên ngay quê hương của họ. Điều này phải chấm dứt. Việc di chuyển đại qui mô thường dân người Hoa sang Tây tạng là vi phạm Thỏa ước Geneve thứ tư (cấm đưa thường dân sang một xứ bị chiếm đóng bằng quân sự). Kết quả là ở miền đông Tây tạng hiện nay, dân số người Hoa cao hơn dân số gốc Tây tạng. Thí dụ tại tỉnh Thanh hải, bây giờ sát nhập cả tỉnh Amdo, nơi tôi ra đời, theo thống kê của Trung quốc, có hai triệu rưỡi dân Trung quốc và chỉ có 750 ngàn dân Tây tạng. Theo tin tức của chúng tôi thì ngay tại khu Tự trị Tây tạng (tức là miền Trung và miền Tây), số dân gốc Hoa cũng đã đông hơn dân Tây tạng.

    Chính sách di dân này vốn cũ kỹ, người Tàu đã áp dụng một cách hệ thống tại các vùng khác. Trước đây không lâu, Mãn châu là một dân tộc cá biệt, có văn hóa và truyền thống riêng. Ngày nay, tại đó chỉ còn hai, ba triệu người Mãn và 75 triệu người Hoa đã tới định cư. Ở miền Đông nước Thổ phồn (Turkestan) mà bây giờ người Tàu gọi là tỉnh Tân cương, dân số gốc Hoa đã từ số 200 ngàn năm 1949, nay tăng lên tới bảy triệu, tức là hơn nửa số dân tại đó. Còn Nội Mông cổ, sau khi bị Trung quốc biến thành thuộc địa, số người Hoa là 8 triệu rưỡi, dân Mông cổ chỉ còn hai triệu rưỡi.

Hiện trên toàn xứ Tây tạng, chúng tôi ước tính có 7 triệu rưởi người Hoa, cao hơn dân số 6 triệu người Tây tạng. Để bảo tồn nòi giống dân tộc Tây tạng, điều thiết yếu là việc di dân này phải chấm dứt và các dân di cư gốc Hoa phải được cho phép trở về quê quán. Nếu không dân Tây tạng sẽ chỉ còn là một thứ hấp dẫn du khách và di tích của một quá khứ huy hoàng. Hiện nay di dân Trung quốc sống tại đó chỉ vì được khuyến khích về kinh tế, chắc chắn họ thấy đời sống ở đó rất khó khăn; bịnh tật vì khí hậu miền núi lan tràn trong đám di dân đó khá nhiều.

Phần thứ ba của đề nghị của tôi là về nhân quyền ở Tây tạng. Phải tôn trọng các quyền làm người ở đó. Nhân dân Tây tạng phải có tự do phát triển văn hóa, trí thức, kinh tế và tâm linh, và có cơ hội thực hiện tự do dân chủ. Việc vi phạm quyền làm người tại Tây tạng tệ hại nhất thế giới. Điều này đã được tổ chức ân Xá Quốc Tế và các tổ chức tương tự xác nhận. Chính sách phân biệt chủng tộc được thi hành một cách lộ liễu ở Tây tạng, theo chương trình người Hoa gọi là "phân biệt và đồng hóa". Người Tây tạng thực tế được coi là công dân hạng nhì ngay trong xứ sở họ đã là quá may mắn. Họ không có một quyền tự do dân chủ nào, sống dưới chính quyền thuộc địa của quân chiếm đóng, bao nhiêu quyền hành nằm hết trong tay các quan chức Trung hoa, cán bộ Cộng sản hay Quân đội Nhân dân. Mặc dù người Tây tạng đã được phép trùng tu lại một số chùa chiền và tu viện, được lễ bái, nhưng không được học và giảng dạy Phật Pháp. Thành ra trong lúc người Tây tạng lưu vong có thể thực hiện các quyền dân chủ theo hiến pháp tôi đề nghị năm 1963, thì hàng bao nhiêu ngàn đồng bào tôi trong nước vẫn bị bỏ tù hay giam trong trại cải tạo lao động vì tranh đấu cho tự do. Vì hiện nay tại Tây tạng theo người Hoa thì được gọi là "tiến bộ", còn ai trung thành với tổ quốc của mình thì bị gán cho danh hiệu "tội phạm" và bị giam giữ.

Đề nghị thứ tư của tôi kêu gọi cố gắng phục hồi khung cảnh thiên nhiên của Tây tạng. Không được dùng Tây tạng làm chỗ sản xuất võ khí nguyên tử hay chôn rác phế thải nguyên tử. Người Tây tạng vốn kính trọng mọi hình thái của sự sống. Tâm tình cố hữu đó được tăng cường nhờ đạo Phật, mà giáo lý cấm giết hại mọi chúng sinh, người hay vật cũng vậy. Trước khi Trung quốc xâm lăng, Tây tạng là một vùng thiên nhiên hoang dã với một khung cảnh sinh thái độc đáo. Mấy thập niên qua, tiếc thay, môi sinh ở Tây tạng đã bị hủy hoại gần hết, và tại nhiều nơi, thiên nhiên đã từng bị tàn phá hủy đến độ không thể tái tạo được.

Ảnh hưởng trên khung cảnh thiên nhiên của Tây tạng thật là ghê gớm, vì xứ tôi nằm trên một vùng đất cao và cằn cỗi, nên muốn phục hồi các vùng cây cỏ phải mất rất nhiều năm, dài hơn hẳn các vùng thấp và ẩm. Cho nên phải bảo vệ những gì còn lại và cố gắng cứu chữa các nơi đã bị người Hoa tàn phá. Để thực hiện điều đó, ưu tiên số một là ngưng sản xuất võ khí nguyên tử và, quan trọng hơn nữa, không cho chôn các phế liệu nguyên tử tại xứ tôi. Có vẻ như Trung hoa không những muốn bỏ phế liệu nguyên tử ở đó, mà còn định cho các nước khác mượn chỗ chôn rác rến nguyên tử để lấy ngoại tệ. Mối hiểm nguy không thể chối cãi được. Cả thế hệ này lẫn các thế hệ sau đều bị đe dọa. Hơn nữa, các hiểm nguy không phải chỉ giới hạn trong một vùng mà còn có thể lan tràn khắp nơi. Đưa phế liệu nguyên tử của Trung quốc để thảy vào các vùng thưa dân của họ, là một giải pháp nhất thời nhưng mối nguy hiểm còn đó mãi mãi, vì kỹ thuật phòng ngừa của họ rất thô sơ.

Khi kêu gọi đàm phán về qui chế tương lai của Tây tạng, tôi bày tỏ ý muốn bàn về vấn đề này trong tinh thần thẳng thắn và hòa giải, để tìm ra một giải pháp theo quyền lợi lâu dài của mọi phía người Tây tạng, người Trung hoa và cuối cùng tất cả các dân tộc trên trái đất - động cơ của tôi chỉ là đóng góp vào nền hòa bình thế giới qua cuộc sống hòa bình trong một địa phương. Tôi không nói gì để cốt chỉ trích người Trung hoa. Trái lại, tôi muốn giúp người Trung hoa bằng bất cứ cách nào, trong khả năng của tôi. Tôi hy vọng các đề nghị của tôi sẽ hữu ích cho họ. Rất tiếc là họ chỉ nhìn thấy trong đó lời kêu gọi ly khai (mặc dù, khi nói đến tương lai Tây tạng, tôi chưa hề nhắc đến vấn đề chủ quyền) và chính phủ Bắc kinh bác bỏ các đề nghị của tôi ngay lập tức với các lời lẽ nặng nề. Tôi cũng không ngạc nhiên lắm. Và tôi cũng không quá ngạc nhiên về phản ứng của nhân dân Tây tạng - dù tôi không chờ đợi phản ứng đó diễn ra. Vài ngày sau khi tôi phát biểu tại Washington DC, có tin nhân dân đi biểu tình đông đảo ở Lhasa.

Chương XV

Cộng Nghiệp Và Từ Bi Tâm

Sau này tôi mới biết các cuộc biểu tình ở Lhasa vào tháng 9, tháng 10, năm 1987, xảy ra ngay sau khi chính phủ Bắc kinh bác bỏ Kế Hoạch Hòa Bình Năm Điểm của tôi. Hàng ngàn người dân Lhasa xuống đường đòi độc lập. Lập tức chính quyền Trung quốc đàn áp tàn bạo. Cảnh sát võ trang xông vào giải tán dân biểu tình, bắn súng không ngần ngại và giết chết 19 người. Nhiều người khác bị thương. Lúc đầu chính quyền Trung quốc phủ nhận tin bắn súng. Sáu tháng sau họ thú nhận công an có bắn chỉ thiên trên đầu đám đông để thị uy mà thôi. Nhưng họ đoán, có các viên đạn vô tình thay vì rớt xuống đất một cách vô hại thì lại rớt vào đám đông. (Nghe chuyện này, tôi tự hỏi phải chăng người Hoa có một thứ khí giới mới : Các đầu đạn tìm máu Tây tạng, như hỏa tiễn tầm nhiệt).

Tin tức về các cuộc biểu tình và sự đàn áp dã man đẫm máu lan truyền khắp thế giới, từ năm 1959 đến bây giờ tin tức Tây tạng lại trở thành tin hàng đầu. Nhưng phải về sau tôi mới biết đầy đủ chi tiết các vụ xảy ra. Tôi cảm ơn các du khách Tây phương tình cờ có mặt tại chỗ đã cung cấp thêm tin tức. Bốn chục người trong số các du khách đó sau đã qui tụ lại soạn một bản phúc trình về các sự bạo hành họ đã chứng kiến. Tôi đọc nên được biết cả hai lần biểu tình xảy ra giống nhau. Đầu tiên là một số tăng ni tụ họp trước tu viện Jokhang, hô khẩu hiệu "Bo rangzen" nghĩa là "Tây tạng phải độc lập? Sau đó, hàng trăm, rồi hàng ngàn thường dân tới theo họ, hô các khẩu hiệu đòi tự do. Rồi bất chợt, một tiểu đoàn công an xuất hiện. Không cần báo trước, họ bắt ngay 60 tăng sĩ và thường dân, dẫn vào đồn công an ngay trước tu viện.

Trước khi vào tới đồn, họ đã bị công an đánh đập dã man. Thế rồi dân chúng đòi công an phải thả các người bị bắt. Thình lình lại xuất hiện hàng chục công an, mang máy thâu hình video, bắt đầu quay phim đám đông. Sợ bị công an nhận diện sau này, đám đông bắt đầu ném đá vào đám người đang thâu hình. Một số dân chúng hoảng hốt, bắt đầu lật đổ xe cảnh sát và đốt, thế là lực lượng công an võ trang khai hỏa. Nhưng phần lớn dân chúng vẫn hết sức giữ trật tự, và khi có công an vứt súng bỏ chạy, họ nhặt súng thu lại và đập xuống đường cho gẫy đi.

Trong cuộc biểu tình ngày 1 tháng 10 năm 1987, đáng tiếc là đồn cảnh sát đã bị đốt cháy, vì dân biểu tình cố giải thoát các đồng bào bị bắt một cách tuyệt vọng, đã đốt cánh cửa đồn để xông vào. Trước đó, công an cứ chạy ra chạy vào để tóm bắt từng người dân biểu tình, kéo vào trong đồn đánh đập tàn bạo. Đến khi đám đông giải tán thì ít nhất cũng có 12 người Tây tạng nằm chết, trong đó có nhiều trẻ em. Đêm hôm đó, công an đi lùng tận nhà bắt nhiều người. Sau cùng, hơn 2000 người bị bắt. Họ bị đánh đập và tra tấn, và một bản tường trình cho biết có 40 vụ hành quyết. Trước khi viết tiếp, tôi muốn ngưng ở đây để bày tỏ lòng biết ơn sâu xa đối với các người ngoại quốc đã quên mình giúp đỡ các đồng loại khổ đau, dù họ không có bổn phận phải làm như vậy.

Những phản ứng bộc phát tỏ tình nhân loại tự nhiên như vậy cho ta niềm hy vọng vào tương lai của loài người. Nhiều vị đó, nam cũng như nữ, nhiều lần suýt mất mạng vì cố gắng cứu các người Tây tạng bị thương nặng. Họ cũng làm chứng và chụp cả hình ảnh các hành động dã man của công an Trung quốc.

Mặc dù chính quyền Trung hoa lập tức trục xuất tất cả nhà báo và du khách ngoại quốc, cả thế giới biết tin tức về các hành động tàn bạo của họ. Do đó các chính phủ Tây phương lên tiếng yêu cầu người Trung hoa phải tôn trọng quyền làm người ở Tây tạng và trả tự do cho các tù nhân chính trị. Để trả lời, chính phủ Bắc kinh nói các vụ xáo trộn trên có tính cách nội bộ và bác bỏ tất cả các lời chỉ trích.

Vì Tây tạng bị đóng kín trở lại, phải nhiều tháng sau đó tôi mới được nghe tin thêm. Nhưng giờ đây tôi đã biết sau vụ biểu tình trên, người Hoa bắt đầu một chương trình "học tập cải tạo" đại quy mô. Họ còn cố tổ chức các cuộc phản biểu tình của họ vào cuối tháng 10, hứa hẹn ai đi biểu tình sẽ được phát một tuần lương. Nhưng sau họ phải bãi bỏ kế hoạch đó, vì không ai tới dự cả! Và để tin tức khỏi lọt ra ngoài thêm, họ cho quân đội kiểm soát chặt chẽ biên giới, và chính phủ Bắc kinh đã ép buộc được vương quốc Nepal, một nước độc lập, phải bắt giải giao cho họ 26 người Tây tạng lọt lưới trốn thoát. Cũng trong thời gian đó, tôi được nghe một nguồn tin từ chính người Trung hoa (phát khởi từ lòng Từ Bi và sự phẫn nộ, cũng như các du khách), cho tôi biết chắc chắn có lệnh bắn thẳng vào người biểu tình.

Đầu năm 1988, chính quyền Trung quốc tại Lhasa ra lệnh các tu viện phải tổ chức lễ Monlam như thường lệ (Hội lễ này được tái lập năm 1986 sau 20 năm bị cấm). Nhưng các tăng sĩ thấy không nên tổ chức hội lễ trong lúc bao người còn bị cầm tù, nên cưỡng lại lệnh trên. Chính phủ trung ương Bắc kinh ra lệnh cứ phải tổ chức lễ lạc để thế giới bên ngoài thấy tại Tây tạng mọi chuyện đã bình thường. Thế là các tăng sĩ bị cưỡng bách phải làm lễ. Nhưng người Hoa vẫn lo thế nào cũng có lộn xộn. Bản tin ngày 28 tháng 2 của đài BBC loan báo:"Hàng ngàn công an Trung quốc đã được chuyển vào trong thủ đô Lhasa - đầu đường nào cũng có rào cản. Ban đêm, từng đoàn xe võ trang đi tuần ngoài phố, loa phóng thanh loan truyền dân chúng chớ ra đường. Một lời đe dọa trắng trợn đã nói:"nếu mấy người không tuân lệnh sẽ bị bắn bỏ". Thế rồi một tuần lễ trước hội Monlam, bản tin Reuters từ Bắc kinh gửi đi cho biết có 50 xe nhà binh và hàng ngàn công an Trung quốc võ trang chiến đấu chống biểu tình đã tập diễn ngay trước tu viện Jokhang.

Hội lễ bắt đầu trong không khí căng thẳng. Lễ khai hội có cả một đạo quân tham dự, cứ mỗi tăng sĩ lại có mười công an. Ngoài ra còn nhiều công an chìm mặc thường phục lẫn vào đám đông, một số cầm máy thâu video. Hành động man trá hơn nữa là có công an chìm còn cạo đầu giả làm sư, có người thì đeo tóc dài giả để ngụy trang làm dân miền quê ngoài Lhasa về dự lễ.

Lúc đầu hội lễ diễn ra trong trật tự, nhưng ngày 5 tháng 3, một vài tăng sĩ bắt đầu hô lớn đòi tự do cho một vị hóa thân tên là Yulu Dawa Tsering, một người biểu tình bị bắt từ tháng 10 năm trước mà không được xét xử. Sau đó, vào giờ tụng niệm sau cùng của hội lễ, đám đông tụ lại, và khi bức tượng Phật Di Lặc bắt đầu được rước quanh tòa Barkhor, thì họ hô khẩu hiệu đòi đuổi người Trung quốc. Họ còn ném đá vào đám công an đang diễn hành gần đó, với một thái độ thách thức. Thế là công an xông vào đám biểu tình, lúc đầu đánh đập bằng dùi cui và gậy có điện. Rồi lính bắn súng, nhưng lần này họ bắn một cách chọn lọc, từng người một, bắn gục một số dân biểu tình. Sau đó họ bắn đuổi theo dân bỏ chạy, hàng trăm người nữa bị thương. Tới trưa, công an đến tấn công vào lâu đài Jokhang, hạ sát thêm hàng chục tăng sĩ. Một tăng sĩ bị họ đánh tàn nhẫn, rồi moi cả hai mắt ông ta trước khi ném ông từ trên nóc nhà xuống đất. Ngôi đền linh thiêng nhất của đất nước tôi đã biến thành bãi sát sinh!

Tất cả khu vực người Tây tạng tại Lhasa nổi dậy, và đêm hôm đó có hai chục cửa tiệm của người Hoa bị đốt cháy, các chủ tiệm đó trước kia đã tỏ ra kỳ thị người Tây tạng. Trong đêm đó, công an lại tấn công nhiều lần, bắt giam hàng trăm đàn ông, đàn bà và trẻ em. Vì hồi đó chỉ có một số ít người Tây phương có mặt tại Lhasa, không có ai là nhà báo, nên tin tức bị bưng bít, nhiều tuần lễ sau tôi mới biết một số chi tiết. Lúc đó mới biết các vụ xáo trộn mới này còn rộng lớn và trầm trọng hơn cả vụ biểu tình mùa thu năm trước; vì thấy chính quyền tại Lhasa ra lệnh giới nghiêm suốt hai tuần, họ bắt giam 2500 người và dân chúng thủ đô bị đàn áp một cách tàn nhẫn.

Một lần nữa, tôi không ngạc nhiên về các hành động tuyệt vọng người Tây Tạng đã bày tỏ, nhưng tôi vẫn quá kinh hoàng về phản ứng tàn bạo của người Ttrung Hoa. Dư luận thế giới cũng vô cùng phẫn nộ và trong vòng sáu tháng, đây là lần thứ hai báo chí quốc tế lại loan tin về các xáo động ở Tây tạng, dù tin tức lọt ra ngoài rất ít. Còn về phần chính quyền Trung quốc, họ vẫn nói đây là chuyện nội bộ. Họ kết án các cuộc biểu tình là hành động phá rối của "một thiểu số ly khai phản động" và gọi tôi là tên tội phạm nguy hiểm. Họ nói Đạt Lai Lạt Ma đã cố ý khích động nổi loạn và gửi cán bộ vào xúi dục dân trong nước. Có thể đoán trước được phản ứng của họ, chỉ đáng lo ngại là họ công khai kết án người ngoại quốc nhúng tay vào gây ra hai cuộc xáo động.

Bản tường trình đầu tiên tôi nhận được về các cuộc biểu tình nhân dịp lễ Monlam là do Lord Ennals, một chính khách Anh quốc. Ông tới Lhasa một tháng sau ngày lễ. Ông dẫn đầu một phái đoàn được chính phủ Trung quốc cho phép vào Tây tạng điều tra về vấn đề nhân quyền. Lord Ennals cũng như các nhân viên phái đoàn kinh ngạc về tình trạng vi phạm trắng trợn quyền làm người của dân Tây tạng vẫn tiếp tục xảy ra. Nhân viên phái đoàn cũng thu lượm được nhiều chứng cớ hiển nhiên về sự đánh đập và tra tấn tù nhân sau các cuộc biểu tình, họ nghe bao nhân chứng kể lại đầy đủ chi tiết. Bản tường trình của phái đoàn, do International Alert (Báo động Quốc tế) ấn hành, nói đến một "cuộc khúng hoảng cần phải đối phó tích cực và gấp rút ". Trong thời gian đó tôi đang ở xứ Anh, tôi cảm kích về sự quan tâm nồng hậu của các cơ sở truyền thông đối với nỗi thống khổ của dân tộc Tây tạng. Tôi cũng vui mừng được mời đến nói chuyện tại nghị viện Âu Châu vào cuối năm 1988.

Cùng lúc đó nhiều lãnh tụ Tây phương kêu gọi Trung quốc hãy bắt đầu thương thảo với tôi về tương lai Tây tạng. Nghĩ rằng lời mời trên tạo thêm cơ hội cho tôi lập lại Kế Hoạch Hòa Bình Năm Điểm, nhất là khai triển điểm thứ năm, tôi nhận lời. Trong bài nói chuyện tại Nghị Viện âu Châu tại Strasbourg ngày 15-6-1988, tôi nhắc đến ý kiến tỏ ý rằng trong hoàn cảnh đặc biệt nào đó, chúng tôi chấp nhận Tây tạng liên kết với CHND Trung hoa. Các phần vụ ngoại giao và việc quốc phòng có hạn chế sẽ do Bắc kinh đảm trách cho đến khi hội nghị hòa bình của cả vùng được triệu tập, lúc đó toàn thể Tây tạng sẽ trở thành Vùng Hòa Bình. Tôi cũng nói rõ ràng là chính phủ lưu vong Tây tạng sẵn sàng thương thuyết với chính quyền Trung quốc khi nào họ sẵn sàng. Tôi cũng nhấn mạnh đây chỉ là một đề nghị còn các quyết định sau này phải do nhân dân Tây tạng chứ không phải do tôi mà thôi.

Một lần nữa, phản ứng của Bắc kinh là từ chối. Bài nói chuyện của tôi bị lên án và Nghị viện âu Châu bị chỉ trích nặng nề vì đã cho tôi thuyết trình. Nhưng trong mùa hè năm 1988 lại có dấu hiệu khích lệ khi người Trung hoa tỏ ý muốn bàn chuyện tương lai Tây tạng với Đạt Lai Lạt Ma. Lần thứ nhất, họ chấp nhận nói chuyện, không phải chỉ về địa vị Đạt Lai Lạt Ma, mà cả về vấn đề Tây tạng. Họ để tôi quyết định thể thức tiến hành. Tôi chỉ định ngay một phái đoàn thương thuyết và đề nghị hai bên gặp nhau tại Geneve vào tháng giêng năm 1989. Lý do chọn địa điểm đó là vì tôi muốn có thể đích thân tham dự cuộc hội đàm khi nào cần tôi có mặt.

Đáng tiếc là ngay khi họ chấp nhận hội đàm trên nguyên tắc, người Trung hoa lại đưa ngay ra các điều kiện phủ định. Trước hết họ muốn nói chuyện ngay tại Bắc kinh, rồi sau họ yêu cầu trong phái đoàn thương thuyết không được có người ngoại quốc, tiếp đến họ nói không thể chấp thuận người nào trong chính phủ lưu vong Tây tạng vì họ không công nhận chính phủ đó, rồi họ lại không bằng lòng nói với bất cứ ai đã từng kêu gọi nền độc lập cho Tây tạng. Sau cùng họ bảo chỉ thương thuyết với tôi mà thôi. Nghe thật đáng thất vọng. Vừa mới nói rõ ràng có ý hội đàm, người Hoa lại làm cho việc thương thuyết không thể nào khởi sự được và dù tôi không có gì e ngại không nói chuyện với họ, nhưng tối thiểu cũng phải có cuộc thảo luận sơ bộ với các đại biểu của tôi trước đã chứ. Thành thử, dù sau họ bằng lòng địa điểm hội đàm Geneve, tới tháng giêng năm 1989 cũng chẳng có gì thành tựu được.

Ngày 28-1-1989, có tin đức Ban Thiền Lạt Ma đã tạ thế trong lúc rời Bắc kinh về thăm Tây tạng (việc đi thăm này ít khi xảy ra). Ngài mới có 53 tuổi tôi nghe tin rất buồn. Tôi thấy Tây tạng lại mất một chiến sĩ tự do đích thật. Phải thú nhận là có nhiều người Tây tạng coi ngài là người có vẻ đáng nghi. Quả thật, hồi đầu thập niên 1950, khi ngài còn trẻ, tôi cũng có ý nghi ngờ ngài theo Trung hoa vì quyền lợi riêng. Nhưng lòng ái quốc của ngài là có thực, tôi tin tưởng như vậy. Và mặc dù ngài bị người Trung hoa lợi dụng như một bù nhìn sau khi họ thả ngài ra khỏi tù, ngài vẫn tiếp tục chống đối họ cho đến lúc qua đời. Ngay trước khi tạ thế, ngài đã đọc một bài diễn văn Tân Hoa Xã có tường thuật, chỉ trích nặng nề về nhiều "sai lầm" nghiêm trọng mà người Hoa đã phạm ở Tây tạng. Đó là hành động can đảm sau cùng của ngài. Hai ngày sau, ngài ra trước công chúng lần chót tại tu viện Tashinhunpo, làm lễ lập vị các ngôi bảo tháp chứa di hài các vị tiền thân của ngài, thế rồi ngài bị đứng tim và viên tịch.

Nhiều người cảm thấy sự kiện đức Ban Thiền Lạt Ma qua đời trong chính tu viện gốc của ngài rất có ý nghĩa, như thể đó là do ý định của một vị chân tu. Dù không được gặp lại Ban Thiền Lạt Ma trước khi ngài viên tịch, nhưng tôi đã nói chuyện điện thoại được ba lần. Hai lần, tôi gọi thẳng đến văn phòng ngài tại Bắc kinh, vì ngài được cho chức Dân biểu quốc hội, và một lần khi ngài đang ở ngoại quốc. Tất nhiên cuộc điện đàm với Bắc kinh bị theo dõi. Tôi biết điều đó vì sau lần điện đàm thứ hai, tất cả bản chép lại cuộc nói chuyện của chúng tôi được sửa chữa và đăng tải lên báo chí trong nước. Tuy nhiên, lần ngài sang Úc, có lúc ngài đã trốn được khỏi công an bảo vệ, vào đúng một thời điểm định sẵn, và ngài nói được chuyện qua điện thoại với tôi, lúc đó tôi đang ở bên Tây đức. Chúng tôi không có thời giờ nói nhiều nhưng cũng đủ để tôi tin tương rằng đức Ban Thiền Lạt Ma trong thâm tâm vẫn trung thành với tôn giáo, với dân tộc và quê hương. Cho nên tôi không quan tâm mấy đến các bá cáo nói xấu ngài từ Lhasa gửi đi, chỉ trích ngài làm ăn buôn bán lớn. Có cả tin đồn ngài đã có vợ.

Sau khi ngài qua đời, hội Phật giáo Trung quốc mời tôi về dự lễ an táng ngài ở Bắc kinh. Đây là một lời mời về thăm Trung quốc một cách chính thức. Trong lòng tôi muốn đi lắm nhưng lại ngần ngại, vì nếu tôi về đó thì thế nào cũng phải có thảo luận về vấn đề Tây tạng. Nếu cuộc hội đàm tại Geneve đã diễn ra rồi thì dịp này tôi về thật tiện. Còn trong hoàn cảnh hiện tại thì tôi về thật không đúng lúc, tôi phải lấy làm tiếc mà từ chối. Trong khi đó, thái độ ngoan cố của người Trung quốc dẫn tới các hệ quả không tránh khỏi.

Ngày 5-3-1989 bắt đầu ba ngày biểu tình ở Lhasa. Đây là một vụ biểu lộ lòng bất bình mạnh mẽ nhất kể từ tháng 3 năm 1959. Nhiều chục ngàn người xuống đường. Công an đổi chiến thuật, suốt ngày thứ nhất họ đứng bên lề, chỉ quay phim rồi chiếu lên vô tuyến truyền hình đêm hôm đó. Sáng ngày hôm sau, họ mới phản ứng, đánh đập dân bằng gậy và bắn súng bừa vào đám đông. Có nhân chứng thấy họ bắn súng máy vào nhà dân Tây tạng, giết cả gia đình người ta. Đáng tiếc là dân Tây tạng phản ứng lại vụ trên, không những tấn công trả đũa công an, mà đôi lúc cả các thường dân Trung hoa vô tội. Nghe tin tôi rất buồn. Dân Tây tạng mà dùng bạo lực thật là chuyện vô nghĩa lý. Nếu họ muốn, một ngàn triệu dân Hoa đánh sáu triệu dân Tây tạng, họ có thể xóa sạch dòng giống Tây tạng trên mặt đất này. Cần phải hiểu rõ phía gọi là địch thủ của mình mới được.

Tập tha thứ, bao dung, còn ích lợi hơn là lượm một hòn đá ném vào người mà mình giận dữ. Khi việc khiêu khích càng cực đoan lại càng cần tha thứ. Vì khi mối thù nghịch càng cao, thì lại càng có cơ hội làm việc lành cho mình và cho người khác. Nhưng sự thực các lời khuyên trên của tôi đối với nhiều người có vẻ không thực tế. Đòi hỏi họ như vậy là đòi hỏi quá nhiều. Tôi không thể trông mong các người dân Tây tạng hàng ngày sống với bao khổ cực, mà lại có thể yêu thương người Trung hoa được. Cho nên dù tôi không bao giờ ủng hộ bạo lực, nhưng tôi phải nhận rằng có lúc không tránh được bạo lực. Thật ra, tôi kính trọng và khâm phục lòng can đảm của dân tôi. Nhiều người đi biểu tình là phụ nữ, trẻ em và người già. Ngày thứ nhất đã có hàng trăm đàn ông bị bắt, vì thế hai ngày sau phần lớn gia đình họ đi biểu tình phản đối mạnh mẽ. Nhiều người trong số đó nay đã chết. Và bao nhiêu người khác nay vẫn còn bị cầm tù, ngày ngày bị hành hạ tra tấn.

Nhờ một số người ngoại quốc can đảm, nhiều người chính họ bị phiền nhiễu, các tin tức về vụ bạo hành mới được truyền ra ngoài nhanh chóng. cũng như trước, khắp các nơi lên tiếng ủng hộ nhân dân Tây tạng: Hoa kỳ, Pháp và Nghị Viện âu Châu lên án mạnh mẽ việc đàn áp của người Trung quốc, đã làm ít nhất 250 thường dân Tây tạng bị chết, không kể vô số người bị thương. Nhiều chính phủ khác tỏ ý "quan ngại sâu xa", và sau đó lệnh thiết quân luật ra ngày 8-3 đã bị cả thế giới phản đối.

Chuyện thiết quân luật trên thủ đô Lhasa nghe thật kinh sợ, vì trên thực tế, thành phố đó đã được đặt dưới quyền quân đội Trung quốc kể từ ngày 26-10-1951, khi Quân Đội nhân dân của họ tiến vào chiếm đóng. Vậy thiết quân luật chỉ có thể là người Hoa muốn biến thủ đô thành một lò sát sinh, "một cánh đồng tàn sát" trên Hy Mã Lạp Sơn. Cho nên hai ngày sau, nhân dịp kỷ niệm 30 năm ngày Nhân dân Tây tạng Vùng dậy, tôi gửi lời kêu gọi ông Đặng Tiểu Bình, yêu cầu ông đích thân can thiệp để chấm dứt tình trạng thiết quân luật và ngưng việc đàn áp dân Tây tạng vô tội. Ông ta không trả lời.

Chỉ vài tuần sau vụ biểu tình phản đối ở Lhasa là đến vụ nổi dậy tại Bắc kinh. Tôi theo dõi tin tức về biến cố đó, vừa kinh sợ vừa ngạc nhiên, hết sức lo ngại khi một số sinh viên bắt đầu tuyệt thực. Trông đám sinh viên thật là thông minh, trong sáng, thành khẩn, họ có cả một cuộc đời trước mặt. Đối diện với họ là cả một chính quyền ngoan cố, tàn nhẫn và vô tình. Tôi cũng không khỏi khâm phục giới lãnh đạo Trung cộng, mấy ông già ngu ngốc, ngắc ngoải, cố bám lấy ý kiến của mình. Dù đã có chứng cớ hiển nhiên là hệ thống xã hội của họ đang tan vỡ, và Cộng Sản đang tàn lụi khắp thế giới và cả triệu người biểu tình phản đối trước Thiên an môn, họ vẫn cứ quyết tâm tin tưởng.

Tôi tất nhiên cảm thấy bàng hoàng khi quân đội được mang tới đàn áp cuộc biểu tình. Nhưng về mặt chính trị, tôi nghĩ đây chỉ là sự thất bại tạm thời của cao trào dân chủ. Khi nhà cầm quyền dùng tới võ lực, họ chỉ tạo cho người dân Trung quốc bình thường có thêm thiện cảm với các sinh viên. Dùng biện pháp đó, họ làm cho chế độ Cộng sản tại Trung hoa sẽ bị sụp đổ sớm hơn. Họ cũng cho cả thế giới thấy phương thức họ quen dùng: từ nay không còn ai nghi ngờ về các vụ vi phạm nhân quyền ở Tây tạng nữa.

Cá nhân tôi, tôi lấy làm tiếc cho ông Đặng Tiểu Bình. Tên tuổi ông bây giờ bị thương tổn khó lòng cứu vãn. Nếu không xảy ra vụ thảm sát ở Thiên an môn, thì ông sẽ đi vào lịch sử như một nhà lãnh đạo vĩ đại của nước ông. Tôi cũng thương cho các nhà lãnh đạo khác của Trung hoa, vì thiếu hiểu biết đã hủy hoại uy tín quốc gia mà cả một thập niên qua Trung quốc đã cố hết sức tạo ra. Hình như họ thất bại trong việc tuyên truyền cho dân tộc Trung quốc, nhưng họ đã thành công quá mức trong việc cổ động cho "thanh thế" họ.

Trong khi cả thế giới xảy ra các diễn biến, thì lệnh thiết quân luật vẫn duy trì tại Lhasa suốt năm 1989. Tôi càng ý thức rõ rệt về thảm cảnh đó khi tôi đang du hành ở Mỹ vào mùa Thu, tôi nhận tin được giải Nobel hòa bình. Dù đối với cá nhân tôi, tin này không có gì đáng kể, tôi biết đây là việc rất quan trọng cho dân tộc Tây tạng, vì chính họ mới là những người "chiếm giải". Điều duy nhất khiến tôi hài lòng là khi thấy cả thế giới công nhận giá trị của lòng Từ Bi, tha thứ và thương yêu. Hơn nữa, trong cùng thời gian đó, tôi thấy nhiều dân tộc trên thế giới đã tự khám phá ra là có thể thay đổi vận mạng họ trong hòa bình. Khi xưa, ý tưởng về một cuộc cách mạng bất bạo động có vẻ lý tưởng quá, ngày nay tôi vui mừng thấy có chứng cớ ngược lại.

Chủ tịch Mao Trạch Đông có lần nói "súng đẻ ra quyền bính." Ông ta nói đúng có một phần: quyền hành do súng tạo ra chỉ tồn tại một thời gian ngắn. Sau cùng thì lòng yêu chuộng sự thật, công lý, tự do và dân chủ sẽ chiến thắng. Dù chính phủ nào có làm gì chăng nữa, tinh thần nhân loại vẫn luôn luôn thắng. Tôi có kinh nghiệm trực tiếp về điều trên khi tôi thăm Bá linh vào cuối năm 1989, ngày ông Egon Kranz của Cộng sản Đông đức bị lật đổ. Nhờ các người cầm quyền tại Đông đức, tôi được phép đến bên bức tường Bá linh. Trong khi tôi đứng đó, dưới mắt quân lính Cộng sản vẫn còn trên vọng gác, thì một bà già im lặng trao cho tôi cây nến đỏ. Tôi cảm động thắp nến và nâng lên. Ngọn lửa nhỏ bé bập bùng nhảy múa, có lúc muốn tắt, nhưng sau lại tiếp tục cháy sáng, và trong lúc đám đông sán đến gần, chạm vào bàn tay tôi, tôi cầu nguyện ánh sáng của Từ Bi và Tỉnh Thức sẽ lan tràn khắp thế giới xóa tan bóng tối của sợ hãi và áp bức. Đó là một giây phút tôi không bao giờ quên.

Tôi cũng cảm thấy như vậy vài tuần sau, khi tôi viếng Tiệp khắc, theo lời mời của tổng \thống Havel, ông vừa ra khỏi cảnh tù tội vì chống chính phủ, bây giờ trở thành tổng thống của nước ông. Vừa đến nơi, tôi được một đám đông đón tiếp rất cảm động. Nhiều người đã rớt nước mắt, khoa tay chào mừng và làm dấu hiệu chiến thắng chữ V. Tôi thấy ngay lập tức là sau bao nhiêu năm dưới chế độ độc tài, những người nam và nữ này đang tràn đầy sức sống trong cảnh tự do họ vừa đoạt lại được. Tôi rất hân hạnh được mời tới Tiệp khắc, không những vì lần đầu tiên một vị nguyên thủ quốc gia đã mời tôi, mà vì ông ta là một người suốt đời tận tụy bảo vệ chân lý. Tôi thấy vị tân thống thống này rất dịu dàng, khiêm tốn, thành khẩn và có óc hài hước. Trong bữa tiệc khoản đãi tối hôm đó, ông ngồi uống bia, tay cầm điếu thuốc lá, ông nói với tôi rằng ông rất thích vị Đạt Lai Lạt Ma đời thứ sáu. Ngài nổi tiếng là sống như người đời.

Câu nói của ông làm tôi nghĩ đến một ngày Tiệp khắc sẽ làm thêm một cuộc cách mạng thứ hai : cách mạng bớt hút thuốc lúc ăn cơm. Nhưng điều tôi khâm phục nhất nơi tổng thống Havel là ông không kiểu cách chút nào cả. ông có vẻ không thay đổi gì sau khi nhận chức vụ mới. Và cách nhìn cũng như cách nói năng của ông cho thấy một tính mẫn cảm lớn lao.

Một nhân vật nữa tôi gặp vào đầu năm 1990 mà tôi rất khâm phục là Baba Amte, người đã lập nên một làng mới ở miền Nam Ấn độ. Trên khu đất trước kia bỏ hoang, bây giờ ông giúp dựng nên một ngôi làng có cây cối bao quanh, có vườn hoa hồng và vườn rau, và có cả một bệnh viện, một nhà dưỡng lão, trường học và xưởng thợ. Riêng điều đó đã là một thành tựu đáng kể, nhưng điều đáng kính phục hơn nữa là cả cộng đồng đó hoàn toàn do các người tàn tật xây dựng nên. Đi thăm quanh làng, tôi không thấy dấu hiệu gì để thấy là người tàng tật làm ra cả. Tại một ngôi nhà tôi đi vào, thấy một người đang sửa cái bánh xe đạp với hai bàn tay đã bị cụt mất một phần vì bịnh cùi, anh ta cầm một cái búa và một cái đục và anh ta đập búa một cách mạnh mẽ khiến tôi có cảm tưởng anh đang cố trổ tài. Nhưng sự tự tin tràn trề của anh khiến tôi nghĩ rằng khi có lòng nhiệt tâm và biết tổ chức đứng đắn, thì cả những người bị thiệt thòi cơ bản nhất cũng có thể tạo được phẩm giá cho mình và được công nhận là một phần tử hữu dụng cho xã hội.

Baba Amte là một con người kiệt xuất. Sau một quãng đời hoạt động rất dài, bị đau đớn thể xác ghê gớm, ông gần như bị liệt, và vì xương sống bị đau, ông chỉ có thể nằm hay đứng thẳng. Thế mà ông vẫn đầy nghị lực khiến tôi thấy chắc mình không đủ sức làm hết các việc của ông dù mình khỏe mạnh. Trong lúc tôi ngồi bên giường của ông, cầm tay ông, ông nằm nói chuyện với tôi, tôi không khỏi cảm thấy đây là một con người tràn đầy lòng từ bi. Tôi nói với ông rằng, lòng từ bi của tôi chỉ thể hiện ra bằng lời nói, còn lòng từ bi của ông rực sáng trong tất cả các việc ông làm. Đến lượt ông, Baba Amte kể nguyên do nào đã thúc đẩy ông quyết định dành cả đời mình để giúp mọi người. Đó là một ngày ông trông thấy một người cùi trên mặt, chỗ trước kia là hai con mắt, bây giờ chỉ đầy giòi bọ, có thế thôi.

Các tấm gương về tình nhân loại trên đây khiến tôi càng tin rằng một ngày dân tộc tôi sẽ thoát khỏi cảnh khổ cực do CHND Trung quốc gây ra, vì có đến hơn một tỷ người Tàu, và trong lúc có thể có nhiều ngàn người Tàu tham dự vào các hành động tàn ác, thì mỗi giây phút tôi tin rằng cũng có bao nhiêu triệu người Tàu khác đang làm điều thiện. Nói vậy nhưng tôi cũng không quên được tình trạng hiện nay tại Tây tạng. Ở đó sự bất mãn và đàn áp không phải chỉ thu hẹp trong thủ đô Lhasa.

Trong thời gian từ tháng 9/1987 đến tháng 5/1990 đã có hơn 80 cuộc biểu tình, nhiều cuộc biểu tình rất đông và không phải lần nào cũng đổ máu. Nhưng hậu quả là đồng bào tôi lại bị khủng bố thêm. Ngay tại thủ đô Lhasa, số người Hoa bây giờ đông hơn dân Tây tạng, đã có người thấy xe tăng trấn ngoài phố, và các bản phúc trình gần đây của cơ quan ân xá Quốc tế (Amnesty International) và cơ quan Quan sát Á Châu (Asia Watch) nhận định rõ ràng là việc đàn áp vẫn tiếp tục ở Tây tạng. Chính quyền Trung cộng vẫn tiếp tục bắt bớ không cần giải thích, đánh đập và tra tấn, cầm tù hay hành quyết không cần xét xử, đó là đặc tính của họ. Bên cạnh các câu chuyện trên, phải kể thêm các lời tường thuật của nhiều người Tây tạng sau khi bị bắt và hành hạ vì đi biểu tình, rồi trốn thoát qua Ấn độ.

Một người, mà chúng tôi phải tạm dấu tên để tránh cho gia đình anh khỏi bị trả thù, thuật lại cho các nhà điều tra về Nhân Quyền biết: anh đã bị còng tay, để trần truồng trong phòng giam rất nhiều ngày, trong thời gian đó, bị đánh đập và chửi rủa. Lâu lâu, một người lính gác say rượu lại vô đánh đập anh. Một đêm, họ đập đầu anh vào tường liên hồi cho đến khi anh bể cả mũi dù vẫn tỉnh táo, anh cũng nói bị lính gác dùng làm bia thịt để tập võ, bọn lính sặc mùi rượu. Giữa các lần hỏi cung, họ bắt anh thú tội đã đi biểu tình. Có khi họ bỏ anh nằm trên sàn phòng giam lạnh cóng nhịn đói nhiều ngày. Ngày thứ năm sau khi bị tù, anh bị đánh thức dậy lúc mờ sáng, mang ra một ngôi nhà khác để hỏi cung. Lúc đầu hai người gác ấn anh nằm xuống đất, còn người thứ ba quỳ gối lên đầu anh, rồi hai tay nắm lấy đầu anh, dập thái dương bên trái xuống đất trong mười phút. Người ty nạn này kể lại cảnh anh ta bị tra tấn theo lối "máy bay treo": "Họ lôi tôi đứng dậy để trói hai tay tôi. Giây thừng hai đầu, ở giữa sợi giây là một cái khuyên tròn kim loại. Cái khuyên này đặt nằm phía sau gáy. Sau đó họ kéo hai đầu giây ra trước vai, rồi quấn quanh hai cánh tay từ vai xuống, thắt chặt các ngón tay lại. Sau đó họ kéo hai đầu sợi giây vào giữa, thòng qua cái khuyên kim loại sau gáy, kéo giật hai cánh tay ra phía sau hai bả vai. Giữ chặt giây thừng, một người lính ấn mạnh vào sống lưng tôi làm ngực bị đau nhói. Sau đó họ treo giây thừng lên một cái móc trên trần nhà rồi kéo giây thật mạnh. Bị kéo lên cao, ngón chân chỉ chạm mặt đất, tôi bất tỉnh và không biết mình bất tỉnh bao lâu, khi tỉnh dậy thấy mình nằm trong phòng giam, tay chân bị cùm". Bốn ngày sau anh ta bị lôi khỏi phòng giam, vẫn trần truồng, tay bị còng nhưng cùm chân đã tháo ra. Nhưng họ không đưa anh tới phòng thẩm vấn nữa mà "một người lính lấy sợi giây trão lớn trói tôi vào một thân cây. Giây trão quấn quanh từ cổ xuống đến đầu gối. Người lính đứng phía sau cây, kéo sợi giây cho chặt. Mấy người lính Hoa khác đang ăn cơm trưa kế bên. Một tên đứng dậy, ném cả canh rau đầy ớt cay vào mặt tôi. Ớt làm cháy cả mắt tôi, đến nay vẫn còn bị sót. Hồi lâu họ cởi trói, đưa tôi trở lại phòng giam, tôi bước không nổi, vừa đi vừa té rụi, mỗi lần ngã chúi xuống lại bị đánh." Các người tù khác kể chuyện họ bị cảnh sát dùng gậy có điện để tra tấn, loại gậy họ vẫn dùng để phá biểu tình. Một ông bị họ thọc cây gậy vào mồm chảy máu, và một ni cô kể với các nhân viên điều tra rằng cô bị họ dùng dụng cụ tra tấn đó đâm vào hậu môn và cửa mình. Thoạt nghe các chuyện đó, dễ kết luận cả dân tộc Trung hoa như vậy, nhưng tôi biết vơ đũa cả nắm là sai lầm. Nhưng các hành động hạ cấp trên không thể quên lãng cho được. Cho nên chính tôi, sống lưu đầy nơi ngoại quốc phần lớn cuộc đời, và mặc dù rất quan tâm đến các chuyện xảy ra ở Trung quốc trong bấy nhiêu năm, với các kinh nghiệm của một quan sát viên về Trung hoa, tôi cũng phải thú nhận là tôi hiểu họ chưa đủ.

Những năm đầu thập niên 1950, tôi thăm nước Tàu, tôi đã thấy rất nhiều người hy sinh tất cả để giúp cải cách xã hội. Nhiều người còn mang thương tích vì cuộc tranh đấu và phần lớn họ là những người có lý tưởng, họ thành thực muốn mang lại lợi ích thực sự cho tất cả mọi người trong cả xứ rộng lớn của họ. Để hoàn tất công việc này, họ dựng lên một hệ thống đảng trị. Với hệ thống đó họ có thể biết rõ từng chi tiết về mỗi người trong bọn họ, ngay cả đến chuyện mỗi ngày ăn cơm, đi ngủ mấy giờ. Sự say mê lý tưởng của họ đến mức họ có thể làm bất cứ cái gì để thực hiện lý tưởng đó. Và họ thấy trong lãnh tụ của họ, Mao Trạch Đông, một người có viễn quan và trí tưởng tượng lớn lao, cũng là một người biết giá trị của sự phê bình xây dựng và khuyến khích việc phê bình. Nhưng chẳng bao lâu, chính quyền đó trở nên tê liệt vì tranh chấp nội bộ. Tôi chứng kiến tận mắt cảnh này. Thế rồi họ bắt đầu tin vào chuyện tưởng tượng thay cho sự thật, và khi nào cần là họ dối trá lừa lọc để cho họ tốt đẹp huy hoàng hơn.

Hồi năm 1956 gặp Chu ân Lai, tôi nói về nỗi lo ngại của tôi, ông ta trả lời là không phải lo, mọi chuyện sẽ tốt đẹp Trong thực tế, mọi chuyện càng ngày càng tệ hơn. Năm 1957, khi tôi từ Trung hoa trở về Tây tạng, tôi thấy người Hoa hành hạ dân tôi công khai, mà trong lúc đó họ vẫn cam kết với tôi là họ không can thiệp. Họ nói dối một cách trắng trợn, bao giờ. cũng vậy. Tệ hơn nữa là thế giới bên ngoài đa số lại tin vào những điều dối trá của họ. Như hồi thập niên 1970, một số chính trị gia Tây phương được đi thăm Tây tạng, khi trở về nói mọi chuyện ở đó tốt đẹp.

Sự thật là kể từ cuộc xâm lăng của Trung quốc, hơn một triệu người xứ tôi đã chết vì chính sách của họ gây ra. Trong quyết nghị về Tây tạng năm 1965, Liên hiệp quốc đã nói rõ ràng là việc quân Trung quốc chiếm đóng quê hương tôi đã gây ra đầy dẫy "những vụ tàn sát, hãm hiếp, tù đầy vô cớ; tra tấn tàn bạo, đối đãi một cách vô nhân đạo và hạ phẩm giá người Tây tạng trên một qui mô rộng lớn ". Tôi quả thật không sao giải thích nổi chuyện này: tại sao các lý tưởng cao quý của bao người, nam và nữ, đã bị biến thành những hành động dã man, vô nghĩa. Tôi cũng không hiểu nổi cái gì thúc đẩy người lãnh đạo Trung quốc khiến họ ra lệnh tiêu hủy cả chủng tộc Tây tạng.

Hình như nước Trung Hoa, cả quốc gia đó, đã mất

niềm tin và vì thế nhân dân Trung hoa phải chịu những khổ cực vô chừng trong suốt bốn mươi mốt năm qua - tất cả nhân danh chủ nghĩa Cộng sản. Mà sự theo đuổi chủ nghĩa Cộng sản đã là một cuộc thí nghiệm lớn bậc nhất trong lịch sử nhân loại và tôi không chối bỏ rằng thoạt đầu tôi rất khâm phục ý thức hệ đó. Vấn đề nằm ở chỗ, tôi đã khám phá ra ngay, là mặc dù chủ nghĩa Cộng sản rêu rao phục vụ "nhân dân" – để cho nhân dân có "khách sạn nhân dân ", "bịnh viện nhân dân", " quân đội nhân dân " vân vân ...Chữ nhân dân ở đây không có nghĩa là tất cả mọi người, mà chỉ là những người nào đồng ý với một thiểu số tự nhận là có "quan điểm nhân dân".

Về sự quá đà của chủ nghĩa Cộng sản, Tây phương cũng chịu một phần trách nhiệm. Khi phương Tây đối xử với các chính quyền Cộng sản đầu tiên với thái độ thù địch, thì điều đó đã gây ra thái độ để phòng mà các chính quyền này dùng để tự vệ. Và thái độ nghi ngờ đó tạo ra khổ đau, vì nó trái với một đặc tính của loài người - là ai cũng muốn tin người. Điều này khiến tôi nhớ lần tôi đi coi căn phòng của Lê Nin trong điện Kremlin năm 1982 khi tôi thăm Moscow. Một người công an thường phục mặt lạnh lùng đứng canh tôi từng bước, trông anh ta có vẻ như sẵn sàng rút súng bắn bất cứ lúc nào, trong khi đó cô hướng dẫn viên thì giải thích như cái máy về lịch sử Cách mạng. Nhưng nếu tôi có một khuynh hướng chính trị nào đó thì chắc tôi sẽ nghiêng về chủ nghĩa Mác-xít một nửa. Tôi không chê trách gì chế độ tư bản khi nó được thể hiện một cách nhân đạo, nhưng tín ngưỡng của tôi khiến cho tôi gần với chủ nghĩa Xã hội và Quốc tế hơn; các tư tưởng đó gần với Phật giáo hơn. Một điểm tôi thích trong tư tưởng Mác-xít là nó khẳng định con người trách nhiệm lấy vận mạng của mình. Đó cũng là tư tưởng Phật giáo. Ngược lại với ý hướng trên, tôi xác nhận sự kiện là ở các nước theo đường lối tư bản trong một khung cảnh của chế độ dân chủ thì có tự do rất nhiều, so với các nước đuổi lý tưởng theo Cộng sản.

Vậy sau cùng, tôi ủng hộ một chính phủ nhân đạo, một chính phủ có mục đích phục vụ tất cả cộng đồng: trẻ em, người già, người tàn tật cũng như các người có sản xuất trực tiếp trong xã hội. Dù đã nói tôi có một phần thích Mác-xít, nhưng nếu thật sự đi bầu, tôi sẽ bầu cho đảng "Bảo vệ sinh môi".

Một diễn trình tích cực nhất gần đây trên thế giới là càng ngày người ta càng ý thức về sự quan trọng của thiên nhiên. Đây không phải là chuyện thiêng liêng, thần thánh gì cả. Chăm sóc trái đất cũng như chăm sóc nhà mình ở. Vì con người từ thiên nhiên mà ra, chống lại thiên nhiên thì quả là lầm. Vì vậy tôi nghĩ bảo vệ thiên nhiên không phải là một đề tài có tính chất tôn giáo hay đạo đức, luân lý. Các món đó là xa xỉ, vì không có chúng, mình vẫn sống được. Nhưng mình không thể sống được nếu tiếp tục chống lại thiên nhiên. Chúng ta phải chấp nhận điều đó. Làm thiên nhiên mất quân bình thì loài người sẽ khổ. Hơn thế nữa, sống hôm nay chúng ta còn phải nghĩ đến các thế hệ ngày mai. Quyền sống trong một khung cảnh trong sạch cũng là một thứ quyền làm người như các quyền khác. Vậy chúng ta có trách nhiệm đối với người khác là đảm bảo thế giới mà chúng ta để lại phải lành mạnh bằng, nếu không phải lành mạnh hơn khi chúng ta tới đó. Đề nghị này không khó khăn như thoạt nghĩ. Vì mỗi cá nhân hành động thì kết quả có giới hạn. Toàn cầu đáp ứng thì thành quả sẽ không có giới hạn nữa. Mỗi chúng ta sức đến đâu làm đến đó, dù nhỏ bé. Như bổn phận ra khỏi phòng thì phải tắt đèn, các kết quả chẳng đáng kể gì, nhưng không phải vì thế mà ta không nên làm.

Vì lẽ đó, tôi là một tăng sĩ Phật giáo, tôi thấy niềm tin vào Nghiệp Báo (Karma) rất hữu ích trong đời sống hàng ngày của chúng. ta. Khi chúng ta tin có liên hệ giữa Nhân và Quả, chúng ta sẽ tỉnh thức hơn về những hậu quả mà các hành động của ta sẽ tạo ra nơi mình và người khác. Nghĩ thế, tôi thấy thế giới vẫn có nhiều điều tốt lành mặc dù cử hành lễ đó lại, cũng là theo tiền lệ thôi.

Vì tôi là tăng sĩ Phật Giáo, tôi mong giúp tất cả gia đình nhân loại, đúng ra, tất cả các chúng sinh bớt khổ đau. Tôi tin rằng khổ đau này do vô minh dốt nát mà ra. Con người làm khổ người khác khi đi tìm thỏa mãn và vui sướng cho riêng mình. Nhưng hạnh phúc đích thực là niềm An Lạc nội tâm và tự tại mà ra. Mà niềm an lạc tự tại phải đạt lấy qua sự việc nuôi dưỡng óc vị tha, lòng từ bi, và diệt trừ sân hận, vị kỷ, tham lam. Nhiều người thấy nói như vậy thì cho là ngây thơ quá. Nhưng tôi muốn nhắc họ rằng, dù chúng ta gốc ở nơi nào trên thế giới, chúng ta cơ bản vẫn là một giống người.

Tất cả chúng ta đều tìm an lạc và tránh khổ đau. Chúng ta có cùng những nhu cầu và mối quan tâm. Hơn thế nữa giống người chúng ta ai cũng muốn có tự do và quyền tự mình quyết định vận mệnh của cá nhân mình. Đó là tính người. Các biến đổi lớn lao đang diễn ra trên thế giới, từ Đông âu đến Phi Châu, đều cho thấy điều đó một cách rõ ràng. Đồng thời các vấn đề của chúng ta hiện nay - xung đột võ trang, phá hoại thiên nhiên, đói v.v.., đều do loài người gây ra. Các vấn đề đó có thể giải quyết với nỗ lựa của con người, với sự thông cảm và phát triển tình huynh-đệ và tỷ-muội. Để tạo nên các nỗ lực đó, chúng ta cần nuôi dưỡng một tinh thần trách nhiệm phổ cập đối với nhau và đối với trái đất mà chúng ta chia xẻ. Tinh thần đó dựa trên tình thương và sự tỉnh thức.

Giờ, phải nói thêm là dù tôi thấy đạo Phật của tôi rất hữu ích để tạo nên tình thương và lòng Từ Bi, tôi cũng tin rằng, các đức tính đó ai cũng tự mình phát khởi lấy được, dù họ có tôn giáo hay không.

Tôi cũng tin rằng tất cả các tôn giáo đều theo đuổi một mục đích : nuôi dưỡng từ tâm và tạo nên an lạc cho tất cả loài người. Dù phương tiện có khác nhau, cứu cánh chỉ là một. Trong khi khoa học càng ngày càng ảnh hưởng mạnh mẽ tới đời sống chúng ta, tôn giáo và sinh hoạt tâm linh có một vai trò quan trọng hơn để nhắc nhở chúng ta về tình nhân loại. Tôn giáo và khoa học không mâu thuẫn nhau. Mỗi bên giúp chúng ta hiểu rõ bên kia hơn. Cả khoa học lẫn Phật pháp đều dạy chúng ta về tính nhất quán của vạn pháp. Tôi chấm dứt cuốn sách này bằng lời cảm tạ riêng gởi đến các người bạn của Tây tạng. Sự quan tâm và hỗ trợ của quí vị đối với lời kêu gọi của dân Tây tạng đã làm chúng tôi rất xúc động, và vẫn tiếp tục cho chúng tôi thêm can đảm để tranh đấu cho Tự

Do và Công Lý, không phải tranh đấu bằng vũ lực nhưng bằng khí giới của sự thật và quyết tâm. Tôi biết nhân dân Tây tạng cùng tôi muốn cảm ơn quí vị và mong quí vị đừng quên Tây tạng vào giờ phút trọng yếu trong lịch sử chúng tôi như bây giờ.

 Chính chúng tôi, chúng tôi cũng muốn đóng góp vào sự phát triển cua một thế giới tươi đẹp, hòa bình và nhân đạo hơn. Một nước Tây tạng tự do trong tương lai sẽ cố giúp tất cả những người nghèo đói, bảo vệ thiên nhiên và cổ động hòa bình. Tôi tin tưởng rằng khả năng hòa hợp sức mạnh thiên nhiên với thái độ thực tế và thực dụng sẽ khiến chúng tôi có thể đóng góp một cách đặc biệt dù nhỏ nhoi. Sau cùng tôi muốn chia xẻ với quí vị độc giả một bài kệ ngắn đã từng giúp tôi thêm phấn khởi và quyết tâm :

Khi còn thế giới
Khi còn chúng sinh
Tôi nguyện đời mình
Giúp người bớt khổ.

SÁCH đã xuất bản
do Chân Huyền dịch thuật

1. *TỰ DO TRONG LƯU ĐÀY*, Đạt Lai Lạt Ma tự truyện - Freedom in Exile, Văn nghệ 1992 và tái bản nhiều lần - Tăng thân Xóm Dừa tái bản 2014 (18.00US)
2. *THẾ GIỚI HÒA ĐỒNG* -World in harmony- Hội luận của Đạt Lai Lạt Ma và 8 nhà tâm lý Hoa Kỳ - Văn Nghệ 1996 (hết)
3. *SỐNG HẠNH PHÚC, CHẾT BÌNH AN* - The Joy of living and dying in peace - Đạt Lai Lạt Ma 14, Làng Cây Phong in 1999 và tái bản nhiều lần.- Tăng thân Xóm Dừa tái bản 2014 (14.00US)
4. *CHUYỂN HÓA TÂM* - Transfor ming the Mind - Đạt Lai Lạt Ma 14, Làng Cây Phong xuất bản 2001, Tăng thân Xóm Dừa tái bản 2014 (14$US)
5. *NGHỆ THUẬT SỐNG AN VUI* - The Art of Living & The Art of Happiness-Đạt Lai Lạt Ma 14 - Làng Cây Phong xuất bản 2004, 2006 (12$US)
6. *KHÔNG DIỆT KHÔNG SINH, ĐỪNG SỢ HÃI* -No death, No fear-Thích Nhất Hạnh. Lá Bối xuất bản (14.00US)

Quý độc giả có thể mua 5 cuốn sách trên đây trực tiếp tại Báo Người Việt, số 14771 Moran Street - Westminster, CA 92683- USA; hoặc trên trang nguoivietshop.com, nối với trang mạng của Amazon.com

www.ingramcontent.com/pod-product-compliance
Lightning Source LLC
Chambersburg PA
CBHW031427160426
43195CB00010BB/635